അട്ടപ്പാടിയിൽ
സംഭവിക്കുന്നത്

attappadiyil sambhavikkunnathu

•

editor
dr. b ekbal

•

first edition
july 2013

•

typeset and published
chintha publishers, thiruvananthapuram

•

•

cover
vinod

•

cover photo
p v sujith

•

വിതരണം

ദേശാഭിമാനി ബുക്ക് ഹൗസ്

H O തിരുവനന്തപുരം–695 035
phone: 0471-2303026, 6063026
www.chinthapublishers.com
chinthapublishers@gmail.com

ബ്രാഞ്ചുകൾ

ഹെഡ്ഡാഫീസ് ബ്രാഞ്ച് കുന്നുകുഴി • ഓവർബ്രിഡ്ജ് തിരുവനന്തപുരം • കെ എസ് ആർ ടി സി ബസ് സ്റ്റേഷൻ ആലപ്പുഴ • കെ എസ് ആർ ടി സി ബസ് സ്റ്റേഷൻ എറണാകുളം • മച്ചിങ്ങൽ ലെയ്ൻ തൃശൂർ • ഐ ജി റോഡ് കോഴിക്കോട് • മാവൂർ റോഡ് കോഴിക്കോട് • എൻ ജി ഒ യൂണിയൻ ബിൽഡിങ് കണ്ണൂർ • സെൻട്രൽ ബസ് ടെർമിനൽ കോംപ്ലക്സ് താവക്കര കണ്ണൂർ

CO - 1954 / 3312

അട്ടപ്പാടിയിൽ സംഭവിക്കുന്നത്

എഡിറ്റർ
ഡോ. ബി ഇക്ബാൽ

ചിന്ത പബ്ലിഷേഴ്സ്
തിരുവനന്തപുരം-695 035

ഡോ. ബി ഇക്ബാൽ

1947 ൽ ചങ്ങനാശ്ശേരിയിൽ ജനനം. തിരുവനന്തപുരം, കോട്ടയം, കോഴിക്കോട് മെഡിക്കൽ കോളേജുകളിൽ ന്യൂറോസർജനായി സേവനം അനുഷ്ഠിച്ചു. ഇന്ത്യയിലെ പ്രമുഖ ജനകീയാരോഗ്യ പ്രവർത്തകൻ. കേരള സർവകലാശാലയുടെ മുൻ വൈസ് ചാൻസലർ. സംസ്ഥാന ആസൂത്രണ ബോർഡിൽ അംഗമായി ജനകീയാസൂത്രണ പ്രവർത്തനങ്ങൾക്ക് നേതൃത്വം നൽകി. നാഷണൽ ഇൻസ്റ്റിറ്റ്യൂട്ട് ഓഫ് സ്പീച്ച് ആന്റ് ഹിയറിങ്ങിന്റെ മുൻ പ്രോജക്ട് ബോർഡ് ചെയർമാൻ. കേരള ശാസ്ത്ര സാഹിത്യ പരിഷത്തിന്റെ പ്രസിഡന്റ്. ഇപ്പോൾ അഖിലേന്ത്യാ ജനകീയാരോഗ്യ പ്രസ്ഥാനത്തിന്റെ (ജന സ്വസ്ഥയ അഭിയാൻ) നിർവാഹക സമിതി അംഗം, ചെയർമാൻ, അക്കാദമി ഓഫ് മെഡിക്കൽ സയൻസസ്, പരിയാരം, കണ്ണൂർ. പ്രസിഡന്റ്, സ്വതന്ത്രവിജ്ഞാന ജനാധിപത്യ സഖ്യം. നിരവധി ഗ്രന്ഥങ്ങളുടെയും ലേഖനങ്ങളുടെയും കർത്താവ്.

പ്രസിദ്ധീകരിക്കപ്പെട്ട കൃതികൾ: *നിരോധിച്ച മരുന്നുകൾ നിരോധിക്കേണ്ട മരുന്നുകൾ അവശ്യമരുന്നുകൾ, Science for Social Revolution* (Dr. T M Thomas Isaac and Dr. B. Ekbal), *ഹാത്തി കമ്മിറ്റി ഒരു പതിറ്റാണ്ടിനുശേഷം* (എഡിറ്റർ), *Decade of the Brain* (Editor), *ജനകീയ ഔഷധ നയത്തിനുവേണ്ടി, എല്ലാവർക്കും ആരോഗ്യം ഇന്ന്, കേരളീയ ശാസ്ത്ര പ്രതിഭകൾ, തലവേദന, ഇന്റർനെറ്റും ഇൻഫർമേഷൻ വിപ്ലവവും* (കെ രവീന്ദ്രനോടൊപ്പം), *ഇൻഫർമേഷൻ ടെക്നോളജി എന്ത്, എങ്ങനെ, എന്തിന്* (കെ രവീന്ദ്രനോടൊപ്പം), *ആലീസിന്റെ അത്ഭുതരോഗം: സാഹിത്യവും വൈദ്യശാസ്ത്രവും, പുതിയ കേരളം പുതിയ രാഷ്ട്രീയം, ആഗോളവൽക്കരണകാലത്തെ ജനങ്ങളുടെ ആരോഗ്യം, കേരള ആരോഗ്യ മാതൃക വിജയത്തിൽനിന്നും പ്രതിസന്ധികളിലേക്ക്, സൂക്ഷ്മവായ്പ, സൂക്ഷ്മമല്ലാത്ത സാധ്യതകൾ, പ്രശ്നങ്ങൾ* (എഡിറ്റർ), *ഇന്ത്യൻ ഔഷധ മേഖല: ഇന്നലെ ഇന്ന്.*

വിലാസം. : കുഴുവേലിൽ വീട്,
ആർപ്പൂക്കര കിഴക്ക്,
കോട്ടയം 686008
ഫോൺ : 04812598305, മൊബൈൽ: 94470 60912
ഇമെയിൽ : ekbalb@gmail.com

ഉള്ളടക്കം

അനുബന്ധങ്ങൾ

ആമുഖം

അട്ടപ്പാടിയിലെ ആദിവാസി ഊരുകളിൽ ശിശുമരണം വർധിച്ചു വരുന്ന സാഹചര്യത്തിൽ സി പി ഐ (എം) സംസ്ഥാന കമ്മിറ്റിയുടെ നിർദേശപ്രകാരം ഡോക്ടർമാരുടെ ആറംഗ ടീം മെയ് 18–21 ദിവസങ്ങളിൽ അട്ടപ്പാടി സന്ദർശിച്ചു. അട്ടപ്പാടിയിലെ ആദിവാസികളുടെ അതീവ ശോചനീയമായ ആരോഗ്യസ്ഥിതി അക്ഷരാർഥത്തിൽ ഞങ്ങളെ ഞെട്ടിച്ചു. ആദിവാസികളുടെ അതീവ ഗുരുതരമായ ആരോഗ്യസ്ഥിതിയും അധികൃതരുടെ കുറ്റകരമായ അനാസ്ഥയും കണക്കിലെടുക്കുമ്പോൾ അട്ടപ്പാടിയിലെ ആദിവാസികൾ നിശ്ശബ്ദമായ വംശനാശത്തെ നേരിട്ടു വരികയാണെന്ന നിഗമനത്തിൽ ഞങ്ങൾക്കെത്തേണ്ടിവന്നു.

മെഡിക്കൽസംഘം അട്ടപ്പാടി സന്ദർശിച്ച് ആദിവാസികളുടെ ആരോഗ്യസ്ഥിതി വിലയിരുത്തണമെന്ന അഭിപ്രായം ഉന്നയിക്കുകയും ഇങ്ങനെയൊരു പുസ്തകം തയാറാക്കണമെന്ന് നിർദേശിക്കുകയും ചെയ്തത് സി പി ഐ (എം) സംസ്ഥാന സെക്രട്ടറി സഖാവ് പിണറായി വിജയനായിരുന്നു. അട്ടപ്പാടിയിൽ ആദിവാസികൾ നേരിട്ടുവരുന്ന സാമൂഹിക–സാമ്പത്തിക വെല്ലുവിളികളിലേക്ക് കൂടുതൽ വെളിച്ചം വീശുന്ന ലേഖനങ്ങളും റിപ്പോർട്ടുകളും ഉൾപ്പെടുത്തി ഒരു പുസ്തകം പുറത്തിറക്കാൻ തീരുമാനിച്ചത് ഈ സാഹചര്യത്തിലാണ്. നിരവധി സുഹൃത്തുക്കളുടെ സഹായസഹകരണത്തോടെയാണ് ഈ പുസ്തകം തയാറാക്കിയിട്ടുള്ളത്. അവരോടും അതിവേഗം ലേഖനങ്ങൾ തയാറാക്കി നൽകിയ സുഹൃത്തുക്കളോടും *സംഘടിത*, *പാഠഭേദം* എന്നീ മാസികകളിൽ പ്രസിദ്ധീകരിച്ച ലേഖനങ്ങൾ പുനഃപ്രസിദ്ധീകരിക്കാൻ അനുമതി നൽകിയ ഈ മാസികകളുടെ പ്രസാധകരോടുമുള്ള നന്ദി ഇവിടെ രേഖപ്പെടുത്തുകയാണ്.

വളരെ ചുരുങ്ങിയ സമയത്തിനുള്ളിൽ പുസ്തകം പ്രസിദ്ധീകരിക്കുന്നതിനുള്ള എല്ലാ സഹായങ്ങളും പ്രോത്സാഹനവും നൽകിയ ചിന്ത പബ്ലിഷേഴ്സ് ജനറൽ മാനേജർ സഖാവ് വി കെ ജോസഫിനോടുള്ള കടപ്പാടും അറിയിക്കട്ടെ.

അട്ടപ്പാടിയിലെ ആദിവാസികളുടെ ദുസ്സഹമായ ജീവിതസാഹചര്യങ്ങൾ മനസിലാക്കി പ്രതികരിക്കാനും ഇടപെടാനും പൊതുസമൂഹത്തെയും ഭരണാധികാരികളെയും അൽപ്പമെങ്കിലും പ്രേരിപ്പിക്കാൻ ഈ പുസ്തകം സഹായകമാവുമെന്ന് പ്രതീക്ഷിക്കുന്നു.

കോട്ടയം **ഡോ. ബി ഇക്ബാൽ**

ജൂലൈ 1, 2013

അട്ടപ്പാടിയിൽ സംഭവിക്കുന്നത് നിശ്ശബ്ദ വംശഹത്യ

ഡോ. ബി ഇക്ബാൽ

സി പി ഐ (എം) സംസ്ഥാന കമ്മിറ്റിയുടെ നിർദേശപ്രകാരം അട്ടിപ്പാടിയിലെ ആദിവാസികളുടെ ആരോഗ്യസ്ഥിതി പഠിക്കുന്നതിനായി ഡോക്ടർമാരുടെ ആറംഗ ടീം മെയ് 18, 19, 20, 21 ദിവസങ്ങളിലായി അട്ടപ്പാടി സന്ദർശിച്ചു. അട്ടപ്പാടിയിലെ ആദിവാസി ഊരുകളിൽ ശിശുമരണം വർധിച്ചുവരുന്ന സാഹചര്യത്തിലാണ് മെഡിക്കൽ ടീമിനെ നിയോഗിക്കാൻ സി പി ഐ (എം) സംസ്ഥാന കമ്മിറ്റി തീരുമാനിച്ചത്.

18 നു വൈകുന്നരം പാലക്കാട്ടെത്തിയ ഡോക്ടർമാർ അട്ടപ്പാടിയിലെ ആരോഗ്യമേഖലയെ സംബന്ധിച്ചുള്ള റിപ്പോർട്ടുകൾ പ്രസിദ്ധീകരിച്ച പത്രപ്രവർത്തകരുമായി സംസാരിച്ചു. മെയ് 19 ന് ഡോക്ടർമാരുടെ സംഘം നെല്ലിപ്പതി, കണ്ടിയൂർ, ഭൂതിവഴി, കടമ്പാറ തുടങ്ങിയ ആദിവാസി ഊരുകൾ സന്ദർശിച്ചു. മരണമടഞ്ഞ കുട്ടികളുടെ മാതാപിതാക്കളുമായി സംസാരിച്ചു വിശദവിവരങ്ങൾ ശേഖരിച്ചു. ഗർഭിണികൾ, മുലയൂട്ടുന്ന അമ്മമാർ എന്നിവരുടെ ഗർഭകാല ചികിത്സാവിവരങ്ങൾ അന്വേഷിക്കുകയും പൊതു ശരീരപരിശോധന നടത്തുകയും ചെയ്തു. ഊരുകളിലെ കുട്ടികളുടെ പോഷണ നിലവാരവും വളർച്ചയും നിർണയിക്കുന്നതിനുള്ള പരിശോധനകൾ നടത്തി.

20 ന് കോട്ടത്തറ ട്രൈബൽ സ്പെഷ്യാലിറ്റി ആശുപത്രി, പുതൂർ പ്രാഥമികാരോഗ്യകേന്ദ്രം തുടങ്ങിയ ആശുപത്രികൾ സന്ദർശിച്ച് ഡോക്ടർമാർ, നഴ്സുമാർ, ആശുപത്രി ജീവനക്കാർ എന്നിവരുമായി ആശുപത്രിയിലെ ചികിത്സാ സൗകര്യങ്ങളെയും മറ്റും പറ്റി ചർച്ച നടത്തി. ആശുപത്രിയിലും പരിസരത്തുമുണ്ടായിരുന്ന രോഗികൾ, കൂട്ടിരിപ്പുകാർ, നാട്ടുകാർ എന്നിവരുമായും സംസാരിച്ചു. പുതൂർ പഞ്ചായത്ത് ഓഫീസ്, അംഗൻവാടികൾ, ഐ സി ഡി എസ് കേന്ദ്രം എന്നിവിടങ്ങൾ സന്ദർശിച്ച്

ജീവനക്കാരുമായി ആശയവിനിമയം നടത്തി. സ്വാമി വിവേകാനന്ദ മെഡിക്കൽ മിഷൻ ആശുപത്രി സന്ദർശിക്കുകയും ഡോ. നാരായണനുമായി ചർച്ച നടത്തുകയും ചെയ്തു. അഹാഡ്സ് ഡയറക്ടർ ശ്രീ. എൻ സി ഇന്ദുചൂഡനുമായും, തമ്പ് തുടങ്ങിയ സന്നദ്ധ സംഘടനകളുടെ ഭാരവാഹികളുമായും വിവിധ രാഷ്ട്രീയ യുവജന സംഘടനകളുടെ പ്രവർത്തകരുമായും 19 നു രാത്രിയിലും 20 നു വൈകുന്നേരവുമായി ചർച്ചകൾ നടത്തി. 21 നു രാവിലെ അട്ടപ്പാടിയിലെ ആദിവാസി പ്രശ്നത്തിൽ താൽപ്പര്യമുള്ള പാലക്കാട്ടുള്ള ചില സംഘടനാ പ്രവർത്തകരുമായി ആശയവിനിമയം നടത്തി. അവധിക്കാലമായതുകൊണ്ട് അട്ടപ്പാടിയിലെ വിദ്യാഭ്യാസസ്ഥാപനങ്ങളും ഹോസ്റ്റലുകളും സന്ദർശിക്കാൻ കഴിഞ്ഞില്ല.

അട്ടപ്പാടി സന്ദർശനവേളയിൽ ഞങ്ങൾക്ക് മനസിലാക്കാൻ കഴിഞ്ഞ വസ്തുതകൾ

- ഗർഭിണികൾ, മുലയൂട്ടുന്ന അമ്മമാർ എന്നിവരിൽ ഗുരുതരമായ പോഷണവൈകല്യവും വിളർച്ചയുമാണ് കാണാൻ കഴിഞ്ഞത്. മിക്ക സ്ത്രീകളും ഒന്നിലധികംതവണ ഗർഭം അലസിപ്പോയവരാണ്. കാലം തികയാത്ത പ്രസവം (Premature Birth), തൂക്കം കുറഞ്ഞ നവജാത ശിശുക്കൾ (Low Birth Weight Infants) തുടങ്ങിയ കാരണങ്ങൾ മൂലമാണ് ശിശുമരണം കൂടുതലായി സംഭവിക്കുന്നത്. നവജാത ശിശുക്കളിൽ മിക്കവരുടെയും തൂക്കം 600 മുതൽ 800 ഗ്രാം വരെ മാത്രമാണ്. ഗർഭിണികൾ ഏതാണ്ടെല്ലാവരും വിളർച്ച ബാധിച്ചവരായതുകൊണ്ട് ഗർഭകാലത്തുതന്നെ ഗർഭസ്ഥശിശുക്കൾ വളർച്ച മുരടിപ്പിനെ (IUGR: Intra Uterine Growth Retardation) നേരിടേണ്ടിവരുന്നുണ്ടെന്ന് കരുതേണ്ടിയിരിക്കുന്നു. ഈ വർഷം ഇതുവരെ മുപ്പതോളം ശിശുക്കളാണ് ജനിച്ച് ഏതാനും മണിക്കൂറുകൾക്കകമോ ദിവസങ്ങൾക്കുള്ളിലോ മരണമടഞ്ഞത്.
- ഞങ്ങൾക്ക് കാണാൻ കഴിഞ്ഞ 21 വയസുള്ള പ്രീഡിഗ്രി പാസായ ഒരു ഗർഭിണിയുടെ കാര്യം എടുത്തുപറയേണ്ടതുണ്ട്. ഈ സ്ത്രീയുടെ തൂക്കം കേവലം 35 കിലോഗ്രാം മാത്രമാണ്. അതായത് ഒരു പന്ത്രണ്ടു വയസുകാരിയുടെ തൂക്കം മാത്രം. ഇപ്പോഴത്തേത് നാലാമത്തെ ഗർഭമാണ്. ഇതിനു മുൻപുള്ള മൂന്നു ഗർഭവും അലസിപ്പോവുകയാണുണ്ടായത്. വിളർച്ച ബാധിച്ച ഗർഭിണികളിൽ ഗർഭമലസൽവഴി വീണ്ടും രക്തം നഷ്ടപ്പെടുന്നു. വിളർച്ച കൂടുതൽ രൂക്ഷമാവുന്ന ഒരു വിഷമവൃത്തത്തിലേക്കാണ് (Vicious Circle) അവർ എത്തിപ്പെടുന്നത്.
- ഗർഭിണികൾക്ക് അയൺ, ഫോളിക്ക് ആസിഡ് ഗുളികകൾ കഴിഞ്ഞ ഏതാനും വർഷക്കാലമായി നൽകുന്നില്ല. ഗുരുതരമായ വിളർച്ചയുള്ളവർക്ക് അയൺ ഇഞ്ചക്ഷൻ നൽകേണ്ടതുണ്ട്. ഇതിലേക്കായി ഇപ്പോൾ തീരെ ഉപയോഗത്തിലില്ലാത്ത ഇംഫറോൺ (Imferon)

എന്ന മരുന്നാണ് നൽകിവരുന്നത്. ഇംഫറോൺ മസിലുകളിലാണ് (IM: Itnra Muscular) നൽകുന്നത്. വലിയ പേശീവലിപ്പമില്ലാത്ത (Muscle Mass) വർക്ക് ഇംഫറോൺ നൽകുമ്പോൾ അസഹനീയമായ വേദനയുണ്ടാകുമെന്ന് മാത്രമല്ല പഴുപ്പുണ്ടാവാനും (Abscess) സാധ്യതയുണ്ട്. ഞരമ്പുവഴി നൽകാൻ (IV: Intravenous) കഴിയുന്ന കൂടുതൽ ഫലപ്രദമായ അയൺ സുക്രോസാണ് (Iron Sucrose) ഇപ്പോൾ മറ്റ് സ്ഥലങ്ങളിൽ നൽകിവരുന്നത്.

- പല ഗർഭിണികളിലും രക്താതിമർദവും തുടർന്നുണ്ടാകുന്ന വീക്കവും (Odemea) ടോക്സിമിയയും (Toxaemia of Pregnancy) കാണാൻ കഴിഞ്ഞു. ഗർഭകാല പരിശോധനയും (ANC: Anti Natal Checkup) ഗർഭകാല പരിചരണവും തീരെ നടക്കുന്നില്ല എന്നാണ് ഇതെല്ലാം സൂചിപ്പിക്കുന്നത്. കേരളത്തിൽ ഗ്രാമപ്രദേശങ്ങളിൽപ്പോലും നാലഞ്ചുതവണ ഗർഭകാല പരിശോധനയും അൾട്രാസൗണ്ട് സ്കാനിങ്ങും നടക്കുമ്പോഴാണ് അട്ടപ്പാടിയിലെ ആദിവാസികൾ യാതൊരു നീതീകരണവുമില്ലാത്ത അവഗണന നേരിടുന്നതെന്ന വസ്തുത പ്രത്യേകം ശ്രദ്ധിക്കേണ്ടതാണ്.
- ഞങ്ങൾ പരിശോധിച്ച ഏതാണ്ടെല്ലാ കുട്ടികളും വളർച്ച മുരടിച്ചവരും പോഷണക്കുറവുള്ളവരുമായിരുന്നു. തമ്പ് എന്ന സന്നദ്ധസംഘടനയ്ക്കുവേണ്ടി ശരീര പരിശോധന നടത്തിയ ഡോ. സത്യൻജി (മെഡിക്കൽ കോളേജിൽനിന്നും റിട്ടയർചെയ്ത പീഡിയാട്രിക് സർജറി പ്രൊഫസർ) പറഞ്ഞത് അദ്ദേഹം മെയ് 19 ന് പരിശോധന നടത്തിയ 100 കുട്ടികളും പോഷണ വൈകല്യമുള്ളവരായിരുന്നു എന്നാണ്.
- അംഗൻവാടികൾ മിക്കവയും തികച്ചും പ്രവർത്തനരഹിതമാണെന്നാണ് ഞങ്ങൾക്ക് മനസിലാക്കാൻ കഴിഞ്ഞത്. 3 മുതൽ 6 വയസുവരെയുള്ള കുട്ടികൾ, കൗമാരപ്രായത്തിലുള്ള പെൺകുട്ടികൾ, ഗർഭിണികൾ, മുലയൂട്ടുന്ന അമ്മമാർ തുടങ്ങിയവർക്ക് പൂരക പോഷകാഹാരം നൽകുകയും അവരുടെ പോഷണ നിലവാരം നിരീക്ഷിക്കുകയും, വൈദ്യസഹായം നൽകുകയും ചെയ്യുക എന്ന പ്രാഥമിക ഉത്തരവാദിത്വം മിക്ക അംഗൻവാടികളും നിർവഹിക്കുന്നില്ല. ഇതിലേക്കാവശ്യമായ രജിസ്റ്ററുകൾ ഒന്നും അവശ്യവിവരങ്ങൾ രേഖപ്പെടുത്തി ചിട്ടയായി സൂക്ഷിച്ചിട്ടില്ല. ഗോതമ്പ്, ഉപ്പുമാവ്, ചെറുപയർ എന്നിവ മാത്രമാണ് അംഗൻവാടികളിലൂടെ വിതരണം ചെയ്യുന്നത്. മറ്റു പ്രദേശങ്ങളിൽനിന്നും വ്യത്യസ്തമായി അട്ടപ്പാടിയിലെ അംഗൻവാടികളിൽ കുട്ടികൾക്ക് മുട്ട, പാൽ, നേന്ത്രപ്പഴം എന്നിവ നൽകിയിരുന്നില്ല.
- ശിശുമരണ റിപ്പോർട്ട് വന്നതിനെ തുടർന്നു സർക്കാർ പ്രഖ്യാപിച്ച പാക്കേജിൽ മുട്ടയും പാലും വിതരണം ചെയ്യുമെന്ന് പ്രഖ്യാപിച്ചിരുന്നു. എന്നാൽ അംഗൻവാടി ടീച്ചർമാർ സ്വയം മുട്ടയും പാലും

വാങ്ങി കുട്ടികൾക്ക് നൽകണമെന്നും മാസാവസാനം അതിലേക്കായി ടീച്ചർമാർ ചെലവാക്കേണ്ടിവരുന്ന തുക തിരികെ നൽകാമെന്നുമാണ് സർക്കാർ അറിയിച്ചിരിക്കുന്നത്. തുച്ഛമായ ശമ്പളത്തിന് ജോലിചെയ്യുന്ന അംഗൻവാടി ടീച്ചറുമാരുടെമേൽ ഇങ്ങനെ അപ്രായോഗികമായ തീരുമാനം അടിച്ചേൽപ്പിച്ചതിന് യാതൊരു നീതീകരണവും കണ്ടെത്താൻ കഴിയില്ല. സർക്കാരിന്റെ ഭാഗത്തുനിന്നുള്ള തികഞ്ഞ നിരുത്തരവാദപരമായ നീക്കമായേ ഇതിനെ കാണാൻ കഴിയൂ.

- പഞ്ചായത്തംഗങ്ങളോ ആശാപ്രവർത്തകരോ ട്രൈബൽ പ്രൊമോട്ടർമാരോ അംഗൻവാടികൾ പതിവായി സന്ദർശിക്കാറില്ല.
- ഒൻപത് അംഗൻവാടി സൂപ്പർവൈസർമാരുടെ സ്ഥാനത്ത് ഒരാൾ മാത്രമാണുണ്ടായിരുന്നത്. കഴിഞ്ഞ ആഴ്ച 5 പേരെ നിയമിച്ചിട്ടുണ്ട്. എന്നാൽ വാഹന സൗകര്യമില്ലാത്തതുകൊണ്ട് ഇവർക്ക് ഉൾപ്രദേശങ്ങളിലെ അംഗൻവാടികൾ സന്ദർശിക്കാൻ കഴിയുന്നില്ല. വളരെ പഴക്കമുള്ള ഒരു ജീപ്പു മാത്രമാണ് ഐ സി ഡി എസ് കേന്ദ്രത്തിലുള്ളത്.
- റേഷൻകടകൾവഴി വിതരണം ചെയ്യുന്ന മട്ടനരി ആദിവാസികൾക്ക് തീരെ സ്വീകാര്യമല്ല. അവരത് മറ്റ് കടകളിൽ നൽകി വെള്ളയരി വാങ്ങി ചില കറികളുമായി ചേർത്ത് കഴിക്കുകയാണ് പതിവ്.
- ദേശീയ തൊഴിലുറപ്പ് പദ്ധതി ഏതാനും മാസക്കാലമായി നിലച്ചിരിക്കുകയാണ്. തൊഴിലെടുക്കാൻ കഴിവുള്ളവർക്ക് 100 ദിവസമെങ്കിലും ജോലിനൽകുക എന്ന ഭരണഘടനാപരമായ ബാധ്യത അട്ടപ്പാടിയിൽ നിറവേറ്റപ്പെടുന്നില്ല. ജാപ്പനീസ് ഫണ്ടിങ്ങ് അവസാനിച്ചതിനെ തുടർന്ന് അഹാഡ്സിന്റെ പ്രവർത്തനം 2010 ൽ നിലച്ചിരുന്നു. അതോടെ അഹാഡ്സ് വഴി ലഭിച്ചിരുന്ന തൊഴിലവസരങ്ങളും ഇല്ലാതായി.
- റാഗി, ചാമ, ചോളം, വെരക്, തുവര, പയർവർഗങ്ങൾ തുടങ്ങിയ തനത് ഭക്ഷ്യവിളകൾ ആദിവാസികൾ കൃഷിചെയ്തിരുന്നു. ഒരിടത്തുനിന്നും മറ്റൊരിടത്തേക്ക് മാറിമാറി കൃഷിചെയ്യുന്ന പുനംകൃഷി രീതിയാണ് അവർ പിന്തുടർന്നു വന്നിരുന്നത്. ഇരുമ്പും അന്നജവും മാംസ്യവുമെല്ലാം ആവശ്യാനുസരണം അടങ്ങിയിരുന്ന സന്തുലിത പോഷകാഹാരം തനത് ഭക്ഷ്യവിളകളിലൂടെ ആദിവാസികൾക്ക് ലഭ്യമായിരുന്നു. പിന്നീട് ഭൂമി കയ്യേറ്റത്തിലൂടെ 5000 ത്തോളം ഏക്കർ ഫലഭൂയിഷ്ഠമായ ഭൂമി ആദിവാസികൾക്ക് നഷ്ടപ്പെട്ടു. ബ്രിട്ടീഷുകാരും കയ്യേറ്റക്കാരും വൻതോതിൽ വനനശീകരണം നടത്തിയതോടെ ജലസേചനസൗകര്യമില്ലാത്ത ഊഷരഭൂമിയുടെ ഉടമകളായി ആദിവാസികൾ മാറി. കൃഷിക്കാരായിരുന്ന ആദിവാസികൾ കേവലം കൂലിപ്പണിക്കാരായി മാറി.
- പോഷകമൂല്യമുള്ള തനത് ഭക്ഷണം നഷ്ടപ്പെടുകയും പകരം മറ്റ്

പോഷകാഹാരം ലഭിക്കാതിരിക്കുകയും തൊഴിലവസരങ്ങൾ നഷ്ടപ്പെട്ട് ഉപജീവന മാർഗം അടയുകയും ചെയ്തതോടെയാണ് പട്ടിണിക്കും തുടർന്നുള്ള ആരോഗ്യ പ്രശ്നങ്ങൾക്കും ആദിവാസികൾ വിധേയരായത്.

- ഡോക്ടർമാരുടെയും മറ്റ് ആശുപത്രി ജീവനക്കാരുടെയും കുറവ്, ആധുനിക ചികിത്സാ ഉപകരണങ്ങളുടെ ദൗർലഭ്യം തുടങ്ങിയ നിരവധി പ്രശ്നങ്ങൾ അട്ടപ്പാടിയിലെ ആശുപത്രികൾ നേരിട്ടുവരുന്നു. 2002 ൽ പുതൂർ പി എച്ച് സിയെ കേരളത്തിലെ മികച്ച പ്രാഥമികാരോഗ്യകേന്ദ്രങ്ങളിൽ ഒന്നായി തെരഞ്ഞെടുത്തിരുന്നു. അവാർഡുതുക മുടക്കി നിർമാണമാരംഭിച്ച ആശുപത്രി ജീവനക്കാർക്കുള്ള ക്വാർട്ടേഴ്സിന്റെ നിർമാണം ഇതുവരെ പൂർത്തിയാക്കിയിട്ടില്ല. എൻ ആർ എച്ച് എം കരാറടിസ്ഥാനത്തിൽ ഒരു ഡോക്ടറെ ഇപ്പോൾ നിയമിച്ചിട്ടുണ്ട്. സ്ഥിരം തസ്തികയിലുള്ള ഡോക്ടർ അവധിയിലുമാണ്. ഡോക്ടർ പ്രഭുദാസ് ജോലിചെയ്തിരുന്ന സമയത്ത് പ്രസവമെടുക്കുകയും രോഗികളെ കിടത്തി ചികിത്സിക്കുകയും ചെയ്തിരുന്നു. ഇപ്പോൾ കേവലം ഒ പി ചികിത്സമാത്രമാണിവിടെയുള്ളത്.
- താലൂക്കാശുപത്രിയുടെ പദവിയുള്ള കോട്ടത്തറ ട്രൈബൽ സ്പെഷ്യാലിറ്റി ആശുപത്രിയിൽ സർജൻ, അനസ്തറ്റിസ്, ഫാർമസിസ്റ്റ്, സ്റ്റോർകീപ്പർ തുടങ്ങിയ തസ്തികകളിൽ ആരെയും ഇതുവരെ നിയമിച്ചിട്ടില്ല. എതാനും ദിവസങ്ങളായി എൻ ആർ എച്ച് എം വഴി താൽക്കാലികമായി ഒരു ഗൈനക്കോളജിസ്റ്റിനെ നിയമിച്ചിട്ടുണ്ട്. ഗർഭപരിശോധയ്നക്കാവശ്യമായ സംവിധാനമുള്ള അൾട്രാസൗണ്ട് സ്കാനിങ് സൗകര്യം ആശുപത്രിയിലില്ല. ഡോക്ടർമാർക്കും മറ്റാശുപത്രി ജീവനക്കാർക്കുമുള്ള ക്വാർട്ടേഴ്സിന്റെ പണി പൂർത്തിയായിട്ടില്ല. ഡോക്ടർമാർ പലരും ലോഡ്ജുകളിലും മറ്റുമാണ് താമസിക്കുന്നത്. അതേയവസരത്തിൽ അഗളി സാമൂഹ്യാരോഗ്യ കേന്ദ്രത്തിൽ 5 ക്വാർട്ടേഴ്സ് ഒഴിഞ്ഞുകിടക്കുന്നു. നേരത്തെ താമസിച്ചവർ കറന്റ് ചാർജ് കൊടുക്കാത്തതുമൂലം ക്വാർട്ടേഴ്സ് വാസയോഗ്യമല്ലാതായിരിക്കുകയാണ്.
- ഞങ്ങൾക്ക് സന്ദർശിക്കാൻ കഴിഞ്ഞില്ലെങ്കിലും അഗളിയിലെ സാമൂഹ്യാരോഗ്യകേന്ദ്രം, ഷോളയൂർ, വട്ടലക്കി പ്രാഥമികാരോഗ്യ കേന്ദ്രങ്ങൾ എന്നിവയുടെ പ്രവർത്തനവും കാര്യക്ഷമമല്ല എന്നാണറിയാൻ കഴിഞ്ഞത്.
- 28 സബ്സെന്ററുകളാണ് അട്ടപ്പാടിയിലുള്ളത്. ഇവിടെ പ്രവർത്തിക്കുന്ന ഫീൽഡ് ഓഫീസർമാരുടെയും ആശാ പ്രവർത്തകരുടെയും പ്രവർത്തനം തീരെ തൃപ്തികരമല്ല.
- അട്ടപ്പാടിയിലെ സർക്കാർ ആശുപത്രികളിൽനിന്നും ആവശ്യമായ പരിചരണം ലഭിക്കാത്ത ആദിവാസികൾക്ക് അതിർത്തിക്കപ്പുറമുള്ള തമിഴ്നാട്ടിലെ ബെതനി, കുപ്പുസ്വാമി നായിഡു ആശുപത്രികളിൽ

സൗജന്യമായി സിസേറിയൻ അടക്കമുള്ള ഗർഭകാല ചികിത്സകൾ നൽകിവരുന്നുണ്ട്.

- അനൗദ്യോഗിക മദ്യനിരോധിത മേഖലയാണ് അട്ടപ്പാടി. കള്ള് ചെത്തും അനുവദിച്ചിട്ടില്ല. തൊട്ടടുത്തുള്ള തമിഴ്നാട്ടിലെ മദ്യഷാപ്പുകളിൽനിന്നുമുള്ള മദ്യവും കള്ളവാറ്റ് വഴിയുണ്ടാക്കുന്ന മദ്യവും അട്ടപ്പാടിനിവാസികൾ അമിതമായി ഉപയോഗിക്കുന്നു. പുരുഷന്മാർ മാത്രമല്ല സ്ത്രീകളും മദ്യം സ്ഥിരമായി ഉപയോഗിച്ചുവരുന്നു. ഗർഭിണികൾപോലും മദ്യപിക്കാറുണ്ട്. കഞ്ചാവ് കൃഷിയും ഉൾപ്രദേശങ്ങളിൽ നടന്നുവരുന്നതായി ചിലർ സൂചിപ്പിച്ചു. അഹാഡ്സ് 360 വനം വാച്ചർമാരെ നിയമിച്ചിരുന്നു. ഇവരിൽ 280 പേർ ആദിവാസികളുമായിരുന്നു. വന നശീകരണം തടയുന്നതിനുപുറമേ ഇവർ കഞ്ചാവ് കൃഷി നശിപ്പിക്കുകയും അനധികൃത മദ്യവാറ്റ് തടയുകയും ചെയ്തിരുന്നു. അഹാഡ്സ് പ്രവർത്തനം നിലച്ചതോടെ ഇവരെ പിരിച്ചയച്ചിരിക്കുകയാണ്. ഇതോടെ കള്ളവാറ്റും കഞ്ചാവ് കൃഷിയും പുനരാരംഭിച്ചിട്ടുണ്ട്.
- ഇപ്പോഴത്തെ സ്ഥിതി നോക്കുമ്പോൾ അധികം വൈകാതെ വലിയൊരു മദ്യദുരന്തം അട്ടപ്പാടിയിൽ ഉണ്ടാവാനിടയുണ്ട്.
- പരിസ്ഥിതി സംരക്ഷണം, നീർത്തടവികസനം, കാർഷിക പുനർജീവനം തുടങ്ങിയ ലക്ഷ്യങ്ങളോടെ ജാപ്പനീസ് സാമ്പത്തിക സഹായത്തോടെ 2000 ൽ ആരംഭിച്ച അഹാഡ്സിന്റെ പ്രവർത്തനം 2010 ൽ അവസാനിച്ചു. വനവൽക്കരണം, നീർത്തടവികസനം തുടങ്ങിയ ലക്ഷ്യങ്ങൾ ഭാഗികമായി കൈവരിക്കാൻ അഹാഡ്സിന് കഴിഞ്ഞിട്ടുണ്ട്. 2000 ത്തിലേറെ ആദിവാസികുടുംബങ്ങൾക്ക് വീടും പണിതു നൽകിയിട്ടുണ്ട്. എന്നാൽ ആദിവാസികളെ കൃഷിക്കാരാക്കി മാറ്റുന്നതിൽ അഹാഡ്സ് വിജയിച്ചില്ല. അവർക്ക് വിവിധ നിർമാണ പ്രവർത്തനങ്ങളിൽ തൊഴിലു നൽകാൻ കഴിഞ്ഞിട്ടുണ്ടെന്ന് മാത്രം. അഹാഡ്സിന്റെ ഭാവിയെ സംബന്ധിച്ച് അനിശ്ചിതത്വം നിലനിൽക്കുന്നു. അഹാഡ്സ് തയാറാക്കിയ കാർഷിക പാക്കേജ് കൃഷി വകുപ്പിന്റെ നിസ്സഹകരണംമൂലം നടപ്പിലാക്കാൻ കഴിയുന്നില്ല എന്നാണറിയാൻ കഴിഞ്ഞത്.
- ഊരുവികസനസമിതിവഴി അഹാഡ്സ് പല വികസന പ്രവർത്തനങ്ങളും നടത്തി വന്നിരുന്നു. അതിലൂടെ ഓരോ ഊരുവികസന സമിതിയുടെയും പക്കൽ ശരാശരി 34 ലക്ഷം രൂപയുണ്ട്. അഹാഡ്സിന്റെ അനുമതിയില്ലാതെ ചെലവഴിക്കാൻ കഴിയാത്തതുമൂലം അടിയന്തര ആവശ്യങ്ങൾക്കുപോലും ഊരുവികസന സമിതികൾക്ക് ഈ തുക പ്രയോജനപ്പെടുത്താൻ കഴിയാത്ത സ്ഥിതിയാണുള്ളത്.

നിർദേശങ്ങൾ

- കൂടുതൽ ശിശുമരണങ്ങൾ ഒഴിവാക്കുന്നതിനായി അടിയന്തരമായി

ചില നടപടികൾ സർക്കാർ നടപ്പിലാക്കേണ്ടതുണ്ട്. ഇപ്പോൾ അട്ടപ്പാടിയിൽ ഏതാണ്ട് ഗർഭിണികളും മുലയൂട്ടുന്ന അമ്മമാരുമായി ആയിരത്തോളം സ്ത്രീകളാണുള്ളത്. ഇവരിൽ ഗുരുതരമായ പോഷണവൈകല്യവും വിളർച്ചയുമുള്ളവരെ സർക്കാർ പ്രഖ്യാപിച്ചിട്ടുള്ള പോഷണ പുനരധിവാസകേന്ദ്രത്തിൽ (Nutrition Rehabilitation Centre) താമസിപ്പിച്ച് ആരോഗ്യസ്ഥിതി മെച്ചപ്പെടുത്തേണ്ടതാണ്. 6000 ത്തോളം വരുന്ന കുട്ടികളിൽ പോഷണക്കുറവുള്ളവരെയും പ്രത്യേക പരിചരണത്തിനായി ഈ കേന്ദ്രത്തിൽ താമസിപ്പിക്കേണ്ടതാണ്. പുനരധിവാസ കേന്ദ്രങ്ങളിൽ താമസിക്കാൻ തയാറാകാത്തവരുണ്ടാവും. അവർക്ക് വീട്ടിൽത്തന്നെ പോഷകാഹാരം എത്തിച്ചുനൽകുകയും തുടർച്ചയായി നിരീക്ഷിക്കുകയും ചെയ്യാൻ ആശാവർക്കർമാരെയും ട്രൈബൽ പ്രൊമോട്ടർമാരെയും ചുമതലപ്പെടുത്തണം.

- അയൺ ഫോളിക്ക് ആസിഡ് വിതരണം മുടക്കംകൂടാതെ നടത്തുക. ഇം ഫറോൺ ഇഞ്ചക്ഷന്റെ സ്ഥാനത്ത് അയൺ സുക്രോസ് (Iron Sucrose) ഇഞ്ചക്ഷൻ നൽകുക.
- റേഷൻകടകളിലൂടെയും അംഗൻവാടികളിലൂടെയും വിതരണം ചെയ്യുന്ന ഭക്ഷ്യവസ്തുക്കളിൽ റാഗി, ചാമ, ചോളം, വെരക്, തുവര, തിന, മറ്റു പയർവർഗങ്ങൾ തുടങ്ങിയ തനത് ഭക്ഷണംകൂടി ഉൾപ്പെടുത്തുക. തനത് ഭക്ഷ്യവസ്തുക്കൾ ഉൾപ്പെടുത്തി സഞ്ചരിക്കുന്ന കടകൾ സിവിൽ സപ്ലൈസ് വകുപ്പ് ആരംഭിക്കുക.
- ദേശീയ തൊഴിലുറപ്പു പദ്ധതി പുനരാരംഭിക്കുക. ജോലിചെയ്ത കാലയളവിൽ തൊഴിലാളികൾക്ക് ലഭിക്കാനുള്ള 25 ലക്ഷം രൂപയും തൊഴിൽ നൽകാതിരുന്ന കാലയളവ് കണക്കിലെടുത്ത് ഉചിതമായ നഷ്ടപരിഹാരതത്തുകയും ഉടനടി നൽകുക.
- ആശാ പ്രവർത്തകർ, ട്രൈബൽ പ്രൊമോട്ടർമാർ, അംഗൻവാടി ടീച്ചർമാർ, സബ്സെന്ററിലെ ഫീൽഡ് ഓഫീസർമാർ എന്നിവർക്ക് പുനഃപരിശീലനം നൽകുക. ഇവരുടെ പ്രവർത്തനങ്ങൾ ഏകോപിപ്പിക്കുക.
- അംഗൻവാടികളുടെ പ്രവർത്തനം കാര്യക്ഷമമാക്കുക. അംഗൻവാടി സൂപ്രർവൈസർമാർക്ക് ആവശ്യാനുസരണം വാഹനങ്ങൾ നൽകുക. അംഗൻവാടികളില്ലാത്ത 20 ഊരുകളിൽക്കൂടി പുതുതായി അംഗൻവാടികൾ ആരംഭിക്കുക. ഇപ്പോൾ കേവലം 6 രൂപ മാത്രമാണ് ഓരോ ഗുണഭോക്താവിനും വേണ്ടി അനുവദിച്ചിട്ടുള്ളത്. ഇത് 12 രൂപയായി വർധിപ്പിക്കുക. അതിലേക്കാവശ്യമായ അധികതുക പഞ്ചായത്തുകൾക്ക് അനുവദിക്കുക.
- കള്ളവാറ്റും കഞ്ചാവുകൃഷിയും അനധികൃത മദ്യവിൽപ്പനയും തടയുന്നതിനായി എക്സൈസ് വകുപ്പിന്റെ പ്രവർത്തനം കൂടുതൽ ശക്തമാക്കുക. കോട്ടത്തറ ആശുപത്രിയിൽ ലഹരിമുക്തി കേന്ദ്രം

സ്ഥാപിക്കുക. ആശാപ്രവർത്തകർക്കും ആരോഗ്യവകുപ്പിലെ ഫീൽഡ് ഓഫീസർമാർക്കും ട്രൈബൽ പ്രൊമോട്ടർമാർക്കും ഡി അഡിക്ഷൻ കൗൺസിലിങ്ങിൽ പരിശീലനം നൽകുക.

- ആദിവാസികളുടെ അടിയന്തര ആവശ്യങ്ങൾ നിറവേറ്റുന്നതിനായി ഊരുവികസന സമിതിയുടെ പക്കലുള്ള പണം ഉപയോഗിക്കാൻ അനുവാദം നൽകുക.
- അട്ടപ്പാടിയിലെ ആദിവാസികളുടെ സമഗ്രമായ ആരോഗ്യപോഷണ സർവേ (Comprehensive Health and Nutrition Survey) നടത്തുക. ശ്രീ ചിത്രതിരുനാൾ മെഡിക്കൽ സെന്ററിന്റെ കീഴിലുള്ള അച്യുത മേനോൻ സെന്റർ ഫോർ ഹെൽത്ത് സയൻസസ് സ്റ്റഡീസിനെ ആരോഗ്യസർവേ നടത്താൻ ചുമതലപ്പെടുത്താവുന്നതാണ്.
- ഡോക്ടർമാർക്കും ആശുപത്രി ജീവനക്കാർക്കും താമസസൗകര്യം ഒരുക്കി ഒഴിവുള്ള തസ്തികകളിലേക്ക് നിയമനം നടത്തുകയും ആവശ്യമായ കൂടുതൽ തസ്തികകൾ അനുവദിക്കുകയും ചെയ്യുക. അൾട്രാസൗണ്ട് സ്കാൻ തുടങ്ങിയ ഉപകരണങ്ങൾ ലഭ്യമാക്കുക.
- പട്ടികവർഗക്ഷേമം, ആരോഗ്യ കുടുംബക്ഷേമം, സാമൂഹ്യനീതി, തദ്ദേശ സ്വയംഭരണം തുടങ്ങിയ നിരവധി വകുപ്പുകൾ വഴിയാണ് വിവിധ പദ്ധതികൾ നടപ്പിലാക്കിവരുന്നത്. ഇവയുടെ ഏകോപന മോ തുടർച്ചയായ നിരീക്ഷണമോ നടത്തുന്നതിനുള്ള യാതൊരു സംവിധാനവും നിലവിലില്ല. തികഞ്ഞ അരാജകത്വമാണ് വിവിധ ക്ഷേമപദ്ധതികളുടെ നടത്തിപ്പിൽ കാണാൻ കഴിഞ്ഞത്. ഈ സാഹചര്യത്തിൽ വിവിധ ഡിപ്പാർട്ട്മെന്റുകൾ നടത്തുന്ന പ്രവർത്ത നങ്ങൾ ഏകോപിപ്പിക്കുന്നതിനായി ഐ എ എസ് റാങ്കിലുള്ള ഊർജസ്വലനായ ഒരു ഉദ്യോഗസ്ഥനെ ഉടൻതന്നെ നിയമിക്കേ ണ്ടതാണ്.
- കുറുംബ ഊരുകളിൽ താമസിക്കുന്നവർക്കായി പ്രാഥമികാരോഗ്യ കേന്ദ്രവും സ്കൂളും ആരംഭിക്കുക.
- വനാവകാശ നിയമം നടപ്പിലാക്കുക. സാമൂഹ്യാവശ്യങ്ങൾക്കായി ആദിവാസികൾക്ക് ആരോഗ്യ വിദ്യാഭ്യാസ സ്ഥാപനങ്ങൾ ആരം ഭിക്കാൻ വനാവകാശനിയമങ്ങൾ പ്രയോജനപ്പെടുത്തുക.
- പാലക്കാടുള്ള ജില്ലാ ഓഫീസുകൾ കേന്ദ്രീകരിച്ച് അട്ടപ്പാടിയിൽ വികസന പ്രവർത്തനങ്ങൾ നടപ്പിലാക്കാനും നിരീക്ഷിക്കാനും ബുദ്ധിമുട്ടാണ്. ഇക്കാരണംകൊണ്ടും മറ്റ് സർക്കാർ ഓഫീസ് നടപടികൾ വേഗത്തിലാക്കാനും ഫലപ്രദമാക്കാനുമായി അട്ടപ്പാടി താലൂക്ക് സ്ഥാപിക്കുക.
- കോട്ടത്തറ ട്രൈബൽ ആശുപത്രി ട്രൈബൽ മെഡിക്കൽ കോളേ ജാക്കുക. അതോടൊപ്പം ജനറൽ നഴ്സിങ് സ്കൂളും പാരാമെഡി ക്കൽ ഇൻസ്റ്റിറ്റ്യൂട്ടും സ്ഥാപിക്കുക. കേരളത്തിലെ എല്ലാ ആദിവാസി മേഖലകളിലേക്കും ആവശ്യമായ ഡോക്ടർമാരെയും മറ്റ് ആരോഗ്യ

പ്രവർത്തകരെയും ഈ സ്ഥാപനങ്ങളിൽ പരിശീലിപ്പിക്കാൻ ലക്ഷ്യമിടണം. ഒരു നിശ്ചിത ശതമാനം സീറ്റുകൾ ആദിവാസികൾക്കായി സംവരണം ചെയ്യുകയും അവരുടെ പഠനച്ചെലവ് പൂർണമായും സർക്കാർ വഹിക്കുകയും വേണം. പഠനം പൂർത്തിയാക്കുന്നവർ നിശ്ചിതകാലം ആദിവാസിമേഖലകളിൽ സേവനം അനുഷ്ഠിക്കാൻ വ്യവസ്ഥ ചെയ്യേണ്ടതാണ്.

- അഹാഡ്സിന്റെ ഭാവി പ്രവർത്തനങ്ങൾ നിശ്ചയിക്കുന്നതിനായി വിദഗ്ധരുടെയും ജനപ്രതിനിധികളുടെയും സാമൂഹ്യസംഘടനാ പ്രവർത്തകരുടെയും യോഗം വിളിച്ചുചേർക്കുക. കൃഷിവകുപ്പും അഹാഡ്സും സഹകരിച്ച് ആദിവാസികളെ കൃഷിക്കാരായി മാറ്റുന്നതിനുള്ള നീർത്തടവികസനം തുടങ്ങിയ പദ്ധതികൾ നടപ്പിലാക്കാൻ ശ്രമിക്കേണ്ടതാണ്. പരമ്പരാഗതവും ആധുനികവുമായ കാർഷിക വിളകളും കാർഷിക രീതികളും സമന്വയിപ്പിച്ചുകൊണ്ടുള്ള കാർഷിക വികസന പദ്ധതിയാണ് നടപ്പിലാക്കാൻ ശ്രമിക്കേണ്ടത്. അതോടൊപ്പം അഹാഡ്സിനെ ദേശീയ നിലവാരത്തിലുള്ള നീർത്തട വികസന കേന്ദ്രമാക്കി മാറ്റാനും ശ്രമിക്കേണ്ടതാണ്.
- ആദിവാസികളെ കൃഷിക്കാരാക്കി മാറ്റിക്കൊണ്ട് മാത്രമേ അട്ടപ്പാടിയിലെ ജനങ്ങൾ നേരിടുന്ന പ്രശ്നങ്ങൾ സ്ഥായിയായി പരിഹരിക്കാൻ കഴിയൂ. ഈ ലക്ഷ്യം നേടിയെടുക്കാൻ പരമ്പരാഗത കാർഷികരീതികളും ആധുനിക കൃഷിയും ആദിവാസികൾക്ക് സ്വീകാര്യമായ രീതിയിലും ഉചിതമായും സമന്വയിപ്പിച്ചുകൊണ്ടുള്ള പദ്ധതിയാണു നടപ്പിലാക്കേണ്ടത്. നീർത്തടവികസനം, ജലസേചന സൗകര്യങ്ങൾ വിപുലപ്പെടുത്തൽ, വനനദി സംരക്ഷണം തുടങ്ങിയ നിരവധി ഹ്രസ്വകാല ദീർഘകാല പദ്ധതികൾ നടപ്പിലാക്കേണ്ടിവരും. ഇതിലേക്കായി ബന്ധപ്പെട്ട എല്ലാവരുമായി ആലോചിച്ച് ആദിവാസി കേന്ദ്രീകൃത അട്ടപ്പാടി വികസന പരിപ്രേക്ഷ്യം തയാറാക്കാനുള്ള ശ്രമം ആരംഭിക്കേണ്ടിയിരിക്കുന്നു.
- ഗർഭിണികളുടെയും കുട്ടികളുടെയും അതീവ ഗുരുതരമായ ആരോഗ്യസ്ഥിതിയും അതിനോടുള്ള പൊതുസമൂഹത്തിന്റെ നിസ്സംഗതയും അധികൃതരുടെ കുറ്റകരമായ അനാസ്ഥയും കണക്കിലെടുക്കുമ്പോൾ അട്ടപ്പാടിയിലെ ആദിവാസികൾ നിശ്ശബ്ദമായ വംശനാശത്തെയും വംശഹത്യയെയും (Silent Genocide) നേരിട്ടുവരികയാണെന്ന നിഗമനത്തിലെത്തേണ്ടിവരും.

ആദിവാസി സംരക്ഷണം കേരളസമൂഹത്തിന്റെ ബാധ്യതയോ ജീവകാരുണ്യ പ്രവർത്തനമോ ആയി കാണരുത്. മറിച്ച് പൊതുസമൂഹത്തിന്റെയും ഭരണാധികാരികളുടെയും കടമയും ചുമതലയുമാണെന്നും ആദിവാസികളുടെ മനുഷ്യാവകാശമാണെന്നുമുള്ള ധാരണയോടെ വേണം ആദിവാസികൾ നേരിടുന്ന ആരോഗ്യമടക്കമുള്ള എല്ലാ പ്രശ്നങ്ങളേയും സമീപിക്കാൻ.

മെഡിക്കൽ ടീമിലെ അംഗങ്ങൾ

1. ഡോ. ബി ഇക്ബാൽ: റിട്ടയേർഡ് പ്രൊഫസർ ഓഫ് ന്യൂറോസർജറി ഗവൺമെന്റ് മെഡിക്കൽ കോളേജ്.
2. ഡോ. പി കൃഷ്ണനുണ്ണി: റിട്ടയേർഡ് സിവിൽ സർജൻ, ഗൈനക്കോളജിസ്റ്റ്.
3. ഡോ. കെ ഇ ഊർമ്മിള: പ്രൊഫസർ ഓഫ് പീഡിയാട്രിക്സ്, പരിയാരം മെഡിക്കൽ കോളേജ്.
4. ഡോ. എ കെ ജയശ്രീ: പ്രൊഫസർ ഓഫ് കമ്യൂണിറ്റി മെഡിസിൻ പരിയാരം മെഡിക്കൽ കോളേജ്.
5. ഡോ. ആശ്ലേഷ് ഒ പി: അസിസ്റ്റന്റ് പ്രൊഫസർ ഓഫ് പീഡിയാട്രിക്സ്, പരിയാരം മെഡിക്കൽ കോളേജ്.
6. ഡോ. രഞ്ജിത്ത് പി: പീഡിയാട്രിക്സ് പോസ്റ്റ് ഗ്രാജ്വേറ്റ് വിദ്യാർഥി പരിയാരം മെഡിക്കൽ കോളേജ്.

കേരളത്തിലെ ആദിവാസികൾ

മണികണ്ഠൻ എ ഡി

1. ആമുഖം

ലോകത്തിന്റെ സവിശേഷ ശ്രദ്ധയാകർഷിച്ച വികസന മാതൃക യാണ് കേരളത്തിന്റേത്. നോബൽ സമ്മാന ജേതാവായ അമർത്യാസെൻ വിദ്യാഭ്യാസ-ആരോഗ്യ മേഖലകളിൽ കേരളം നേടിയെടുത്ത പുരോഗ തിയെ ചൈനയുമായി താരതമ്യം ചെയ്യുന്നുണ്ട്. എന്നാൽ സാമൂഹിക നീതിയുടെ അടിസ്ഥാനത്തിൽ അപഗ്രഥിക്കുമ്പോൾ അതിഗുരുതരമായ സാമൂഹികാസമത്വങ്ങളുടെകൂടി ദൃഷ്ടാന്തമായി മാറുന്നു. കേരള വിക സന മാതൃക, ആദിവാസി സമൂഹം വിദ്യഭ്യാസം, ആരോഗ്യം തുടങ്ങിയ മേഖലകളിൽനിന്നും പാർശ്വവൽക്കരിപ്പെട്ടു. അട്ടപ്പാടിയിൽ ഗർഭിണികളും കുട്ടികളുമുൾപ്പെടെയുള്ള ആദിവാസികൾ അനാരോഗ്യംമൂലം മരിക്കു ന്നത് അതിഗുരുതരമായ ആദിവാസി പാർശ്വവൽക്കരണത്തിന്റെ അനി വാര്യമായ പരിണത ഫലമാണ്. ആദിവാസികൾക്കിടയിലെ ഉയർന്ന ദാരി ദ്ര്യനിരക്കും, ജീവിതനിലവാരത്തിലെ ശോചനീയാവസ്ഥയും സംസ്ഥാന ത്തേക്കാൾ അഞ്ചുമടങ്ങിലധികമുയർന്ന മാതൃ-ശിശു മരണനിരക്കുകളും അട്ടപ്പാടിയെ 'സബ്-സഹാറൻ ആഫ്രിക്ക'യാക്കി മാറ്റിയിരിക്കുകയാണ്.

2. ആദിവാസിസമൂഹങ്ങൾ

കേരളത്തിൽ ആദിവാസി സമൂഹത്തെ നാൽപ്പത്തിയൊന്നുമുതൽ അമ്പത്തിനാലുവരെ വിഭാഗങ്ങളായി അവതരിപ്പിച്ചിട്ടുണ്ട്. ലൂയിസിന്റെ പഠന പ്രകാരം (1962) നാൽപ്പത്തിയെട്ട് ആദിവാസി വിഭാഗങ്ങളും, കേരള ഗവൺമെന്റിന്റെ പഠന പ്രകാരം (1975) നാൽപ്പത്തിയൊന്ന് ആദിവാസി വിഭാഗങ്ങളും, സോമശേഖരൻ നായരുടെ പഠന പ്രകാരം (1976) അമ്പ ത്തിനാല് ആദിവാസി വിഭാഗങ്ങളുമുണ്ട് കേരളത്തിൽ. എന്നാൽ കേരള

പബ്ലിക് സർവീസ് കമീഷൻ ആകെ മുപ്പത്തിയഞ്ച് ആദിവാസി വിഭാഗങ്ങളുടെ പട്ടിക മാത്രമേ പ്രസിദ്ധീകരിച്ചിട്ടുള്ളൂ. ഇങ്ങനെ വ്യത്യസ്തമായ കണക്കുകൾ ഉണ്ടാവുന്നത് പ്രധാനമായും ചില വിഭാഗങ്ങളുടെ ഭാഷയിലും ഉച്ചാരണശുദ്ധിയിലുമുള്ള വ്യത്യാസംകൊണ്ടാണ്.

പട്ടിക – ഒന്ന്
ആദിവാസി വിഭാഗങ്ങളുടെ പേരുകൾ

1. അടിയൻ
2. അരാണ്ടർ
3. ഇരവാലൻ
4. മലപ്പുലയൻ
5. കുറുവ പുലയൻ
6. കരവഴി പുലയൻ
7. പമ്പ പുലയൻ
8. ഇരുളർ
9. കാടൻ
10. കാണിക്കാരൻ
11. കരിപാലൻ
12. കാട്ടുനായ്ക്കൻ
13. കൊച്ചുവേലൻ
14. കൊരാഗ
15. കുടിയ
16. മേലെ കുടി
17. കുറിച്യർ
18. കുറുമൻ
19. മല കുറുമൻ
20. മുല്ല കുറുമൻ
21. കുറുമ്പൻ
22. മഹലേയസർ
23. മലൈ അരയൻ
24. മലൈ പണ്ടാരം
25. മലൈ വേടൻ
26. മലയരയർ
27. മണ്ണാൻ
28. മലക്കുറവൻ
29. മലമ്പാർ
30. മലയർ
31. കൊൻഗമലയൻ
32. നാട്ടുമലയൻ
33. മാവിലൻ
34. മുഡുഗർ
35. പല്ലിയാൻ
36. പണിയൻ
37. ഉള്ളാടൻ
38. ഉരാളി
39. മലവേട്ടുവൻ
40. ടെൻ കുറുമ്പൻ
41. തച്ചേനാടൻ
42. ചോലനായ്ക്കൻ
43. വേട്ടക്കുറുവൻ
44. മലൈ പണിക്കർ
45. ആലാർ
46. കമാര
47. കാണി
48. കോട
49. മല പണ്ടാരം
50. മൂപ്പൻ
51. ജോനു കുറുമ്പൻ
52. മുള്ളു കുറുമൻ
53. മുതുവൻ

3. കേരളത്തിലെ ആദിവാസി സമൂഹങ്ങൾ

കേരളത്തിലെ ആദിവാസികളുടെ ഉൽപ്പത്തിയെക്കുറിച്ച് പ്രബലമായ മൂന്ന് വാദഗതികളുണ്ട്. ഒന്ന്, ചരിത്രാതീതകാലംതൊട്ട് വനാന്തരങ്ങളിൽ കഴിഞ്ഞിരുന്നവർ. രണ്ട്, മറ്റ് സ്ഥലങ്ങളിൽനിന്നും വംശീയമായ

കലാപത്തെയും യുദ്ധങ്ങളെയും ഭയന്ന് കാടുകളിലേക്ക് കുടിയേറിയവർ. മൂന്ന്, വെള്ളം, ഭക്ഷണം എന്നിവയുടെ ദൗർലഭ്യം, പ്രകൃതി ദുരന്തങ്ങൾ എന്നിവമൂലം മറ്റ് സ്ഥലങ്ങളിൽനിന്നും കാടുകളിലേക്ക് കുടിയേറി പാർത്തവർ അല്ലെങ്കിൽ കാടുകളിൽനിന്നും അന്യദേശ കാടുകളിലേക്ക് കുടിയേറിയവർ. ഈ ജനവിഭാഗങ്ങൾ പിൽക്കാലത്ത് പലവിധ ഉപവിഭാഗ ങ്ങളിലായി വിഘടിച്ച് ഇന്നു കാണുന്ന വിവിധതരം ആദിവാസി സമൂഹങ്ങളായി മാറി. ഈ ആദിവാസിസമൂഹങ്ങളുടെ എണ്ണം ഏകദേശം നാൽപ്പതിനും അമ്പതിനുമിടയിൽ വരും. ആദിവാസിസമൂഹങ്ങളെ കുറിച്ച് ലഭ്യമായ പൊതുവിവരങ്ങൾ ലഘുവായി താഴെ വിവരിച്ചി രിക്കുന്നു.

അടിയൻ: കേരളത്തിലെ വയനാട്ടിലും കണ്ണൂർ ജില്ലകളിലും കാണുന്ന ആദിവാസി സമൂഹമാണ് അടിയൻ. ഈ ആദിവാസി സമൂഹത്തെ കാർഷികവൃത്തി ചെയ്യുന്ന അടിമകളായിട്ടാണ് പറഞ്ഞു വരുന്നത്. വള്ളിയൂർക്കാവിലെ വാർഷിക ഉത്സവത്തിൽ അടിയന്മാരെ അടിമകളെപ്പോലെ വിറ്റിരുന്നതായും അനവധി പഠനങ്ങൾ കാണിക്കു ന്നുണ്ട് (ജോണി, 2010, നായർ, 1976).

അലർ: ഈ വിഭാഗത്തെ പട്ടികവർഗത്തിൽ ഉൾപ്പെടുത്തിയതായി കാണുന്നില്ല. കാരണം നാമമാത്രമായി കണ്ടുവരുന്ന ആദിവാസി വിഭാഗ മാണിവർ. കേരള പബ്ലിക് സർവീസ് കമ്മീഷന്റെ പട്ടികയിലും ഈ വിഭാഗത്തിന്റെ പേർ കാണുന്നില്ല. കേരളത്തിലെ മലപ്പുറം ജില്ലയിലാണ് ഈ ആദിവാസി ജനവിഭാഗത്തെ പ്രധാനമായും കാണുന്നത്.

അരാണ്ടർ: അലഞ്ഞുതിരിഞ്ഞു നടക്കുന്ന അപരിഷ്കൃത വിഭാഗമാണ് അരാണ്ടർ. മലപ്പുറം ജില്ലയിലെ ഇടക്കര, അരാണ്ടക്കര തുടങ്ങിയ സ്ഥലങ്ങളിൽ ഇവർ ജീവിക്കുന്നു.

ചോലനായ്ക്കൻ: കേരളത്തിലെതന്നെ ആദിമ ജനവിഭാഗമാണ് ചോലനായ്ക്കൻ. ഇവർ മറ്റ് ആദിവാസി വിഭാഗങ്ങളേക്കാൾ അപരിഷ്കൃ തരും വേട്ടയാടി ജീവിക്കുന്നവരുമാണ്. ഇവരുടെ ജനസംഖ്യ ക്രമാതീത മായി കുറഞ്ഞുവരുന്നതായി സെൻസസ് പഠനങ്ങൾ കാണിക്കുന്നു.

ഇരവാലൻ: വില്ല്-വേടൻ അഥവാ ഇരവാലൻ ആദിവാസി സമൂഹം വേട്ടയാടി ജീവിക്കുന്നവരാണ്. വേട്ടയാടുന്നതിനായി അമ്പും വില്ലും ഉപ യോഗിക്കുന്നതുകൊണ്ടാണ് ഇവരെ വില്ല്-വേടൻ എന്നു വിളിക്കുന്നത്. പാലക്കാട് ജില്ലയിലെ ചിറ്റൂർ താലൂക്കിലും പ്രാന്തപ്രദേശങ്ങളിലും ഇവർ ജീവിക്കുന്നു.

ഇരുളർ: അട്ടപ്പാടി ആദിവാസി മേഖലയിലെ പ്രബല ആദിവാസി സമൂഹമാണ് ഇരുളർ അഥവാ ഇരുളൻ. ഇരുണ്ട നിറമുള്ളവരായത കൊണ്ടാണ് 'ഇരുളർ' എന്നറിയപ്പെടുന്നത്. അട്ടപ്പാടിയിലെ ആദിവാസി കളിൽ നാലിൽ മൂന്ന് ഭാഗവും ഇക്കൂട്ടരാണ്. അട്ടപ്പാടി ബ്ലോക്കിലെ അഗളി, പുതുർ, ഷോളയൂർ പഞ്ചായത്തുകളിൽ ജീവിക്കുന്നു. കാർഷിക വൃത്തിയാണ് പ്രധാനമായ ഉപജീവനമാർഗം.

കാടർ: കാടരെ പ്രാക്തന ആദിവാസികളായിട്ടാണ് പരിഗണിച്ചിരിക്കുന്നത്. ജനസംഖ്യ വളരെ കുറവാണെങ്കിലും കേരളത്തിലും തമിഴ്നാട്ടിലും ഈ വിഭാഗത്തെ കണ്ടുവരുന്നു.

കമ്മര: കേരളത്തിലെ കാസർഗോഡ് ജില്ലയിൽ കാണപ്പെടുന്ന നാമമാത്രമായ ആദിവാസി വിഭാഗമാണ് കമ്മര. ഒരുപക്ഷേ, വംശനാശം വേഗത്തിൽ നേരിടുന്ന ഒരു ആദിവാസിവിഭാഗവും കൂടിയാണിവർ. ഈ വിഭാഗത്തെ പ്രത്യേകപരിഗണനന നൽകി സംരക്ഷിക്കേണ്ടതാണ്.

കാണിക്കാരൻ: പശ്ചിമഘട്ട മലനിരകളുടെ ഭാഗമായിട്ടുള്ള അഗസ്ത്യാർകൂടം, മഹേന്ദ്രഗിരി എന്നിവിടങ്ങളിൽ കാണപ്പെടുന്ന ഒരു പ്രബല ആദിവാസി വിഭാഗമാണ് കാണിക്കാരൻ. കാർഷികവൃത്തിയാണ് പ്രധാനമായ ഉപജീവനമാർഗം. മറ്റ് ആദിവാസി വിഭാഗങ്ങളെപ്പോലെ കാട്ടിൽ പോയി വിറക് ശേഖരിക്കുന്നതും മറ്റ് വനവിഭവങ്ങൾ ശേഖരിക്കുന്നതും ഉപജീവനത്തെ സഹായിക്കുന്നു.

കാണി: ആദിവാസികളിൽ പലവിധത്തിലുള്ള മരുന്നുകളെക്കുറിച്ചറിയുന്ന വിഭാഗങ്ങളുണ്ട്. ഇവരിൽ പ്രധാനപ്പെട്ട ആദിവാസിവിഭാഗമാണ് കാണി. പച്ചമരുന്ന് വിഭാഗത്തിലാണ് ഇവർ കൂടുതൽ വൈദഗ്ധ്യം കാണിക്കുന്നത്. ഇന്ന് അന്യംനിന്നുപോകുന്ന ആദിവാസി പാരമ്പര്യ വൈദ്യശാസ്ത്രത്തിന് മികച്ച സംഭാവനകളാണിവർ ചെയ്തിരിക്കുന്നത്.

കാട്ടുനായ്ക്കൻ: ആദിവാസി സമൂഹത്തെക്കുറിച്ച് പഠനങ്ങൾ നടത്തിയ ഗവേഷകരുടെ അഭിപ്രായത്തിൽ ചോലനായ്ക്കനും കാട്ടുനായ്ക്കനും ഒരേ സമൂഹത്തിലെ വ്യത്യസ്ത വിഭാഗങ്ങളാണ്. മലപ്പുറം ജില്ലയിലെ നിലമ്പൂരിലും പരിസരപ്രദേശങ്ങളിലുമാണ് ഇവരെ പ്രധാനമായും കണ്ടുവരുന്നത്. കൃഷിയും കൂലിപ്പണിയും ഇവരുടെ പ്രധാന ഉപജീവനമാർഗമാണ്.

കൊച്ചുവേലൻ: കേരളത്തിലെ പ്രധാനപ്പെട്ട ഹൈറേഞ്ചുകളിൽ കാണുന്ന ആദിവാസി വിഭാഗമാണിത്. പത്തനംതിട്ട, കോട്ടയം, ഇടുക്കി തുടങ്ങിയ ജില്ലകളിൽ വനാന്തരീക്ഷങ്ങളിലും പരിസരപ്രദേശത്തുമായി ഇവർ താമസിക്കുന്നു. കാർഷികവൃത്തിയാണ് പ്രധാന ഉപജീവനമാർഗം. കാടുകളിൽ പോയി വനവിഭവങ്ങൾ ശേഖരിക്കുന്നതും ഇവരുടെ പ്രധാന ജീവിതമാർഗമാണ്.

കൊറഗ: ഇവരെ പ്രാകൃത ആദിവാസികളായിട്ടാണ് പരിഗണിച്ചിരിക്കുന്നത്.

കോട: വംശനാശം വളരെയധികം ബാധിച്ചിട്ടുള്ള ആദിവാസി വിഭാഗമാണിവർ. തമിഴ്നാട്ടിലെ നീലഗിരിയിലും കേരളത്തിലെ മലപ്പുറം ജില്ലയിലും ഇവർ കാണപ്പെടുന്നു. ഉപജീവനത്തിനായി കൃഷിയെയും കാടിനെയുമാണ് പ്രധാനമായും ആശ്രയിക്കുന്നത്.

കുടിയ: കേരളത്തിലും (കണ്ണൂർ, കാസർഗോഡ്) കർണാടകത്തിലെ കൂർഗ് ജില്ലയിലും കാണുന്ന ആദിവാസിവിഭാഗമാണ് കുടിയ. ഇവരുടെ

ജനസംഖ്യ നാമമാത്രമാണ്. ഭൂരിഭാഗവും കൃഷിയും വനവിഭവങ്ങൾ ശേഖരിച്ചും ജീവിക്കുന്നു.

കുറിച്യർ: വയനാട്ടിലെ പ്രബലമായ ആദിവാസി വിഭാഗമാണ് കുറിച്യർ. ജനസംഖ്യകൊണ്ടും സാമൂഹിക സാമ്പത്തിക നിലവാരംകൊണ്ടും ആദിവാസികൾക്കിടയിലെ ഉയർന്ന വിഭാഗമാണ് കുറിച്യർ. അമ്പും വില്ലുമുപയോഗിച്ചുകൊണ്ട് വേട്ടയാടുന്നതിലും വിദഗ്ധരാണിവർ. കോഴിക്കോട് ജില്ലയിലെ ചില പ്രദേശങ്ങളിലും ഇവർ കാണപ്പെടുന്നു. കൃഷിയാണ് പ്രധാനപ്പെട്ട ഉപജീവനമാർഗം.

കുറുമൻ: കുറുമരെ പലവിഭാഗങ്ങളായി തരംതിരിച്ചിട്ടുണ്ട്. ഊരാളി കുറുമൻ, തെൻകുറുമൻ, മുള്ളുകുറുമൻ, മുള്ളകുറുമൻ, മലകുറുമൻ എന്നിങ്ങനെയാണ്. വിവിധങ്ങളായ കാരണങ്ങളിൽ വിഘടിച്ചു വ്യത്യസ്ത സ്ഥലങ്ങളിൽ വ്യത്യസ്ത പേരുകളിൽ വയനാട് ജില്ലയിൽ അധിവസിക്കുന്നു.

കുറുമ്പൻ: ഒരു പ്രാക്തന ആദിവാസി വിഭാഗമാണ് കുറുമ്പൻ. അട്ടപ്പാടിയിലെ സംരക്ഷിത വനമേഖലയിൽ ജീവിക്കുന്നു. ഈ അടുത്തകാലം വരെ മറ്റ് ആദിവാസികളുമായി ബന്ധം പുലർത്താതെ വേറിട്ട് ജീവിച്ചിരുന്ന ജനവിഭാഗമായിരുന്നു.

മലപണ്ടാരം: പത്തനംതിട്ടയിലും കൊല്ലത്തും വനപ്രദേശങ്ങളിലായി ജീവിക്കുന്ന ആദിവാസി വിഭാഗം. കൃഷി, വേട്ടയാടൽ, വനവിഭവശേഖരണം തുടങ്ങിയ പ്രധാന ഉപജീവനമാർഗങ്ങൾ.

മലപ്പുലയൻ: ഇടുക്കി ജില്ലയിലെ ഹൈറേഞ്ചുകളിൽ കൃഷിയും വനവിഭവശേഖരണങ്ങളുമായി ജീവിക്കുന്ന ആദിവാസി വിഭാഗമാണ് മലപ്പുലയൻ.

മലവേടർ: മലവേടർ അഥവാ മലവേടൻ കൃഷിയും വനവിഭവശേഖരണവും വേട്ടയാടലുമായി പത്തനംതിട്ട, തിരുവനന്തപുരം, കോട്ടയം ജില്ലയിലെ വിവിധ സ്ഥലങ്ങളിൽ ജീവിക്കുന്ന ആദിവാസിസമൂഹമാണ്.

മലക്കുറവൻ: നാമമാത്രമായി കാണപ്പെടുന്ന ആദിവാസി സമൂഹം. കൃഷി, തേൻ ശേഖരണം, വേട്ടയാടൽ തുടങ്ങിയ ഉപജീവനമാർഗങ്ങളുമായി ജീവിക്കുന്നവർ.

മലമ്പർ: ആയിരത്തിന് താഴെ മാത്രം ജനസംഖ്യയുള്ള ആദിവാസി വിഭാഗം. അലഞ്ഞുതിരിഞ്ഞു നടക്കുന്ന ഈ വിഭാഗം പാലക്കാട്, തൃശ്ശൂർ ജില്ലകളിൽ കാണുന്നു.

മലയൻ: പാലക്കാട്, തൃശ്ശൂർ, ജില്ലകളിലെ ഉയർന്ന പ്രദേശത്ത് കാണുന്ന ആദിവാസി വിഭാഗം. കൃഷി, കൂലിപ്പണി, വനവിഭവശേഖരണം എന്നിവ ഉപജീവനമാർഗമായി സ്വീകരിച്ചുവരുന്നു.

മലയരയൻ: ആദിവാസി വിഭാഗങ്ങളിൽ കുറച്ച് സാമൂഹികമായും വിദ്യാഭ്യാസപരമായും ഉയർന്നുനിൽക്കുന്ന വിഭാഗം. കോട്ടയം ജില്ലയിലെ മീനച്ചിൽ, ചങ്ങനാശ്ശേരി താലൂക്കുകളിൽ കാണപ്പെടുന്നു.

മണ്ണാൻ: മണ്ണാൻ അഥവാ മന്നാൻ ഒരു പ്രബല ആദിവാസി വിഭാഗ

മാണ്. കൃഷി, വനവിഭവശേഖരണം എന്നിവയാണ് പ്രധാന ഉപജീവന മാർഗങ്ങൾ. കോട്ടയം, ഇടുക്കി ജില്ലകളിൽ പ്രധാനമായും പാലക്കാട് ജില്ലയിൽ നാമമാത്രമായും കാണപ്പെടുന്നു.

മുതുവൻ: തമിഴ്നാട്ടിലെ മധുരയിൽനിന്നും കേരളത്തിലെ ഇടുക്കി, എറണാകുളം തുടങ്ങിയ ജില്ലകളിലേക്ക് കുടിയേറിയ ആദിവാസി വിഭാഗം.

മുഡുഗർ: അട്ടപ്പാടിയിലെ ആദിവാസി മേഖലയിൽ കാണപ്പെടുന്ന പ്രബലമായ ആദിവാസിവിഭാഗം. കുട്ടികളെ മുതുകിൽ ചുമക്കുന്നതുകൊണ്ടാണ് ഇവരെ മുഡുഗർ എന്നു വിളിക്കുന്നതെന്ന് പറയപ്പെടുന്നു. കൃഷി, കൂലിപ്പണി, വനവിഭവ ശേഖരണം തുടങ്ങിയവയാണ് പ്രധാന ഉപജീവന മാർഗങ്ങൾ.

പലൈയാൻ: വിവിധതരം പേരുകളിലറിയപ്പെടുന്ന ആദിവാസി വിഭാഗം. മലയാളികളുടെയും തമിഴരുടെയും സമ്മിശ്ര സംസ്കാരം ഉൾക്കൊള്ളുന്ന വിഭാഗവും കൂടിയാണിവർ.

പണിയൻ: കേരളത്തിലെ ഏറ്റവും പ്രബലമായ ആദിവാസി സമൂഹം. ഇവരുടെ ജനസംഖ്യ ഏകദേശം എൺപതിനായിരത്തോളം വരും. വയനാട്, കണ്ണൂർ, കോഴിക്കോട്, മലപ്പുറം ജില്ലകളിൽ അധിവസിക്കുന്നു. ഭൂരിഭാഗവും കാർഷിക പണിയിലൂടെ നിത്യവൃത്തി നടത്തുന്നു.

ഉള്ളാടർ: വനാന്തരങ്ങളിലും അതുപോലെതന്നെ തീരപ്രദേശങ്ങളിലും കാണപ്പെടുന്ന ആദിവാസി വിഭാഗം. തൃശ്ശൂർ, ആലപ്പുഴ, കോട്ടയം, ഇടുക്കി, കൊല്ലം ജില്ലയിൽ അധിവസിക്കുന്നു.

ഊരാളി: കേരളത്തിലെ ഇടുക്കി, കോട്ടയം, കൊല്ലം ജില്ലകളിൽ കാണപ്പെടുന്ന ആദിവാസി വിഭാഗം. ഈയടുത്ത കാലംവരെ വനാന്തരങ്ങളിൽ മരത്തിന്റെ മുകളിൽ ചെറിയ വീടുകൾ വെച്ചുകെട്ടി ജീവിച്ചിരുന്നവർ. കൃഷി, വേട്ടയാടൽ, വനവിഭവശേഖരണം എന്നിവ പ്രധാന ഉപജീവനമാർഗങ്ങളായി സ്വീകരിച്ചിരിക്കുന്നു.

4. ആദിവാസി ജനസംഖ്യ

കേരളത്തിൽ ഏകദേശം മൂന്ന് ലക്ഷത്തിഅറുപത്തിനാലായിരത്തിലധികം ആദിവാസികളുണ്ട്(സെൻസസ് 2001). ഇത് കേരളത്തിന്റെ മൊത്തം ജനസംഖ്യയുടെ ഒരു ശതമാനത്തിലധികം വരും. കേരളത്തിലെ ആദിവാസിവിഭാഗങ്ങളിൽ, ഏറ്റവും പ്രബലമായ വിഭാഗം പണിയരാണ് (81940). ജനസംഖ്യയിൽ തൊട്ടടുത്തുനിൽക്കുന്ന മറ്റ് ആദിവാസിവിഭാഗങ്ങളാണ് കുറിച്യർ (32746), മുതുവൻ, കാണിക്കാരൻ, ഇരുളർ, കുറുമൻ, മരതി, മലയരയൻ തുടങ്ങിയവർ. കേരളത്തിൽ ഏറ്റവും കൂടുതൽ ആദിവാസികളുള്ള ജില്ല വയനാടാണ് (1,36,062), ഇടുക്കി (50,973), പാലക്കാട് (39,665), കാസർഗോഡ് (30,338) തുടങ്ങിയ ജില്ലകൾ യഥാക്രമം രണ്ടും മൂന്നും നാലും സ്ഥാനങ്ങളാണ്.

പട്ടിക- രണ്ട്
ആദിവാസി ജനസംഖ്യ ജില്ലതിരിച്ച്

ജില്ല	ആൺ	പെൺ	ആകെ
കാസർഗോഡ്	15132	15206	30338
കണ്ണൂർ	9793	10176	19969
വയനാട്	67394	68668	136062
കോഴിക്കോട്	2924	3016	5940
മലപ്പുറം	5994	6271	12267
പാലക്കാട്	19990	19675	39665
തൃശ്ശൂർ	2293	2533	4826
എറണാകുളം	5079	4967	10046
ഇടുക്കി	25510	25463	50973
കോട്ടയം	8972	9368	18340
ആലപ്പുഴ	1565	1566	3131
പത്തനംതിട്ട	3184	3365	6549
കൊല്ലം	2447	2743	5190
തിരുവനന്തപുരം	9890	11003	20893
ആകെ	**180169**	**184020**	**364189**

ഉറവിടം: സെൻസസ് 2001

നഗരവൽക്കരണം

ആദിവാസികളിൽ തൊണ്ണൂറ്റിയഞ്ചിലധികം ശതമാനവും ഗ്രാമങ്ങളിൽ താമസിക്കുന്നവരാണ്. കേവലം നാല് ശതമാനത്തോളമാണ് നഗരങ്ങളിൽ താമസിക്കുന്നത്. ആലപ്പുഴ ജില്ലയിലെ ആദിവാസി സമൂഹമാണ് ഏറ്റവും കൂടുതൽ നഗരവൽക്കരണത്തിന് വിധേയമായിട്ടുള്ളത്.

പട്ടിക – മൂന്ന്
ആദിവാസി ജനസംഖ്യ പ്രദേശം തിരിച്ച്

ജില്ല	ഗ്രാമം	നഗരം	ആകെ
ആലപ്പുഴ	1877	1254	3131
എറണാകുളം	6668	3378	10046
ഇടുക്കി	50128	845	50973
കണ്ണൂർ	19417	552	19969
കാസർഗോഡ്	29720	618	30338
കൊല്ലം	4623	567	5190
കോട്ടയം	17974	366	18340

കോഴിക്കോട്	5413	527	5940
മലപ്പുറം	12043	224	12267
പാലക്കാട്	39236	429	33665
പത്തനംതിട്ട	6635	314	6549
തൃശ്ശൂർ	19419	1474	20893
തിരുവനന്തപുരം	4332	494	4826
വയനാട്	132934	3128	136062
ആകെ	**350019**	**14120**	**364189**

ഉറവിടം: ഓഫീസ് ഓഫ് ദി രജിസ്ട്രാർ ജനറൽ, ഇന്ത്യ(2001).

സാക്ഷരത

ആദിവാസികളുടെ സാക്ഷരതാനിരക്ക് 64.4 ശതമാനമാണ്. പുരുഷൻമാരുടെയും സ്ത്രീകളുടെയും സാക്ഷരതാനിരക്കുകൾ യഥാക്രമം 70.8 ശതമാനവും 58.1 ശതമാനവും ആണ്. ആദിവാസിസമൂഹത്തിലെ തെരഞ്ഞെടുക്കപ്പെട്ട വിഭാഗങ്ങളുടെ വിദ്യാഭ്യാസ പുരോഗതി താഴെ പട്ടികയിൽ കൊടുത്തിരിക്കുന്നു:

പട്ടിക-നാല്
ആദിവാസികളുടെ വിദ്യാഭ്യാസനിലവാരം

പേര്	1 സാക്ഷരത സ്കൂൾ വിദ്യാഭ്യാസം കൂടാതെ	2 പ്രാഥമിക വിദ്യാഭ്യാസത്തിന് താഴെ	3 പ്രാഥമികം	4 മിഡിൽ	5 മെട്രിക്ക്/ സെക്കൻഡറി/ ഹയർ സെക്കന്ററി/ ഇന്റർ മീഡിയേറ്റ്	6 ടെക്നിക്കൽ നോൺ ടെക്നിക്കൽ	7 ബിരുദവും അതിനു മുകളിലും
ആദിവാസികൾ	2.8	30.7	29.3	22.9	12.4	0.8	1.2
പണിയൻ	4.0	50.5	33.0	10.0	2.3	0.1	0.1
കുറിച്യർ	2.5	23.8	34.5	28.6	9.9	0.4	0.4
മലയരയൻ	1.0	17.9	22.5	27.92	4.4	2.1	4.1
മരതി	1.4	23.1	29.6	24.2	19.2	0.6	1.8
കുറുമൻ	2.1	23.2	25.3	30.3	17.0	1.0	1.0
ഇരുളർ	5.8	33.2	31.81	7.7	10.7	0.5	0.3
കാണിക്കാരൻ	0.9	16.9	25.3	38.5	16.3	1.2	1.0
മുതുവൻ	5.9	47.5	27.9	12.7	5.6	0.3	0.1

ഉറവിടം: ഓഫീസ് ഓഫ് ദി രജിസ്ട്രാർ ജനറൽ, ഇന്ത്യ(2001).

തൊഴിൽ

കേരളത്തിലെ ആദിവാസി സമൂഹം പ്രധാനമായും ആശ്രയിക്കുന്നത് കൃഷിയെയും അനുബന്ധതൊഴിലുകളെയുമാണ്.

പട്ടിക-അഞ്ച്
ആദിവാസികളുടെ തൊഴിൽ നിലവാരം

പേര്	കൃഷി	കാർഷിക കൂലിപ്പണി	വീട്ടുജോലി	മറ്റുള്ളവ
ആദിവാസി	11.2	47.1	3.1	38.6
പണിയൻ	1.2	69.1	0.4	29.3
കുറിച്യർ	22.1	43.5	0.5	33.9
മലയരയൻ	27.5	12.7	1.5	58.2
മരതി	3.1	8.1	18.6	20.2
കുറുമൻ	13.2	43.9	0.7	42.2
ഇരുളർ	12.9	59.4	1.5	26.2
കാണിക്കാരൻ	11.4	40.8	2.3	45.5
മുതുവൻ	28.2	39.5	6.4	25.9

ഉറവിടം ഓഫീസ് ഓഫ് ദി രജിസ്ട്രാർ ജനറൽ, ഇന്ത്യ(2001)

5. അട്ടപ്പാടി

കേരളസമൂഹത്തിൽ ഏറ്റവുമധികം സാമൂഹിക സാമ്പത്തിക പരാധീനത അനുഭവിക്കുന്ന ജനവിഭാഗമാണ് ആദിവാസികൾ. എന്നാൽ ആദിവാസികളിൽത്തന്നെ ഏറ്റവും കൂടുതൽ സാമ്പത്തിക പരാധീനത അട്ടപ്പാടിയിലെ ആദിവാസി വിഭാഗങ്ങളാണ് അനുഭവിക്കുന്നത്. ഈ ആദിവാസി വിഭാഗങ്ങൾ കേരളത്തിന്റെ സാമൂഹിക-സാമ്പത്തിക പുരോഗതിയിൽനിന്നും വളരെയധികം പാർശ്വവൽക്കരിക്കപ്പെട്ടിട്ടുണ്ട്. ഈ അടുത്ത് അട്ടപ്പാടിയിലുണ്ടായ ഉയർന്ന മാതൃ-ശിശുമരണനിരക്കുകൾ കേരളത്തിനകത്തും പുറത്തും വിപുലമായ ചർച്ചകൾക്കും സംവാദങ്ങൾക്കും വിധേയമായിക്കൊണ്ടിരിക്കുകയാണ്. കൊട്ടിഘോഷിക്കപ്പെട്ട കേരളവികസന മാതൃക അട്ടപ്പാടിയിലെ ആദിവാസി വിഭാഗങ്ങളെ സംബന്ധിച്ചിടത്തോളം മരീചികപോലെയായിത്തീരുന്നതും പൊതുസമൂഹം കണ്ടു.

അട്ടപ്പാടിയിലെ പ്രധാനപ്പെട്ട മൂന്ന് ആദിവാസി വിഭാഗങ്ങളാണ് ഇരുളർ, മുതുവർ, കുറുവർ എന്നിവർ. ഇതിൽ ഏറ്റവും പ്രബലമായ ആദിവാസി വിഭാഗമാണ് ഇരുളർ. അട്ടപ്പാടി മേഖലയിലെ മൊത്തം ആദിവാസികളിൽ 77 ശതമാനവും ഇരുളരാണ്. മുതുവരും (13 ശതമാനം) കുറു

വരും (10 ശതമാനം) യഥാക്രമം രണ്ടും മൂന്നും സ്ഥാനത്ത് നിൽക്കുന്നു. എന്നാൽ അട്ടപ്പാടി മേഖലയിൽ മൊത്തം ജനസംഖ്യയുടെ 55 ശതമാനം മറ്റുള്ളവരും, 41 ശതമാനത്തോളം ആദിവാസികളും ബാക്കിയുള്ളവർ പട്ടികജാതിക്കാരുമാകുന്നു.

പട്ടിക – ആറ്
അട്ടപ്പാടിയിലെ ജനസംഖ്യപതിറ്റാണ്ടുകളിലൂടെ

കൊല്ലവർഷം	ആദിവാസികൾ	ആദിവാസികൾ അല്ലാത്തവർ	ആകെ
1951	10200	1100	11300
1961	12972	8489	21461
1971	16536	22647	39183
1981	20659	41587	62246
1991	28711	33322	62033
2001	27121	39050	66171

ഉറവിടം അഹാഡ്സ് സ്റ്റാറ്റസ് റിപ്പോർട്ട്(2010)

സ്വാതന്ത്ര്യാനന്തര അട്ടപ്പാടിയിൽ തൊണ്ണൂറ് ശതമാനവും ആദിവാസികളായിരുന്നു. എന്നാലിത് ഏകദേശം നാൽപ്പത് ശതമാനത്തിലേക്ക് കൂപ്പുകുത്തുന്ന അവസ്ഥയാണ് 2001 ൽ നാം കാണുന്നത്. ആദിവാസി സമൂഹം അട്ടപ്പാടിയിൽ പാർശ്വവൽക്കരിക്കപ്പെട്ടതിന്റെ ഒരു പ്രധാന കാരണം ആദിവാസികൾക്ക് അട്ടപ്പാടിയിലെ ജനസംഖ്യയിലുണ്ടായ മേധാവിത്വം നഷ്ടപ്പെട്ടതാണ്.

6. ഉപസംഹാരം

ആദിവാസിസമൂഹം കേരള വികസനമാതൃകയിൽനിന്നും പാർശ്വവൽക്കരിക്കപ്പെട്ടു. 95 ശതമാനത്തോളം ആദിവാസികളും ഗ്രാമങ്ങളിൽ താമസിക്കുന്നു. ദാരിദ്ര്യവും, ജീവിതനിലവാരത്തിന്റെ ശോചനീയാവസ്ഥയും, ഉയർന്ന മാതൃ-ശിശു മരണനിരക്കുകളും എല്ലാം പ്രത്യേകിച്ചും അട്ടപ്പാടിയിൽ സൂചിപ്പിക്കുന്നത് ആദിവാസിസമൂഹത്തെ കേരളത്തിലെ ആഫ്രിക്കയാക്കി മാറ്റിയിരിക്കുന്നുവെന്നാണ്. യഥാർഥത്തിൽ നയങ്ങളുടെയോ പദ്ധതിയുടെയോ കുറവല്ല മറിച്ച് സ്ഥായിയായ മാനുഷികപരിഗണനകൾ വികസനമാതൃകയിൽ ഉണ്ടാകാത്തതാണ് പാർശ്വവൽക്കരിക്കരണത്തിനുള്ള പ്രധാനകാരണം. അതുകൊണ്ട് ആദിവാസികളുൾപ്പെടെയുള്ള പാർശ്വവൽക്കൃത സമൂഹങ്ങളെ മുഖ്യധാരയിലേക്ക് കൊണ്ടുവരാൻ സാഹോദര്യത്വം, സഹാനുഭൂതി തുടങ്ങിയ മാനുഷികമൂല്യങ്ങൾ വികസനത്തിന്റെ അടിസ്ഥാന ശിലകളായി തീരണം.

റഫറൻസസ്

1. ഗവൺമെന്റ് ഓഫ് കേരള (1975), കേരള ഗസറ്റ് നമ്പർ – 20, ഹരിജൻവെൽഫയർ ഡിപ്പാർട്ട്മെന്റ്, തിരുവനന്തപുരം.
2. ജോണി ഒ കെ (2010), *വയനാട് രേഖകൾ*, മാതൃഭൂമി ബുക്സ്, കോഴിക്കോട്.
3. ലൂയിസ് എ എ ഡി (1962). *ട്രൈബ്സ് ഓഫ് കേരള*, ഭാരതീയ അടിമ ജാതി സേവക്സംഘം, ന്യൂഡൽഹി.
4. നായർ, സോമശേഖരൻ പി (1976). പണിയർ, നാഷണൽ ബുക് സ്റ്റാൾ, കോട്ടയം.
5. അട്ടപ്പാടി ഹിൽസ് ഏരിയ ഡെവലപ്മെന്റ് സൊസൈറ്റി (2010), അട്ടപ്പാടി സ്റ്റാറ്റസ് റിപ്പോർട്ട് 2010, അട്ടപ്പാടി.

വെബ്സൈറ്റുകൾ

http://www.keralapsc.org/scstobc.html
http://spb.kerala.gov.in
http://www.censusindia.gov.in/censusdata2001
http://censusindia.gov.in/Tables-published/scst/dh-st-kerala.pdf
http://www.focusonpeople.org/major-tribals-in-kerala-html

അട്ടപ്പാടിയിലെ ആദിവാസികളുടെ ദുരവസ്ഥ ഒരു നേർക്കാഴ്ച

ഒ ജെ ജോൺ

കേരളം കൈവരിച്ച വികസന നേട്ടങ്ങളുടെ ഗുണഫലങ്ങൾ ഒട്ടും തന്നെ ആർജിക്കാനോ നിലനിർത്താനോ കഴിയാതെപോയ ഒരു ന്യൂനപക്ഷ വിഭാഗമാണ് പട്ടികവർഗക്കാർ. കേരള ജനസംഖ്യയിൽ രണ്ടു ശതമാനത്തിൽ താഴെ മാത്രമുള്ള ഈ ജനവിഭാഗങ്ങളിൽ ഭൂരിഭാഗവും ജീവിതത്തിന്റെ സമസ്ത മേഖലകളിലും സംസ്ഥാന ശരാശരിയേക്കാൾ വളരെ താഴ്ന്ന നിലവാരമാണ് പുലർത്തുന്നത്. കൊടിയ ദാരിദ്ര്യത്തിന്റെയും ഇല്ലായ്മകളുടെയും തുരുത്തുകളായി നിലനിൽക്കുന്ന ആദിവാസിമേഖലകൾ സമൂഹ മന:സാക്ഷിയുടെ മുന്നിലെ ചോദ്യചിഹ്നങ്ങളും ഭരണകൂടങ്ങൾക്ക് വെല്ലുവിളിയും ആണ്. ചരിത്രപരവും സാംസ്കാരികവുമായ കാരണങ്ങളാൽ മുഖ്യധാരാ സമൂഹത്തിൽനിന്നും ഒറ്റപ്പെട്ടുപോയ ഗോത്രവർഗക്കാരുടെ നിലനിൽപ്പിനും അതിജീവനത്തിനും വികസനത്തിനുമായി സ്വാതന്ത്ര്യാനന്തരഭാരതം സ്വീകരിക്കേണ്ട നയ സമീപനത്തിന്റെ ചട്ടക്കൂട് നെഹ്റുവിന്റെ പഞ്ചശീലങ്ങളിലൂടെയാണ് പ്രഖ്യാപിക്കപ്പെട്ടത്. ഗോത്രവിഭാഗങ്ങളുടെ സാംസ്കാരികത്തനിമയും പ്രത്യേകതകളും പരമാവധി നിലനിർത്തിക്കൊണ്ടുവേണം അവരെ വികസനപാതയിലേക്ക് നയിക്കേണ്ടതെന്നും ഭൂമിയിലും വനത്തിലുമുള്ള അവരുടെ പരമ്പരാഗത അവകാശങ്ങൾ സംരക്ഷിക്കപ്പെടണമെന്നും അദ്ദേഹം ആഹ്വാനം ചെയ്തു. അവരുടെമേൽ ഭരണമേൽക്കോയ്മ അടിച്ചേൽപ്പിക്കരുത്. അവരുടെ സാംസ്കാരിക-സാമൂഹിക സ്ഥാപനങ്ങൾവഴിയായിരിക്കണം വികസന പ്രവർത്തനങ്ങൾ നടത്തേണ്ടത്. വികസന പ്രവർത്തകരെയും ഉദ്യോഗസ്ഥരെയും കഴിയുന്നിടത്തോളം അവർക്കിടയിൽനിന്നാണ് കണ്ടെത്തേണ്ടത്. മറ്റുള്ളവർ ഗോത്രവർഗ പ്രദേശങ്ങളിലേക്ക് വളരെ കൂടുതൽ കടന്നുവരുന്നത് ഒഴിവാക്കണം. നടപ്പാക്കുന്ന

വികസന പ്രവർത്തനങ്ങളുടെ നേട്ടങ്ങളെ ചെലവാക്കിയ പണത്തിന്റെ അടിസ്ഥാനത്തിലല്ല, മറിച്ച് ജീവിത ഗുണമേന്മയിൽ ഉണ്ടാകുന്ന ഉയർച്ച യുടെ അടിസ്ഥാനത്തിലായിരിക്കണം വിലയിരുത്തപ്പെടേണ്ടത് എന്നിങ്ങ നെയായിരുന്നു പഞ്ചശീലതത്വങ്ങൾ.

എന്നാൽ ആറുപതിറ്റാണ്ടുകാലത്തെ വികസന പ്രവർത്തനങ്ങളുടെ ബാലൻസ് ഷീറ്റ് പരിശോധിക്കുമ്പോൾ ഈ മഹത്തായ ആദർശങ്ങളിൽ നിന്നും എത്ര വിദൂരത്താണ് യഥാർഥ സ്ഥിതിയെന്ന് കണ്ടെത്താൻ കഴി യുന്നതാണ്. ഈ തത്വങ്ങളിൽനിന്നും ഭരണഘടനാനുശാസനങ്ങളിൽ നിന്നും വ്യതിചലിച്ച് നടത്തിയ വികസനത്തിന്റെ മകുടോദാഹരണമാ ണ് അട്ടപ്പാടി. രണ്ടാം പഞ്ചവത്സരപദ്ധതിക്കാലത്ത് പട്ടികവർഗ പ്രദേശ ങ്ങളിൽ പ്രത്യേക മൾട്ടി പർപ്പസ് ട്രൈബൽ ഡവലപ്മെന്റ് ബ്ലോക്കു കൾ ആരംഭിച്ചതിന്റെ ഭാഗമായിട്ടാണ് 1962 ൽ അട്ടപ്പാടി ട്രൈബൽ ഡെവ ലപ്മെന്റ് ബ്ലോക്ക് രൂപംകൊണ്ടത്. അക്കാലത്ത് അട്ടപ്പാടിയിലെ ജന സംഖ്യയിൽ 90.32 ശതമാനം (1951 സെൻസസ്) പട്ടികവർഗക്കാരായിരു ന്നു. ട്രൈബൽ ഡെവലപ്മെന്റ് ബ്ലോക്ക് നിലവിൽ വന്നതോടെ നാനാ വിധത്തിലുള്ള പശ്ചാത്തല സൗകര്യങ്ങൾ ഈ പ്രദേശത്ത് ഏർപ്പെടു ത്തി. ഈ സൗകര്യങ്ങളൊന്നും പട്ടികവർഗക്കാർക്ക് പ്രയോജനപ്പെട്ടി ല്ലെന്നു മാത്രമല്ല വൻതോതിലുള്ള കുടിയേറ്റത്തിന് അത് ഇടവരുത്തി. തന്മൂലം പട്ടികവർഗക്കാരുടെ സ്വസ്ഥമായ ജീവിതത്തിന്റെ താളവും ക്രമവും തെറ്റുകയും അവർ ന്യൂനപക്ഷമായിത്തീരുകയും അവരുടെ ഭൂമി അന്യാധീനപ്പെടുകയും അവർ സ്വയംപര്യാപ്തതയിൽനിന്ന് പരാ ശ്രയത്തിലേക്ക് വഴുതിവീഴുകയും ചെയ്തു. ചുരുക്കത്തിൽ നാടിന്റെ വിക സനം ആദിവാസികളുടെ അവികസനമായി മാറി. അരനൂറ്റാണ്ടിനിടയിൽ അട്ടപ്പാടിയിലെ ജനസംഖ്യാനുപാതത്തിൽവന്ന മാറ്റങ്ങൾ പ്രതിഫലി ക്കുന്ന പട്ടിക താഴെ കൊടുത്തിരിക്കുന്നു:

വർഷം	ആകെ ജനസംഖ്യ	പട്ടികവർഗം	ശതമാനം
1940	10000	10000	100
1951	11300	10200	90.32
1961	21461	12972	60.45
1971	39183	16536	42.21
1981	62246	20659	33
1991	62033	24228	39.06
2001	66171	27121	41.00

അവലംബം: സെൻസസ് റിപ്പോർട്ട് 2001

അതിവേഗത്തിൽ നടന്ന കുടിയേറ്റത്തിലൂടെ ആദിവാസികളുടെ കൈവശമുണ്ടായിരുന്ന ഫലഭൂയിഷ്ഠമായ ഭൂമിയുടെ ഏറിയ പങ്കും

അന്യാധീനപ്പെട്ടു. 1982 ൽ നടത്തിയ സർവെ പ്രകാരം ആദിവാസികൾ കൈവശംവെച്ചു കൃഷിചെയ്തിരുന്ന 16151.14 ഏക്കർ കൃഷിഭൂമിയിൽ 10336.19 ഏക്കർ (64%) അന്യാധീനപ്പെട്ടതായി കണ്ടെത്തി.

കുടിയേറ്റക്കാർ ആദിവാസികളുടെ ഭക്ഷ്യവിളകൃഷിയെ അട്ടിമറിച്ച് നാണ്യവിളകൃഷി ആരംഭിച്ചു. നാണ്യവിളകൃഷിയുടെ വ്യാപനവും ഭൂമിയുടെ അന്യാധീനപ്പെടലും ആദിവാസികളുടെ സമ്പദ്‌വ്യവസ്ഥയ്ക്കും ഭക്ഷ്യസുരക്ഷിതത്വത്തിനും കനത്ത ആഘാതമാണ് ഏൽപ്പിച്ചത്. ഭക്ഷ്യവസ്തുക്കൾ വിലകൊടുത്ത് വാങ്ങാൻ അവർ നിർബന്ധിതരായി. ഇതിനുള്ള പണത്തിനായി അവർ കുടിയേറ്റക്കാരുടെ കൃഷിയിടങ്ങളിൽ കൂലിവേലക്കാരായി. സ്വന്തം ഭൂമിയിൽ കർഷകനായിരുന്നവർ കർഷകത്തൊഴിലാളികൾ എന്ന നിലയിലേക്ക് അധ:പതിച്ചു.

1950 കളിൽ അട്ടപ്പാടിയിലെ ആദിവാസികൾ അവരുടേതായ ശക്തമായ ഒരു സാമൂഹികക്രമം പുലർത്തിയിരുന്നു. അമ്പതുകളുടെ പകുതിയോടെ രാഷ്ട്രീയപ്രസ്ഥാനങ്ങൾ അട്ടപ്പാടിയിൽ പ്രവർത്തനമാരംഭിച്ചു. കുടിയേറ്റക്കാരുടെ കടന്നുകയറ്റത്തോടെ ന്യൂനപക്ഷമായി മാറിയ ആദിവാസികളെ സംരക്ഷിച്ചുകൊണ്ടുള്ള പ്രവർത്തനങ്ങൾ കാഴ്ചവയ്ക്കാൻ രാഷ്ട്രീയ പാർട്ടികൾ വിമുഖതകാട്ടി. ക്ഷേമ പദ്ധതികളിൽ ഊന്നിക്കൊണ്ടുള്ള വികസനപ്രവർത്തനങ്ങൾ അരങ്ങേറിയത് ഈ കാലഘട്ടത്തിലാണ്. ക്ഷേമപ്രവർത്തനങ്ങൾക്കായി കേന്ദ്രസംസ്ഥാന സർക്കാരുകളിൽനിന്ന് ഒഴുകിയെത്തിയ കോടികൾ തട്ടിയെടുക്കാൻവേണ്ടി ഉദ്യോഗസ്ഥ-കരാർ-രാഷ്ട്രീയ മാഫിയ അട്ടപ്പാടിയിൽ രൂപപ്പെടുകയും വേരുറപ്പിക്കുകയും ചെയ്തു.

ആഴത്തിലുള്ള രാഷ്ട്രീയബോധം നേടാത്ത ആദിവാസികൾ എല്ലാ രാഷ്ട്രീയ പാർട്ടികളുടെയും ജാഥകളിലും സമര പരിപാടികളിലും പങ്കെടുക്കുകയും അവർ നൽകുന്ന ഭക്ഷണത്തിനും മദ്യത്തിനും പ്രത്യുപകാരമായി അവരുടെ വോട്ടുബാങ്കുകളായി മാറുകയും ചെയ്തു. ഇതോടെ ആദിവാസികളുടെ പരമ്പരാഗതമായ രാഷ്ട്രീയ-സാമൂഹികവ്യവസ്ഥ ദുർബലപ്പെട്ടു.

കുടിയേറ്റക്കാരുടെ വനം കയ്യേറ്റവും വനനശീകരണവും നിരവധി പാരിസ്ഥിതിക പ്രശ്നങ്ങൾക്ക് ഇടവരുത്തി. മണ്ണൊലിപ്പ് വർധിച്ചു. സ്വാഭാവിക നീരുറവകൾ വറ്റിപ്പോയി. മഴ ലഭിക്കാതായി, അട്ടപ്പാടിയെ വരൾച്ച ബാധിച്ചു, കുടിയേറ്റക്കാരുടെ കൃഷി നശിച്ചു. കർഷകത്തൊഴിലാളികളായി മാറിയ ആദിവാസികൾക്ക് പണിയില്ലാതായി. അവർ രൂക്ഷമായ പട്ടിണിയിലേക്കും രോഗങ്ങളിലേക്കും തള്ളിവിടപ്പെട്ടു. കുടിവെള്ളം പോലും ദുർബലമായി. ആദിവാസി ഊരുകളിൽ അനീമിയ രോഗംമൂലം നിരവധിപേർ അവശനിലയിലാവുകയും മരിക്കുകയും ചെയ്തു.

അട്ടപ്പാടിയിലെ ആദിവാസികളുടെ ദുരവസ്ഥ സംബന്ധിച്ച് നിരവധി പഠനങ്ങളും റിപ്പോർട്ടുകളും ഉണ്ടായി. 1977 ഇക്കണോമിക്സ് & സ്റ്റാറ്റിസ്റ്റിക്സ് ബ്യൂറോയുടെ ഇവാലുവേഷൻ സ്റ്റഡി, 1982 ലെ ടി മാധവമേനോൻ

കമീഷൻ റിപ്പോർട്ട്, 1991 ൽ കേരള വനഗവേഷണകേന്ദ്രം നടത്തിയ പഠനം, സംസ്ഥാന ഭൂവിനിയോഗബോർഡിന്റെ റിപ്പോർട്ട്, ശ്രീ.എസ് എം വിജയാനന്ദിന്റെ എം ഫിൽ പ്രബന്ധം, 1999 ലെ ശ്രീ. ടി കെജോസ് കമ്മിറ്റി റിപ്പോർട്ട്, നിയമസഭയുടെ പട്ടികജാതി-പട്ടികവർഗ ക്ഷേമസമിതിയുടെയും മനുഷ്യാവകാശ കമീഷന്റെയും വനിതാകമീഷന്റെയും പഠനങ്ങൾ എന്നിവ ഇവയിൽ ചിലത് മാത്രമാണ്. എന്നാൽ ഇവയൊന്നും നഷ്ടപ്പെട്ട ഭൂമിയും ജീവനോപാധികളും സമ്പദ്വ്യവസ്ഥയും സാമൂഹിക ക്രമവും വീണ്ടെടുക്കുന്നതിനുള്ള കർമപരിപാടികൾ ആവിഷ്കരിക്കുന്നതിന് സഹായകമായില്ല. അഞ്ചാംപഞ്ചത്സരപദ്ധതിക്കാലത്ത് ആവിഷ്കരിച്ച പട്ടികവർഗ ഉപപദ്ധതി (ട്രൈബൽ സബ്പ്ലാൻ) സമ്പ്രദായം നിലവിൽ വന്നതോടെ അട്ടപ്പാടി സംയോജിത പട്ടികവർഗ വികസന പ്രോജക്ട് (ഐ റ്റി ഡി പി) രൂപംകൊണ്ടു. പട്ടികവർഗ വികസന വകുപ്പിന്റെയും ഗ്രാമവികസന വകുപ്പിന്റെയും പ്രവർത്തനങ്ങൾ ഒരു ഭരണസംവിധാനത്തിന്റെകീഴിൽ നടപ്പാക്കുകയെന്നതായിരുന്നു ഇതുവഴി ലക്ഷ്യമിട്ടത്. എന്നാൽ വിവിധ സ്രോതസുകളിലൂടെ ലഭ്യമായ ഫണ്ട് കെട്ടിട നിർമാണത്തിനും റോഡുനിർമാണത്തിനും മറ്റു പശ്ചാത്തല വികസന പരിപാടികൾക്കും ഉദ്യോഗസ്ഥ-കരാർ-രാഷ്ട്രീയ മാഫിയയുടെ ഇടപെടലിലൂടെ ചെലവഴിക്കപ്പെടുകയാണുണ്ടായത്.

പശ്ചിമഘട്ട വികസന പരിപാടിയുടെ ആഭിമുഖ്യത്തിൽ 1976 ൽ ആരംഭിച്ചതാണ് അട്ടപ്പാടി ഫാമിംഗ് കോ ഓപ്പറേറ്റീവ് സൊസൈറ്റി. ഭൂരഹിതരായ 420 പട്ടികവർഗ കുടുംബങ്ങളെ പുനരധിവസിപ്പിക്കുകയെന്നതായിരുന്നു പ്രോജക്ടുകളിലൂടെ ലക്ഷ്യമിട്ടത്. 1080 ഹെക്ടർ നിക്ഷിപ്ത വനഭൂമി പ്രദേശത്ത് ഏലം, കാപ്പി, കുരുമുളക് തുടങ്ങിയ നാണ്യവിളകൾ കൃഷിചെയ്യാനാണ് പദ്ധതി ആവിഷ്കരിച്ചത്. എന്നാൽ കെടുകാര്യസ്ഥതയും ദുർഭരണവുംമൂലം പദ്ധതി ലക്ഷ്യം കൈവരിച്ചില്ല. ഇപ്പോൾ 194 കുടുംബങ്ങൾ മാത്രമേ ഈ പ്രോജക്ടിന്റെ കീഴിലുള്ളൂ.

ഒൻപതാം പഞ്ചവത്സരപദ്ധതിയോടെ നിലവിൽവന്ന അധികാര വികേന്ദ്രീകരണവും അതിനോടനുബന്ധിച്ച് സംസ്ഥാനത്ത് ആവിഷ്കരിച്ച വികേന്ദ്രീകൃതാസൂത്രണവും മുഖേന പട്ടികവർഗ ഉപപദ്ധതി തയാറാക്കി നടപ്പാക്കുന്നതിനുള്ള ചുമതല തദ്ദേശഭരണ സ്ഥാപനങ്ങളെ ഏൽപ്പിച്ചു. ഇതോടെ അട്ടപ്പാടി പ്രദേശത്തെ മൂന്നു ഗ്രാമപഞ്ചായത്തുകൾക്കും ബ്ലോക്ക് പഞ്ചായത്തിനുമായി വമ്പിച്ച തോതിൽ പട്ടികവർഗ ഉപപദ്ധതി വിഹിതം വകയിരുത്തപ്പെട്ടു. ഗ്രാമസഭകൾക്ക് സമാന്തരമായി രൂപംകൊടുത്ത ഊരുകൂട്ടങ്ങളിലൂടെ പട്ടികവർഗ ഉപപദ്ധതി ആവിഷ്കരിക്കുന്നതിനും വകുപ്പുതല പദ്ധതികളെ സംയോജിപ്പിക്കുന്നതിനും തദ്ദേശഭരണ സ്ഥാപനങ്ങൾക്ക് അവസരം കൈവന്നു. എന്നാൽ ഊരുകൂട്ടങ്ങളെ നോക്കുകുത്തികളാക്കുകയും ഉദ്യോഗസ്ഥരും കരാറുകാരും രാഷ്ട്രീയക്കാരും തമ്മിലുള്ള അവിശുദ്ധബന്ധം നിർബാധം തുടരുകയും ചെയ്തു. തന്മൂലം പട്ടികവർഗക്കാരുടെ യഥാർഥ ജീവിത പ്രശ്നങ്ങൾ

തിരിച്ചറിയുന്നതിനോ അവരുടെ ആഗ്രഹാഭിലാഷങ്ങൾക്ക് അനുസൃതമായി പ്രോജക്ടുകൾ രൂപപ്പെടുത്തുന്നന്നതിനോ തദ്ദേശഭരണ സ്ഥാപനങ്ങൾക്ക് കഴിഞ്ഞില്ല. ക്ഷേമപദ്ധതികളും സമാശ്വാസ നടപടികളും പോലും അട്ടിമറിക്കപ്പെട്ടു. അഴിമതിയും ചൂഷണവും അട്ടപ്പാടിയിൽ തുടർക്കഥയായി.

വിവിധ കാലഘട്ടങ്ങളിൽ അട്ടപ്പാടിയിൽ അരങ്ങേറിയ വികസനാഭാസങ്ങൾക്ക് സമാന്തരമായി മറ്റൊരു പ്രതിഭാസം അട്ടപ്പാടിയെ ഗ്രസിച്ചുകൊണ്ടിരുന്നു. കേരളത്തിലെ ആദ്യ മരുഭൂമി അട്ടപ്പാടിയിൽ രൂപമെടുക്കാൻ തുടങ്ങി. വറ്റിവരണ്ട പുഴകളും തോടുകളും, മഴ മറന്ന പ്രദേശങ്ങൾ, വീശിയടിക്കുന്ന മണൽക്കാറ്റ്, കുടിക്കാനും കുളിക്കാനും നനയ്ക്കാനും വെള്ളമില്ലാതെ അലയുന്ന ആദിവാസി സ്ത്രീകൾ ഇതെല്ലാം അട്ടപ്പാടിയുടെ മുഖമുദ്രകളായി. മദ്യത്തിനും മയക്കുമരുന്നിനും കീഴ്പ്പെട്ടുപോയ യുവത്വം, ലൈംഗികചൂഷണത്തിന് വിധേയരാക്കപ്പെടുന്ന സ്ത്രീകൾ, ക്രിമിനൽ വാസനകൾ, പട്ടിണി മരണങ്ങൾ, സിക്കിൾസെൽ അനീമിയ, പോഷകാഹാരക്കുറവുമൂലമുള്ള വിളർച്ചാ രോഗങ്ങൾ, ശിശുമരണങ്ങൾ, ആത്മഹത്യകൾ, പേരറിയാത്ത മറ്റുരോഗങ്ങൾ എല്ലാം ചേർന്ന് അട്ടപ്പാടിയിലെ ആദിവാസികൾ ഉന്മൂലനം ചെയ്യപ്പെടുന്ന അവസ്ഥ സംജാതമായി.

ഈ സാഹചര്യത്തിലാണ് 1996 ൽ അഹാഡ്സ് (അട്ടപ്പാടി ഹിൽസ് ഏരിയാ ഡെവലപ്മെന്റ് സൊസൈറ്റി) നിലവിൽവന്നത്. അട്ടപ്പാടിയുടെ നശിച്ചുപോയ പരിസ്ഥിതി പുനഃസ്ഥാപിക്കുകവഴി പ്രദേശവാസികളായ ആദിവാസികളുടെ ജീവനോപാധികൾ മെച്ചപ്പെടുത്തുകയെന്നതായിരുന്നു ഈ പ്രോജക്ടിന്റെ ലക്ഷ്യം. പദ്ധതിക്ക് 219 കോടി രൂപയുടെ ജപ്പാൻ സഹായമുണ്ടായിരുന്നു. പദ്ധതി പ്രവർത്തനങ്ങൾ ആരംഭിക്കാൻ നാലു വർഷമെടുത്തു. വൃക്ഷങ്ങൾ വച്ചുപിടിപ്പിക്കുക, മണ്ണ്–ജല സംരക്ഷണപ്രവർത്തനങ്ങൾ നടപ്പാക്കുക, വീടുകളും റോഡുകളും നിർമിക്കുക തുടങ്ങിയ പ്രവർത്തനങ്ങൾ ആദിവാസികളുടെ സജീവ പങ്കാളിത്തത്തോടെ നടപ്പാക്കി. അട്ടപ്പാടിയുടെ പരിസ്ഥിതിയിൽ പ്രകടമായ മാറ്റങ്ങൾ കണ്ടു തുടങ്ങി. അതോടൊപ്പം ആദിവാസികളെ പ്രത്യേകിച്ച് സ്ത്രീകളെ ശാക്തീകരിക്കുന്നതിലും അവർക്ക് തൊഴിൽ നൽകുന്നതിലും ആത്മാഭിമാനവും ആത്മവിശ്വാസവുമുള്ള ഒരു ജനതയായി അവരെ മാറ്റുന്നതിനും അഹാഡ്സിന്റെ പ്രവർത്തനങ്ങൾക്ക് സാധിച്ചു. എന്നാൽ നിക്ഷിപ്ത താൽപ്പര്യങ്ങളും കിടമത്സരങ്ങളും അഴിമതിയും കെടുകാര്യസ്ഥതയും ഇവിടെയും നുഴഞ്ഞുകയറുകയും അഹാഡ്സ് ആദിവാസികളിൽ നിന്നകലാൻ തുടങ്ങുകയും ചെയ്തു. ഇതിനിടെ വിദേശ സഹായം അവസാനിച്ചതിനെത്തുടർന്ന് അഹാഡ്സിന്റെ പ്രവർത്തനം നിർത്തലാക്കാൻ സർക്കാർ തീരുമാനിച്ചു. ഈ തീരുമാനത്തിന്റെ പിന്നിൽ കരാർ രാഷ്ട്രീയ മാഫിയയുടെ സമ്മർദമുണ്ടെന്ന് ആക്ഷേപം പരക്കെയുണ്ട്.

അഹാഡ്സിന്റെ പ്രവർത്തനം നിലച്ചതോടെ ആദിവാസിജീവിതം കൂടുതൽ ദുസ്സഹമായി. തൊഴിലില്ലായ്മയും പട്ടിണിയും രോഗപീഡകളും അവരെ ഗ്രസിച്ചു. ശിശുമരണങ്ങൾ നിത്യസംഭവങ്ങളായി. പ്രശ്നപരിഹാരത്തിന് സമഗ്രവും ശാസ്ത്രീയവുമായ ഇടപെടലുകളൊന്നും ഇതുവരെ ഉണ്ടായിട്ടില്ല.

ഭൗതിക പശ്ചാത്തലം

പാലക്കാടുജില്ലയിൽ തമിഴ്നാടിനോട് ചേർന്നുകിടക്കുന്നതും സമുദ്രനിരപ്പിൽനിന്നും 750 മുതൽ 1000 മീറ്റർ വരെ ഉയരത്തിൽ സ്ഥിതിചെയ്യുന്നതുമായ പീഠഭൂമിയാണ് അട്ടപ്പാടി. കാവേരിയുടെ പോഷകനദികളായ ഭവാനിപ്പുഴയും ശിരുവാണിപ്പുഴയും അട്ടപ്പാടിയിലൂടെ ഒഴുകുന്നുണ്ട്.

അട്ടപ്പാടി ബ്ലോക്ക് 745 ചതുരശ്ര കിലോമീറ്റർ വിസ്തൃതിയുള്ള ഭൂപ്രദേശമാണ്. അഗളി, പുതൂർ, ഷോളയൂർ എന്നീ മൂന്നുഗ്രാമപഞ്ചായത്തുകളാണ് ഇവിടെയുള്ളത്. അട്ടപ്പാടിയുടെ ഭൂഘടന താഴെപ്പറയുന്ന വിധത്തിലാണ്:

വനഭൂമി	–	44407 ഹെക്ടർ (59.53%)
കൃഷിഭൂമി	–	13003 ഹെക്ടർ (17.44%)
തരിശുഭൂമി	–	15731 ഹെക്ടർ (21.09%)
മറ്റുതരത്തിലുള്ള ഭൂമി	–	1449 ഹെക്ടർ (1.94%)
ആകെ	–	**74590 ഹെക്ടർ**

കുറുമ്പൻ, മുഡുഗർ, ഇരുളർ എന്നീ പട്ടികവർഗ വിഭാഗങ്ങളാണ് അട്ടപ്പാടിയിൽ അധിവസിക്കുന്നത്. അട്ടപ്പാടിയിലെ ആദ്യ അധിനിവേശക്കാരായ കുറുമ്പൻ വനത്തിനുള്ളിലെ ഊരുകളിലാണ് വസിക്കുന്നത്. ഇവരെ പ്രത്യേക ദുർബല ഗോത്രവർഗ വിഭാഗമായി കണക്കാക്കിയിട്ടുണ്ട്.

പട്ടികവർഗ സമുദായങ്ങളുടെ അടിസ്ഥാന വിവരശേഖരണം – 2008

തദ്ദേശ ഭരണസ്ഥാപനങ്ങൾ പതിനൊന്നാം പഞ്ചവത്സരപദ്ധതി തയാറാക്കുന്നതിന് പുറപ്പെടുവിച്ച മാർഗരേഖയിൽ ഒൻപത്, പത്ത് പഞ്ചവത്സര പദ്ധതിക്കാലത്തെ പട്ടികവർഗ ഉപപദ്ധതി പ്രവർത്തനങ്ങൾ വിലയിരുത്തുകയും വർധിച്ചതോതിൽ ഫണ്ട് ലഭിക്കുകയും പട്ടികവർഗ ഉപപദ്ധതി തയാറാക്കി നടപ്പാക്കുവാനുള്ള അവസരം കൈവരികയും ചെയ്തിട്ടും പട്ടികവർഗ സമൂഹത്തിന്റെ അടിസ്ഥാനപ്രശ്നങ്ങൾ പരിഹരിക്കുന്നതിനോ ജീവിത സാഹചര്യങ്ങൾ മെച്ചപ്പെടുത്തുന്നതിനോ തദ്ദേശഭരണ സ്ഥാപനങ്ങൾക്ക് ഏറെയൊന്നും കഴിഞ്ഞിട്ടില്ലെന്ന നിഗമനത്തിൽ എത്തിച്ചേരുകയുമുണ്ടായി.

പട്ടികവർഗ സമുദായങ്ങളുടെ ആവാസ കേന്ദ്രങ്ങളെയും കുടുംബങ്ങളെയും സംബന്ധിച്ച യഥാർഥ അവസ്ഥ വെളിപ്പെടുത്തുന്ന സൂക്ഷ്മതല സ്ഥിതിവിവരക്കണക്കുകളുടെ അഭാവമാണ് ഈ അവസ്ഥയ്ക്ക് കാരണമായി കണ്ടെത്തിയത്. അതുകൊണ്ട് പട്ടികവർഗ കുടുംബങ്ങളുടെയും ഊരുകൂട്ടങ്ങളുടെയും സമഗ്രസർവെ നടത്തി ശേഖരിക്കുന്ന സ്ഥിതിവിവരക്കണക്കുകൾ അപഗ്രഥിച്ചുവേണം പട്ടികവർഗ ഉപപദ്ധതി തയാറാക്കേണ്ടത് എന്ന് നിഷ്കർഷിച്ചു. പട്ടികവർഗക്കാരുടെ പങ്കാളിത്തത്തോടെ ശേഖരിക്കുന്നതും അവർക്ക് അന്യമല്ലാത്തതും വിശ്വാസയോഗ്യമായതുമായ സ്ഥിതിവിവരക്കണക്കുകളാണ് രൂപപ്പെടുത്തേണ്ടതെന്നും അനുശാസിച്ചു. ഇതിന്റെ അടിസ്ഥാനത്തിൽ സംസ്ഥാനത്തെ പട്ടികവർഗ സാന്നിധ്യമുള്ള ഗ്രാമപഞ്ചായത്തുകളും നഗരസഭാസ്ഥാപനങ്ങളും കേന്ദ്രീകരിച്ച് പട്ടികവർഗ ഊരുകളുടെയും കുടുംബങ്ങളുടെയും സമഗ്രസർവെ തദ്ദേശസ്വയംഭരണ വകുപ്പും പട്ടികവർഗ വികസന വകുപ്പും സംയുക്തമായി നടത്തുകയുണ്ടായി. 2010 ൽ പൂർത്തീകരിച്ച സർവെ വിവരങ്ങൾ ക്രോഡീകരിച്ച് തദ്ദേശഭരണസ്ഥാപനതലത്തിലും പട്ടികകളും റിപ്പോർട്ടുകളും തയാറാക്കി ബന്ധപ്പെട്ടവർക്കെല്ലാം നൽകിയിട്ടുണ്ട്. സർവെയിലെ കണ്ടെത്തലുകൾ കേരളത്തിലെ പട്ടികവർഗക്കാരുടെ പിന്നോക്കാവസ്ഥയുടെ നേർക്കാഴ്ചയാണ്.

അട്ടപ്പാടിയിലെ പട്ടികവർഗക്കാരുടെ ജീവിതാവസ്ഥ സംബന്ധിച്ച സർവെയിലെ സുപ്രധാന കണ്ടെത്തലുകൾ താഴെ വിവരിക്കുന്നു. അഞ്ചോ അതിലധികമോ പട്ടികവർഗ വീടുകൾ അടുത്തടുത്ത് സ്ഥിതി ചെയ്യുന്ന പ്രദേശത്തെ ഊരായി കണക്കാക്കിയാണ് സർവെ വിവരങ്ങൾ ശേഖരിച്ചത്. അപ്രകാരം അട്ടപ്പാടിയിൽ 192 ഊരുകളുടെ ഗ്രാമപ്പഞ്ചായത്തുതല വിന്യാസം താഴെപ്പറയുന്ന വിധത്തിലാണ്.

അഗളി–73, പുതൂർ–67, ഷോളയൂർ–52 ആകെ–192

പാലക്കാട്ടുജില്ലയിലെ പട്ടികവർഗ ജനസംഖ്യയിൽ 65 ശതമാനം അട്ടപ്പാടിയിലാണ്. വിശദവിവരങ്ങൾ താഴെ പട്ടികയിൽ നൽകിയിട്ടുണ്ട്:

അട്ടപ്പാടിയിലെ പട്ടികവർഗ ജനസംഖ്യ

ഗ്രാമപഞ്ചായത്ത്	കുടുംബങ്ങൾ	പുരുഷൻ	സ്ത്രീ	ആകെ	ശതമാനം
അഗളി	3348	5751	599	11744	38.31
പുതൂർ	2647	4797	4887	9684	31.59
ഷോളയൂർ	594	4631	4599	9230	30.10
ആകെ	**8589**	**15179**	**15479**	**30658**	**100**

ജനസംഖ്യ വിവരങ്ങൾ താഴെപ്പറയുന്ന പ്രകാരമാണ്.

1. ഇരുളർ –25253, 2. കുറുമ്പൻ–2251, 3. മുഡുഗർ–2947, 4. കുറുമൻ–05, 5. മലയരയർ–04, 6. പട്ടികജാതിക്കാർ–11, 7. മറ്റുള്ളവർ–187, ആകെ–30658.

കുറിപ്പ്: പട്ടികവർഗ കുടുംബങ്ങളിൽ വിവാഹബന്ധത്തിലൂടെ അംഗങ്ങളായവരാണ് പട്ടികജാതിക്കാരും മറ്റുള്ളവരും.

പ്രായാടിസ്ഥാനത്തിലുള്ള ജനസംഖ്യാവിവരങ്ങൾ

പ്രായം	ജനസംഖ്യ	ശതമാനം
00–04	1947	6.35
04–05	1239	4.04
06–14	5617	18.32
15–17	1383	4351
18–21	2336	7.62
22–29	5961	19.44
30–44	6411	2091
45–59	3414	11.14
60 വയസിനു മുകളിൽ	2350	7.67
ആകെ	**30658**	**100.00**

അട്ടപ്പാടിയിൽ പ്രത്യേക പരിഗണന അർഹിക്കുന്ന 2182 സ്ത്രീകൾ ഉണ്ട്. വിധവകളുടെ എണ്ണം 1701 ആണ്. ഇവരിൽ 5 പേർ 18–21 പ്രായ വിഭാഗത്തിൽപ്പെട്ടവരാണ്. വിവാഹിതരായ 61 അമ്മമാരെ കണ്ടെത്തിയിട്ടുണ്ട്. വിവാഹബന്ധം നിലവിലില്ലാത്ത 420 സ്ത്രീകളുണ്ട്. അട്ടപ്പാടിയിലെ 192 ഊരുകളിൽ 16 എണ്ണത്തിൽ എത്തിച്ചേരാൻ നടപ്പാതപോലുമില്ല. 13 ഊരുകളിലേക്ക് കലുങ്കോ നടപ്പാലമോ ഇല്ലാത്തതിനാൽ സഞ്ചാരയോഗ്യമായ വഴിയില്ല. 33 ഊരുകളിലെത്തിച്ചേരാൻ നടപ്പാതയോ ഫുട്സ്റ്റെപ്പോമാത്രമാണുള്ളത്. 51 ഊരുകളിൽ അംഗൻവാടികളില്ല. 45 ഊരുകളിലെ കുട്ടികൾക്ക് സ്കൂൾ ഒരു കി മീറ്ററിൽ കൂടുതൽ അകലെയാണ്. 70 ഊരുകൾക്ക് ലോവർ പ്രൈമറി സ്കൂളും 102 ഊരുകൾക്ക് അപ്പർ പ്രൈമറി സ്കൂളും 121 ഊരുകൾക്ക് ഹൈസ്കൂളും 151 ഊരുകൾക്ക് ഹയർസെക്കൻഡറി സ്കൂളും 500 കി മീറ്ററലധികം അകലെയാണെന്നാണ് സർവെ വെളിപ്പെടുത്തുന്നത്. ഉന്നത വിദ്യാഭ്യാസസ്ഥാപനങ്ങളെല്ലാംതന്നെ ഭൂരിഭാഗം ഊരുകളിൽനിന്നും 25–100 കി മീറ്റർ അകലത്തിലാണ്.

113 ഊരുകൾക്ക് പ്രൈമറി ഹെൽത്ത് സെന്ററിൽനിന്നും 5–25 കി മീ അകലെയാണ് സ്ഥിതി ചെയ്യുന്നത്. റേഷൻകട 43 ഊരുകളിൽനിന്നും 5 കി മീറ്ററിൽ കൂടുതൽ അകലെയാണ്. അതുപോലെതന്നെ പൊതുസ്ഥാപനങ്ങളും സേവനകേന്ദ്രങ്ങളും അട്ടപ്പാടിയിലെ ഒട്ടേറെ ഊരുകൾക്ക് അപ്രാപ്യമാണ്. അട്ടപ്പാടിയിലെ പട്ടികവർഗക്കാരുടെ സാക്ഷരതാനിലവാരം 60.83 ശതമാനമാണ്. നിരക്ഷരരുടെ എണ്ണം 10761 ആണ്. സാക്ഷരരായിട്ടുള്ളവരിൽ 1162 പേർ നവസാക്ഷരരും, 7010 പേർ പ്രൈമറി

തലംവരെ മാത്രം പഠിച്ചിട്ടുള്ളവരുമാണ്. എസ് എസ് എൽ സി പാസായ 1875 പേരും ഹയർസെക്കൻഡറി വിദ്യാഭ്യാസമുള്ള 1361 പേരും ബിരുദ ധാരികളായ 214 പേരും അട്ടപ്പാടിയിലുണ്ട്. ആകെ വിദ്യാർഥികളുടെ എണ്ണം 7374 ആണ്. അവരിലേറെയും സ്കൂൾതലത്തിലുള്ളവരാണ്. ബിരുദകോഴ്സിന് പഠിക്കുന്ന 122 പേരും, ബുരുദാനന്തരബിരുദ കോഴ്സുകൾക്ക് പഠിക്കുന്ന 8 പേരും എഞ്ചിനീയറിങ് വിദ്യാർഥികൾ 6 പേരും മെഡിക്കൽബിരുദ വിദ്യാർഥികൾ 5 പേരും മാത്രമാണുള്ളത്. വിദ്യാർഥികളിൽ ഏറെപ്പേരും (57.40%) വീട്ടിൽനിന്നു പോയിവന്ന് പഠിക്കുന്നവരാണ്.

അട്ടപ്പാടിയിലെ പട്ടികവർഗ വിദ്യാർഥികൾക്കിടയിൽ കൊഴിഞ്ഞുപോക്ക് വ്യാപകമാണെന്നാണ് സർവേ വെളിപ്പെടുത്തുന്നത്. വിവിധ ക്ലാസുകളിൽനിന്ന് 1931 വിദ്യാർഥികൾ കൊഴിഞ്ഞുപോയിട്ടുള്ളതായി റിപ്പോർട്ടു ചെയ്തിട്ടുണ്ട്.

സ്വന്തമായി യാതൊരുവിധ വരുമാനവുമില്ലാത്ത 302 പട്ടികവർഗ കുടുംബങ്ങളെ അട്ടപ്പാടിയിൽ കണ്ടെത്തിയിട്ടുണ്ട്. തൊഴിലെടുക്കാൻ പ്രാപ്തിയില്ലാത്ത 1330 പേരും തൊഴിലില്ലാത്തവരായി 2612 പേരും അട്ടപ്പാടിയിലുണ്ട്. തൊഴിലെടുക്കുന്നവരുടെ വിവരങ്ങൾ താഴെപ്പറയുന്ന പ്രകാരമാണ്.

തൊഴിലെടുക്കുന്നവരുടെ വിവരങ്ങൾ

തൊഴിൽഘടന	കുടുംബങ്ങൾ	ശതമാനം
1. വനവിഭവശേഖരണം	344	4.01
2. കൃഷി	1023	11.91
3. പരമ്പരാഗത ഉൽപ്പന്നങ്ങളുടെ നിർമാണം	39	0.45
4. മൃഗപരിപാലനം	395	4.60
5. ചെറുകിട കച്ചവടം	32	0.37
6. പച്ചമരുന്നു ശേഖരണം	38	0.44
7. കർഷകത്തൊഴിലാളി	3352	39.03
8. വനമേഖലയിൽ കൂലിപ്പണി	808	9.41
9. തൊഴിലുറപ്പ് പദ്ധതി	830	9.66
10. കാർഷികേതര തൊഴിലാളി	864	10.06
11. എസ്റ്റേറ്റുതൊഴിലാളി	62	1.07
12. സർക്കാർ-അർദ്ധസർക്കാർ ജോലി	411	4.79
13. സ്വകാര്യമേഖലയിൽ സ്ഥിരംതൊഴിൽ	34	0.04
14. വനമേഖലയിൽ സ്ഥിരംതൊഴിൽ	7	0.08
15. എസ്റ്റേറ്റുമേഖലയിൽ സ്ഥിരംതൊഴിൽ	18	0.21
16. തൊഴിലും വരുമാനവുമില്ല	302	3.52
ആകെ	**8589**	**100**

തൊഴിൽരഹിതരായി 15–29 വയസിനിടയിൽ പ്രായമുള്ള 3467 പേരും 30–44 വയസിനിടയിൽ പ്രായമുള്ള 608 പേരും 45–59 വയസിനിടയിൽ പ്രായമുള്ള 491 പേരും ഉണ്ടെന്ന് കണ്ടെത്തിയിട്ടുണ്ട്. തൊഴിൽരഹിതരിൽ 636 പേർ എസ് എസ് എൽ സി പാസായവരും 882 പേർ ഹയർസെക്കൻഡറി പാസായവരും 111 പേർ ബിരുദധാരികളുമാണ്.

അട്ടപ്പാടിയിലെ 115 ഊരുകളിൽ ആരോഗ്യസേവനത്തിന് പൊതുസംവിധാനങ്ങളൊന്നും നിലവില്ല. 52 ഊരുകളിൽ ആരോഗ്യ പ്രവർത്തകരുടെ സേവനം ലഭിക്കുന്നില്ല. രോഗപ്രതിരോധ കുത്തിവയ്പുകൾ, ശുചീകരണ ബോധവൽക്കരണ പ്രവർത്തനങ്ങൾ തുടങ്ങിയവ ക്രമമായി നടക്കാത്ത 93 ഊരുകളുണ്ട്. 23 ഊരുകളിലെ പട്ടികവർഗക്കാരിൽ സർക്കാർ ആരോഗ്യ സ്ഥാപനങ്ങളിൽനിന്ന് സേവനം ലഭ്യമാകുന്നില്ല. 48 ഊരുകളിലെ വനിതകൾക്ക് ഗർഭ പരിരക്ഷ, പ്രസവ–പ്രസവാനന്തര പരിചരണം തുടങ്ങിയവ ലഭിക്കുന്നില്ല.

അട്ടപ്പാടിയിലെ 71 ഊരുകളിൽ പാരമ്പര്യ ചികിത്സാ രീതികൾ നിലവിലുണ്ട്. 66 ഊരുകളിൽ പാരമ്പര്യ വൈദ്യർ താമസിക്കുന്നുണ്ട്.

ശാരീരിക-മാനസിക വെല്ലുവിളികൾ നേരിടുന്ന 1642 പേരെ 1400 കുടുംബങ്ങളിലായി കണ്ടെത്തിയിട്ടുണ്ട്. അവരിൽ 320 പേർ ശാരീരിക വൈകല്യങ്ങൾ ഉള്ളവരും 357 പേർ മാനസിക വെല്ലുവിളികൾ നേരിടുന്നവരുമാണ്. വിവിധ രോഗങ്ങൾക്ക് സ്ഥിരമായി ചികിത്സയിൽ കഴിയുന്ന 4046 രോഗികൾ ഉള്ളതായി റിപ്പോർട്ട് ചെയ്തിട്ടുണ്ട്. ഇവരിൽ 83 പേർ കാൻസർ ബാധിതരും 14 പേർ കുഷ്ഠരോഗികളും, 103 പേർ ക്ഷയരോഗികളുമാണ്. ഹൃദ്രോഗികൾ 486 പേരും സിക്കിൾസെൽ അനീമിയ ബാധിച്ചവർ 113 പേരും ഉണ്ട്.

ദിവസം ഒരുനേരം മാത്രം ആഹാരം കഴിച്ച് ജീവിക്കുന്ന 274 പട്ടികവർഗ കുടുംബങ്ങൾ അട്ടപ്പാടിയിലുണ്ട്. ഭക്ഷ്യവസ്തുക്കൾ പരമ്പരാഗത രീതിയിൽ ശേഖരിച്ച് വിശപ്പടക്കുന്ന 203 കുടുംബങ്ങളും, മറ്റുള്ളവർ നൽകുന്ന ആഹാരംകൊണ്ട് കഴിഞ്ഞുകൂടുന്ന 148 കുടുംബങ്ങളും ഉണ്ടെന്നു കണ്ടെത്തിയിട്ടുണ്ട്.

അഞ്ചുവർഷങ്ങൾക്കുള്ളിൽ അട്ടപ്പാടിയിൽ പട്ടിണിമൂലം 5 പേരും ചികിത്സ ലഭിക്കാതെ 557 പേരും, അപകടങ്ങളിൽപ്പെട്ട് 63 പേരും ലഹരി പദാർഥങ്ങളുടെ അമിത ഉപയോഗംമൂലം 80 പേരും വന്യമൃഗങ്ങളുടെ ആക്രമണത്തിൽ 10 പേരും മരണമടഞ്ഞിട്ടുള്ളതായി കണ്ടെത്തിയിട്ടുണ്ട്. ആത്മഹത്യ ചെയ്തവരുടെ എണ്ണം 68 ആണ്. സ്വന്തമായി വീടില്ലാത്ത 2035 പാവപ്പെട്ട കുടുംബങ്ങൾ അട്ടപ്പാടിയിലുണ്ട്. സ്വന്തമായുള്ള വീടുകളിൽ 2022 എണ്ണം പൂർണമായും താമസയോഗ്യമല്ലാത്തവയാണ്. 2770 വീടുകൾ ആറ്റകുറ്റപ്പണികൾ നടത്തി താമസയോഗ്യമാക്കാവുന്നവയാണ്.

ഗാർഹിക കക്കൂസില്ലാത്തവരാണ് അട്ടപ്പാടിയിലെ 5576 കുടുംബങ്ങൾ. ഇത് ആകെ കുടുംബങ്ങളുടെ 65 ശതമാനമാണ്. നിലവിലുള്ള കക്കൂസുകളിൽ 1588 എണ്ണം പല കാരണങ്ങൾകൊണ്ട് ഉപയോഗയോഗ്യമല്ല.

കുടിവെള്ളത്തിനായി 136 ഊരുകളിലെ (70.83%) പട്ടികവർഗക്കാർ പ്രകൃതി സ്രോതസുകളെയാണ് ആശ്രയിക്കുന്നത്.

അട്ടപ്പാടിയിലെ 65 ഊരുകൾ വൈദ്യുതീകരിച്ചിട്ടില്ല. വൈദ്യുതീകരിച്ച ഊരുകളിലെ 3405 വീടുകൾക്ക് വൈദ്യുതി കണക്ഷൻ നൽകിയിട്ടില്ല.

കൈവശം 5 സെന്റിൽ താഴെ മാത്രം ഭൂമിയുള്ളവരാണ് 3275 കുടുംബങ്ങൾ.

174 ഊരുകളിൽ മണ്ണു-ജല സംരക്ഷണ പ്രവർത്തനങ്ങളുടെ ആവശ്യകതയുണ്ടെന്നാണ് സർവെയിലെ മറ്റൊരു കണ്ടെത്തൽ.

ഊരുകളിൽ 36 എണ്ണം റിസർവു വനത്തിനുള്ളിലും 91 എണ്ണം വനത്തിനോടു ചേർന്നുമാണ് സ്ഥിതിചെയ്യുന്നത്. 128 ഊരുകളിൽ വന്യമൃഗ ഭീഷണി നിലനിൽക്കുന്നുണ്ട്. അവയിൽ 123 ഊരുകളിൽ സംരക്ഷണ ഉപാധികൾ ഒന്നും സ്ഥാപിച്ചിട്ടില്ല.

അട്ടപ്പാടിയിലെ 2409 കുടുംബങ്ങൾക്ക് റേഷൻ കാർഡില്ലെന്നതാണ് മറ്റൊരു സുപ്രധാന കണ്ടെത്തൽ. 249 കുടുംബങ്ങൾ റേഷൻകാർഡുള്ളവരിൽ 1566 കുടുംബങ്ങളെ എ പി എൽ വിഭാഗത്തിലാണ് ഉൾപ്പെടുത്തിയിരിക്കുന്നത്.

18 വയസിന് മുകളിൽ പ്രായമുള്ളവരിൽ 3008 പേർക്ക് തിരിച്ചറിയൽ കാർഡും, 8254 പേർക്ക് തൊഴിലുറപ്പ് രജിസ്ട്രേഷനും ഇല്ലെന്നും റിപ്പോർട്ട് ചെയ്തിട്ടുണ്ട്.

1701 വിധവകളിൽ 380 പേർക്കുമാത്രമാണ് വിധവാപെൻഷൻ ലഭിക്കുന്നത്. ശാരീരിക-മാനസിക വെല്ലുവിളികൾ നേരിടുന്ന 1642 പേരിൽ വികലാംഗ പെൻഷൻ ലഭിക്കുന്നത് കേവലം 45 പേർക്ക് മാത്രമാണ്.

പട്ടികവർഗക്കാർക്കെതിരെയുള്ള അതിക്രമങ്ങൾക്കിരയായ 275 പേർ അട്ടപ്പാടിയിലുണ്ട്.

കുടുംബശ്രീ പ്രവർത്തനങ്ങൾ 61 ഊരുകളിൽ എത്തിയിട്ടില്ല. സർവെയിലെ മേൽപ്പറഞ്ഞ കണ്ടെത്തലുകൾ അട്ടപ്പാടിയിലെ പട്ടികവർഗക്കാരുടെ അതിദാരുണമായ ജീവിതാവസ്ഥയാണ് വെളിപ്പെടുത്തുന്നത്. ഇവരുടെ നിലനിൽപ്പിനും അതിജീവനത്തിനും വികസനത്തിനും ഉതകുന്ന വിവരാധിഷ്ഠിത കർമ്മ പരിപാടികൾ ആവിഷ്കരിക്കുന്നതിന് സഹായകമായ സൂക്ഷ്മതല സ്ഥിതിവിവരങ്ങൾ ഈ സർവെയിലൂടെ ലഭ്യമായിട്ടുണ്ട്. അതുപയോഗിച്ച് പട്ടികവർഗക്കാരുടെ നാനാമുഖങ്ങളായ ജീവിതപ്രശ്നങ്ങൾ പരിഹരിക്കാനുള്ള ഇച്ഛാശക്തിയും കർമ്മോത്സുകതയും സംസ്ഥാന ഗവൺമെന്റും തദ്ദേശഭരണ സ്ഥാപനങ്ങളും പ്രക

ടിപ്പിക്കേണ്ട കാലം അതിക്രമിച്ചിരിക്കുന്നു. സമൂഹമനസ്സാക്ഷി ഇവരുടെ പരിതാപകരമായ അവസ്ഥയ്ക്കെതിരെ ഉണരേണ്ടതും ഉണ്ട്.

റഫറൻസ്

പട്ടികവർഗ സമുദായങ്ങളുടെ അടിസ്ഥാന വിവരശേഖരണം: 2008: കില: പട്ടികവർഗ വികസനവകുപ്പും തദ്ദേശ സ്വയംഭരണവകുപ്പും സംയുക്തമായി നടത്തിയത്.

ആദിവാസി സ്ത്രീജീവിതം

കെ കാളി

ഞാൻ ഇന്ന് നിങ്ങളുടെ മുമ്പിൽ നിൽക്കുന്നതിൽ വളരെ സന്തോഷവും അഭിമാനവും തോന്നുന്നു. നാളത്തെ വരുന്ന തലമുറകൾ മുതൽ സമൂഹത്തിലേക്കു പോകുന്ന നിങ്ങളുടെ മുമ്പിൽ നിൽക്കുന്നതുകൊണ്ടാണ് ആ സന്തോഷം.

നിങ്ങളുടെ മുമ്പിൽ ഒരു പ്രസംഗം നടത്താനല്ല എനിക്കാഗ്രഹം. കാരണം,

ഇന്നത്തെ വിഷയം എന്നത് "സുസ്ഥിരവികസനവും ആഗോളതല താപനിലയും" ആണ്. ഇതിനെക്കുറിച്ചാണ് ഇന്നിവിടെ സെമിനാർ നടക്കുന്നത്. അതുകൊണ്ടുതന്നെ എന്റെ ജീവിതകഥയായിരിക്കും തലക്കെട്ടിനുചിതം എന്നു തോന്നുന്നു. ഞാൻ വരുന്നത് അട്ടപ്പാടിയിൽനിന്നാണ്.

നിങ്ങൾ കേട്ടിട്ടുള്ള അട്ടപ്പാടി എങ്ങനെയായിരിക്കും എന്ന് ഞാൻ പറയാം.

1. കാടിന്റെ ഉള്ളിൽ താമസിക്കുന്നവർ.
2. ഇപ്പോഴും മരത്തിനു മുകളിലാണ് താമസം.
3. വസ്ത്രങ്ങൾക്കു പകരം ഇലകളും മരത്തൊലികളും. അവർ ജാക്കറ്റ് ധരിക്കാതെ മാർക്കച്ചയാണ് ഉപയോഗിക്കുന്നത്.

ഇവരുടെ വികസനത്തിനായി ഗവൺമെന്റ് ധാരാളം ഫണ്ടുകൾ ചെലവഴിക്കുന്നു. പഠിക്കുന്ന കാര്യത്തിൽ ആദിവാസികൾക്ക് സ്വയം ഒന്നും നോക്കണ്ട. എല്ലാം ഗവൺമെന്റ് നോക്കിക്കോളും എന്നിങ്ങനെ. ഇങ്ങനെയൊക്കെയാണ് നിങ്ങൾ കേട്ടിട്ടുള്ളത്. മാത്രവുമല്ല, വലിയ സ്റ്റേജുകളിലും പൊതുവേദികളിലും മറ്റും സർക്കാരും രാഷ്ട്രീയനേതാക്കളും സംസാരിക്കുന്ന ഒരു വാക്കാണ് "പാവപ്പെട്ട ആദിവാസികൾ." അങ്ങനെയാണ്

അഭിസംബോധന ചെയ്യുന്നത്. ഇന്ന് ടി വി തുറന്നുനോക്കുമ്പോൾ എത്രയോ വസ്ത്രങ്ങളില്ലാത്ത വേഷങ്ങൾ കാണുന്നില്ലേ? അവരെ ആരും പരിഹസിക്കുന്നില്ലല്ലോ. പക്ഷേ, ആദിവാസിയുടെ വസ്ത്രധാരണത്തെക്കുറിച്ച് എങ്ങനെയാണു പ്രതിപാദിക്കുന്നത്.

എന്നാൽ, അങ്ങനെയുള്ള അട്ടപ്പാടിയല്ല ഞാൻ വളർന്നുവന്ന അട്ടപ്പാടി. അട്ടപ്പാടി എന്ന പേരു കേൾക്കുമ്പോൾ പേരിൽത്തന്നെ പ്രത്യേകത അട്ടപ്പാടിക്കുണ്ട്. അട്ടകൾ നിറഞ്ഞ സ്ഥലം. അട്ടകൾ എന്നു കേൾക്കുമ്പോൾ നമുക്കെല്ലാവർക്കും അറപ്പാണല്ലേ? അതിനും ഒരു പ്രത്യേകതയുണ്ട്. സമൃദ്ധിയുള്ള സ്ഥലത്തേ അട്ട താമസിക്കൂ...!

അതുപോലെ സമൃദ്ധമായ അട്ടപ്പാടി, ധാന്യങ്ങൾ നിറഞ്ഞു കിടക്കുമായിരുന്നു. കൃഷിസ്ഥലത്തും വീടുകളിലും അത് മണ്ണിനടിയിലാണു സൂക്ഷിക്കുന്നത്.

നിറഞ്ഞ കാടുകളും പുഴകളും കാട്ടുപൂക്കളും പൂമ്പാറ്റകളും കുറേ പക്ഷികളും. എവിടെ നോക്കിയാലും നിറഞ്ഞ കൃഷി. ഇതൊക്കെ കണ്ടിട്ടുള്ള എനിക്ക് ഞങ്ങൾ എങ്ങനെയാണ് പാവപ്പെട്ടവരാകുന്നത്? ഞങ്ങളുടെ എല്ലാ സമൂഹത്തിനും തനതായ ഭാഷ, വേഷം, ആചാരാനുഷ്ഠാനങ്ങൾ എന്നിവയുണ്ട്. എന്നാൽ, ഇന്നത്തെ ലോകത്ത് ഇത് എത്ര സമൂഹത്തിനുണ്ട് എന്നു ചോദിച്ചാൽ ഇല്ല എന്നേ പറയാനാകൂ. എന്നാൽ, ആദിവാസികളായ ഞങ്ങൾക്ക് തനതായ ആചാരാനുഷ്ഠാനങ്ങൾ ഉണ്ട്.

ഇന്നത്തെ പൊതുസമൂഹത്തെ വച്ചുനോക്കുമ്പോൾ അന്ന് ഞങ്ങൾക്കും വിദ്യാഭ്യാസം ഇല്ല. അതായത്, ഇന്നത്തെപ്പോലെ ഗർഭത്തിലുള്ള കുട്ടികൾക്കുപോലും സ്കൂളിൽ പൈസ അടച്ച് വിദ്യ അഭ്യസിപ്പിക്കുന്നുണ്ടായിരുന്നില്ല. എന്നാൽ, ഞങ്ങൾക്ക് ജീവിത വിദ്യാഭ്യാസം ഉണ്ടായിരുന്നു. എങ്ങനെയാണ് പ്രകൃതിയോടും മണ്ണിനോടും ഇണങ്ങി ജീവിച്ചിരുന്നത് എന്ന് ഇന്നെനിക്ക് മനസിലാക്കാൻ സാധിക്കുന്നു.

ഇന്നത്തെ പൊതുവിദ്യാഭ്യാസത്തിൽ പ്രൊഫഷണൽ അടക്കം കുറെ ഉന്നത വിദ്യാഭ്യാസങ്ങൾ, കുറെ പൈസ, വലിയ കെട്ടിടങ്ങൾ, നമുക്കാവശ്യമായ ഏതുതരം വാഹനം വേണമെങ്കിലും വാങ്ങിക്കാം, എങ്ങനെയുമുള്ള ആധുനിക വിദ്യാഭ്യാസ സംവിധാനവുമുണ്ടാക്കാം. എന്നാൽ, ഭക്ഷണത്തിനുവേണ്ടി മറ്റു ചിലരെ ആശ്രയിച്ചേ പറ്റൂ.

എന്നാൽ, ആദിവാസികളായ ഞങ്ങൾ അങ്ങനെയല്ല. ഞങ്ങൾക്ക് ഉന്നതവിദ്യാഭ്യാസം ഇല്ലായിരിക്കാം. എന്നാൽ, ഭക്ഷണത്തിന് ഞങ്ങൾ ഒരാളെയും ആശ്രയിച്ചിരുന്നില്ല. ആർക്കാണോ അവരവർക്കുവേണ്ട ഭക്ഷണം ഉണ്ടാക്കാൻ കഴിയുന്നത് അവരാണ് യഥാർഥ സമ്പന്നൻ എന്ന് എന്റെ അച്ഛൻ, അമ്മ എന്നിവരുടെ ജീവിതത്തിൽനിന്ന് എനിക്കു മനസിലായി. അതുകൊണ്ടുതന്നെ ഞാൻ ഉറച്ചുവിശ്വസിക്കുന്നു. ആദിവാസികളായ ഞങ്ങൾ തന്നെയാണ് സമ്പന്നർ.

ഞങ്ങളുടെ കൃഷിസ്ഥലത്ത് ഒരേ സ്ഥലത്തുതന്നെ (1 ഏക്കർ മുതൽ

3 ഏക്കർ വരെ) കുറഞ്ഞത് 12 ഇനം കൃഷികളാണിറക്കിയിരുന്നത്. അതായത് പയർ, ചീര, റാഗി, ചാമ, പലതരം അമര, പച്ചമുളക്, പലതരം ഇലകൾ, മത്തങ്ങ മുതലായവ.

ഒരുദിവസം ഞാൻ എന്റെ അച്ഛനോടു ചോദിച്ചു: "ഇത്രയധികം കൃഷികളുടെ ഇടയിലും ഇത്രയധികം ഗൊണ്ടെപ്പൂക്കൾ (ചെണ്ടുമല്ലി), കോഴിച്ചൂട്ട് പൂവ് എന്നിങ്ങനെയുള്ള പൂക്കൾ എന്തിനാണ് അച്ഛാ" എന്ന്. മറ്റു കൃഷികളിൽ ചാഴി എന്ന കീടം ഇരിക്കില്ല. ആ കീടങ്ങളെയൊക്കെ പൂക്കൾ ആകർഷിക്കും. അന്നെന്റെ അച്ഛൻ പറഞ്ഞ ഈ വാക്ക്! ഇന്ന് എന്റെ അച്ഛൻ ഉണ്ടായിരുന്നെങ്കിലെന്ന് ഞാൻ കൊതിച്ചുപോകുന്നു. കീടനാശിനികളുപയോഗിക്കാതെ എങ്ങനെയാണ് പലതരം കൃഷികൾ ചെയ്യുന്നതെന്ന് ഞങ്ങൾ പഠിച്ചിരുന്നു. ഒരുദിവസം എന്റെ കൈയിൽ തേൻ ഒഴിച്ചുതരുന്ന സമയത്ത് അച്ഛൻ പറഞ്ഞു: "ഈ വർഷം മഴ കുറവായിരിക്കും" എന്ന്. ഞാൻ അച്ഛനോടു ചോദിച്ചു: "എനിക്ക് തേൻ തരുന്നതു കൊണ്ടാണോ അച്ഛാ മഴ കുറഞ്ഞുപോകുന്നത്." നല്ലൊരു ചിരിയോടെ അച്ഛൻ പറഞ്ഞു: "ഈ തേനിന് കട്ടി കൂടുതലാണു മോളെ. തേനിന് കട്ടി കുറയുമ്പോൾ ആ വർഷം മഴ കൂടുതലായിരിക്കും." പ്രകൃതിയിലൂടെ കാലവർഷത്തെ പ്രവചിക്കാൻ കഴിഞ്ഞിരുന്ന എന്റെ അച്ഛനെ ആദരപൂർവം ഞാൻ സ്മരിക്കുന്നു.

ഇന്നെനിക്കു മനസിലാകുന്നു, ഇന്നത്തെ ആഗോള താപനിലയ്ക്കും സുസ്ഥിര വികസനത്തിനും ആദിവാസികളുടെ ജീവിതരീതിതന്നെയാണ് അത്യാവശ്യം. പ്രകൃതി ഞങ്ങൾക്കു വേണ്ടതെല്ലാം തന്നു. ഞങ്ങൾ കൂടുതലായൊന്നുംതന്നെ എടുത്തില്ല. കേവലം സമ്പത്തികമൂല്യത്തിനു മാത്രമായിരുന്നില്ല കാട്. പകരം, എല്ലാ ജീവജാലങ്ങളുടെയും എല്ലാ മനുഷ്യരുടെയും, പ്രത്യേകിച്ച് ആദിവാസി സമൂഹങ്ങളുടെയും നിലനിൽപ്പിന് ഒഴിച്ചുകൂടാനാവാത്ത അടിസ്ഥാന ആവാസവ്യവസ്ഥയാണ് കാട്. ഈ കാടിനോട് എങ്ങനെയാണ് ഇണങ്ങി ജീവിക്കുന്നത് എന്നത് ഞങ്ങളുടെ ഊരുകളുടെ പേരുകേട്ടാൽത്തന്നെ മനസിലാകും.

1. പാലൂർ – പാലൊഴുകിവരുന്ന ഊര്.
2. തേക്കുപ്പന – തേക്കുമരങ്ങളിലൂടെ വെള്ളം ഒഴുകിവന്നിരുന്ന ഊര്.
3. ഷോളയൂർ – നിറയെ കാടുള്ള ഊര്.

എന്റെ അറിവിൽത്തന്നെ കുറ്റിച്ചെടികൾ മുതൽ വലിയ മരങ്ങളിലുള്ള പന്ത്രണ്ടിനം പഴങ്ങളാണ് എനിക്കു കഴിക്കാൻ സാധിച്ചിരുന്നത്. പുളിപ്പ്, ഇനിപ്പ്, തുവർപ്പ് രുചിയുള്ള പഴങ്ങൾ. പലതരം പൂമ്പാറ്റകളെ കാണാൻ സാധിച്ചിരുന്നു. പ്രത്യേകതരം തുമ്പി വന്നാൽ (കൊണ്ടാതുമ്പി) റാഗിയുടെയും ചാമയുടെയും കാലമായി എന്ന് ഞങ്ങൾക്കറിയാം. വിത്ത് ഇടുന്നതുമുതൽ വിത്ത് കൊയ്യുന്നതുവരെ ഞങ്ങളുടെ ആഘോഷംതന്നെയായിരിക്കും. ഇതിന് കമ്പളം എന്ന പേരു പറയും. ഇതിനും പ്രതിഫലങ്ങളില്ല. ഞങ്ങളുടേത് സഹകരണ രീതിയായിരിക്കും.

ഞങ്ങൾക്ക് നല്ലൊരു ഭരണസംവിധാനം ഉണ്ടായിരുന്നു. മൂപ്പൻ, കുറുതലവണ്ടാരി, മണ്ണൂക്കാരൻ, ഗുരുവൻ, ജാതിക്കാരൻ മുതലായവർ. ഇതിൽ സ്ത്രീസമത്വം ഉണ്ടായിരുന്നു. മൂപ്പത്തിക്കും മണ്ണൂക്കാരിക്കും ജാതിക്കാരത്തിക്കും തുല്യമായ പങ്കുണ്ടായിരുന്നു. ഈ ഭരണസംവിധാനത്തിൽ ലോകസഭയിലും രാജ്യസഭയിലുമുള്ള കയ്യാങ്കളിയുണ്ടായിരുന്നില്ല. ആദിവാസികളുടെ ഭരണസംവിധാനത്തിൽ വലിയവരെന്നോ ചെറിയവരെന്നോ സ്ത്രീകളെന്നോ കുട്ടികളെന്നോ വേർതിരിവ് ഉണ്ടായിരുന്നില്ല. സത്യസന്ധമായ രീതിയിലാണ് നടപ്പിലാക്കിയിരുന്നത്. എല്ലാവരും പങ്കിട്ടു തിന്നുന്ന സമ്പ്രദായമാണുണ്ടായിരുന്നത്. വേട്ടയാടി കിട്ടിയിരുന്നവയിൽ എല്ലാവർക്കും പങ്കുവച്ചു കൊടുക്കുന്ന രീതിയാണുണ്ടായിരുന്നത്.

അതുപോലെതന്നെ ചിട്ടയായ ഒരു വർഷത്തെ കലണ്ടർ ആദിവാസിക്കുണ്ടായിരുന്നു. ഇന്നത്തെപ്പോലെ എഴുതിവച്ച കലണ്ടറല്ല. അതാണ് ജീവിത കലണ്ടർ. 12 മാസത്തിൽ മാർച്ച് മുതൽ ഏപ്രിൽ വരെ വീട് നന്നാക്കും. മെയ് മുതൽ കൃഷിപ്പണികൾ തുടങ്ങും. ഈ കൃഷിപ്പണി ഫെബ്രുവരി വരെയും ഉണ്ടാകും. ഇതിൽ 3 മാസത്തിൽ എടുക്കുന്ന വിളവു മുതൽ ഒരുവർഷം നീണ്ടുനിൽക്കുന്നതുവരെയുണ്ട്. ഇതിനിടയിൽ 2 മാസം വിശ്രമസമയം. 'ഉത്തമൈ പോകൽ' എന്ന് ഇതിനെ പറയും. ഇതിൽ ഉണ്ടായിട്ടുള്ള വിളവുകളിൽ ഉള്ള ഒരു പങ്ക് പരിസരത്തുള്ളവർക്കും മറ്റും കൊടുക്കും. ഈ സമയത്തേക്ക് ഞങ്ങളുടെ ശിവരാത്രി ആഘോഷമെത്തുകയും ചെയ്യും.

ഇന്നുണ്ടായിട്ടുള്ള കാലാവസ്ഥാ മാറ്റത്തിനും സുസ്ഥിരവികസനത്തിനും ആദിവാസികളുടെ ജീവിതരീതി തിരിച്ചുവരണമെന്ന് ഞാൻ ഉറച്ചുവിശ്വസിക്കുന്നു. കാരണം, പന്ത്രണ്ടിനം കാട്ടുപഴം കഴിച്ച എനിക്ക് എന്റെ മകന് ഒരു കാട്ടുപഴംപോലും നൽകാൻ സാധിച്ചില്ല എന്നുവച്ചാൽ അമ്മമാരും വരുംതലമുറയ്ക്ക് അനുഭവിക്കാൻ ഒന്നും ബാക്കിവയ്ക്കുന്നില്ല എന്നല്ലേ? നമുക്ക് നാളത്തെ തലമുറയ്ക്കു കൊടുക്കാൻ എന്താണുള്ളത്? ആ തലമുറയെ കൊല്ലുന്നതിനു തുല്യമല്ലേ നാം ഇന്നു ചെയ്യുന്നത്.

പൊതുസമൂഹത്തോട് ഞാനൊരു ചോദ്യം ചോദിക്കുകയാണ്. ആദിവാസികൾ ഒരിക്കലും വികസനം വേണമെന്ന് ആവശ്യപ്പെട്ടിട്ടില്ല. ഉണ്ട് എങ്കിൽ തെളിയിക്കുക. കാരണം, ഇന്ന് കോടിക്കണക്കിന് രൂപയാണ് അട്ടപ്പാടിയിൽ ആദിവാസികൾക്കായൊഴുകുന്നത്. ഇതിനൊരു കണക്കു വേണ്ടേ? ഇതിനൊരവസാനം വേണ്ടേ? പൊതുസമൂഹത്തിനു മുമ്പിൽ യഥാർഥ കണക്കുകൾ ബോധിപ്പിക്കാൻ ആവശ്യപ്പെടുക. ആദ്യമായി വികസനം വന്നപ്പോൾ റോഡ് വന്നു, അതിലൂടെ കാട് നഷ്ടമായി. കാട് നഷ്ടമായതോടെ ഞങ്ങളുടെ സമ്പത്തെല്ലാം നഷ്ടമായി. വികസനത്തിന്റെ വഴികൾ ഇങ്ങനെ തുടരുന്നു...! ഇതാണ് അട്ടപ്പാടിയിലെ ആദിവാസി

സ്ത്രീജീവിതം. നിങ്ങൾ കുറെയേറെ പഠനങ്ങൾ വികസനത്തിന്റെ ഭാഗമായി നടത്തിയിട്ടുണ്ടാവാം. ഇല്ലായ്മയുടെ അട്ടപ്പാടിയെ കണ്ടിട്ടുമുണ്ടാകാം. അതിലേക്ക് ഞാൻ കടക്കുന്നില്ല. ഞാനിപ്പോൾ പറഞ്ഞ സമൃദ്ധിയുടെ അട്ടപ്പാടിയെ നിങ്ങൾ എന്താണ് കണ്ടെടുക്കാത്തത്?

(തൃശൂർ വിമലാ കോളേജിൽ 2012 സെപ്തംബർ 21ന് സോഷ്യൽ വർക്ക് വിദ്യാർഥികളുടെ സംഗമത്തിൽ നടത്തിയ പ്രസംഗം: *സംഘടിത* മാസികയുടെ ഒക്ടോബർ, 2012 ലക്കത്തിൽ പ്രസിദ്ധീകരിച്ചത്).

അട്ടപ്പാടി: മരണത്തിന്റെ താഴ്വര

ജയകൃഷ്ണൻ നരിക്കുട്ടി

അട്ടപ്പാടിയിൽനിന്ന് ഒരു വാർത്ത

ഏപ്രിൽ 10 ന് *ദേശാഭിമാനി* പത്രത്തിന്റെ ഒന്നാം പേജിൽ ഒരു വാർത്ത വന്നു. അതിന്റെ തലക്കെട്ട് 'അട്ടപ്പാടി ആദിവാസി ഊരുകളിൽ പട്ടിണിയും ദാരിദ്ര്യവു'മെന്നായിരുന്നു. വാർത്തയ്ക്കൊപ്പം ചേർത്തപട ത്തിൽ ആറരമാസം പ്രായമുള്ള തെക്കേ കടമ്പാറ ഊരിലെ കാളിയമ്മ എന്ന കുഞ്ഞിന്റെ ചിത്രമാണ് കൊടുത്തിരുന്നത്. ആശുപത്രികിടക്കയിൽ കാലും കൈയും മടക്കിപ്പിടിച്ചു തുറിച്ച കണ്ണുമായി നോക്കുന്ന കുട്ടി. ഓറഞ്ച് നിറമുള്ള കുപ്പായത്തിൽ ഒരു കുഞ്ഞുബാല്യത്തിന്റെ പുന്നാ രങ്ങൾ ആലേഖനം ചെയ്തിരുന്നു. അതിൽ പൂക്കളും കുഞ്ഞുങ്ങളുമൊ ക്കെയുണ്ടായിരുന്നു. എന്നാൽ കാളിയമ്മയുടെ നിഷ്കളങ്കമായ മുഖത്ത് ഉണ്ടായിരുന്നത് പോഷകാഹാരക്കുറവിന്റെ ദയനീയതയായിരുന്നു. പി ന്നീട് നാമറിയുന്നത് മരണം പതിയെ നടന്നെത്തുന്നതിന് മുമ്പുള്ള കു ഞ്ഞിന്റെ ഭാവമായിരുന്നു അതെന്നാണ്. രണ്ടാംദിവസം, നൊമ്പരം ബാക്കി യാക്കി ആ കുഞ്ഞ്, കാളിയമ്മ മരിച്ചുവെന്ന വാർത്ത നമ്മെ തേടിയെത്തി.

കാളിയമ്മയുടെ മരണത്തോടെ നാടറിഞ്ഞത് അട്ടപ്പാടിയിൽ മറഞ്ഞി രിക്കുന്ന ദാരിദ്ര്യത്തിന്റെയും പട്ടിണിയുടെയും ദുരിതത്തിന്റെ ഒരറ്റമായി രുന്നു. നാല് കുട്ടികൾ അതിനകം മരിച്ചുകഴിഞ്ഞിരുന്നു. അവയൊക്കെ ചരമകോളത്തിലെ സാധാരണവാർത്തയായി വന്നുപോയി. കാളി യമ്മയുടെ മരണത്തിന് ശേഷമാണ് അട്ടപ്പാടിയിൽ നടക്കുന്നത് ഒറ്റപ്പെട്ട സംഭവമല്ലെന്ന് ലോകം അറിയുന്നത്. പിന്നീട് അട്ടപ്പാടി മരണത്താഴ്വരയാ വുകയാണെന്ന അറിവാണ് പുറത്തുവന്നത്. ജനുവരി മുതൽ മെയ് 30 വരെയുള്ള മാസങ്ങൾക്കിടയിൽ 28 കുഞ്ഞുങ്ങളെ മരണം കവർന്നു. അതിൽ 26 കുട്ടികളും നവജാതശിശുക്കളായിരുന്നു.

വെള്ളവും ഭക്ഷണവുമില്ല

രണ്ട് കുട്ടികൾ മരിച്ച കിഴക്കെ കടമ്പാറയിലേക്കുള്ള യാത്രയ്ക്കിടയിലാണ് നല്ലശിങ്ക ഊര് കണ്ടത്. ഷോളയൂരിൽനിന്ന് തിരിഞ്ഞുപോകുംവഴി തുടക്കത്തിൽ വഴിയരികിലൊക്കെ തെങ്ങിൻതോട്ടവും പച്ചപ്പുമൊക്കെ കാണാം. മലകയറിപ്പോകുമ്പോൾ പതുക്കെ പച്ച മായുകയാണ്. അങ്ങ് ദൂരെയായിരുന്ന വൈദ്യുതി ഉൽപ്പാദിപ്പിക്കുന്ന കാറ്റാടിപ്പാടം ജീപ്പ് മലകയറിയിറങ്ങി മുന്നോട്ടു പോകുമ്പോൾ അടുത്തടുത്തുവരുന്നു. നല്ലശിങ്കയിൽ 23 ഉം കാവുണ്ടിക്കൽ ഊരിൽ എട്ടുമടക്കം അട്ടപ്പാടിയിൽ 31 കാറ്റാടിയാണുള്ളത്. പ്രതിവർഷം 15 ലക്ഷം യൂണിറ്റ് കറണ്ട് കാറ്റിൽനിന്ന് ഉൽപ്പാദിപ്പിക്കുന്നു. ഈ വൈദ്യുതി കെ എസ് ഇ ബിക്ക് യൂണിറ്റ് ഒന്നിന് 3.14 രൂപ വച്ചാണ് നൽകുന്നത്.

ഭൂമിയുടെ പച്ചപ്പും അവിടവിടെയായി ചുരുങ്ങി. ചെമ്മൺകുന്നുകൾക്കിടയിൽ ഒറ്റയാന്മാരെപ്പോലെ കറുത്ത പാറക്കൂട്ടങ്ങൾ. റോഡിനപ്പുറം അടുത്തമലയിലേക്ക് കൈനീട്ടി ജീപ്പ് ഡ്രൈവർ ഓമനക്കുട്ടൻ യഥാർഥ ആനകളെ കാണിച്ചു. ചെമ്മണ്ണിൽ കുളിച്ചുനിൽക്കുന്ന ആനക്കൂട്ടം. തൊട്ടടുത്ത് അവശേഷിക്കുന്ന നീർച്ചോലയിൽ നീരാടാനും വെള്ളം കുടിക്കാനും വരുന്നതോ കുടിച്ചുകഴിഞ്ഞു മടങ്ങിപ്പോകുന്നതോ ആകാം. കത്തുന്നവെയിൽ ഭൂമിയെ പൊരിക്കുന്നു.

പഴയ നല്ലശിങ്കയിലെത്തിയപ്പോൾ *ദേശാഭിമാനി* അട്ടപ്പാടി ലേഖകൻ പത്മദാസ് കാറ്റിൽനിന്ന് വൈദ്യുതി ഉൽപ്പാദിപ്പിക്കുന്നതിനെതിരെ യു ഡി എഫ് നേതൃത്വത്തിൽ നടത്തിയ പ്രക്ഷോഭത്തിന്റെ കഥപറഞ്ഞു. ഈ ഊരിലെ പൊന്നി എന്ന സ്ത്രീയെ ഇന്നത്തെ ആഭ്യന്തരമന്ത്രി തിരുവഞ്ചൂർ രാധാകൃഷ്ണനടക്കമുള്ളവർ ഡൽഹിയിൽ കൊണ്ടുപോയി സോണിയഗാന്ധിയുമായി കാണാനുള്ള അവസരമുണ്ടാക്കി. മടങ്ങിവന്ന പൊന്നി താമസിയാതെ ആത്മഹത്യ ചെയ്തു. ഡൽഹിയിൽ പോയി നേതാക്കളെ കണ്ടു മടങ്ങിയ പൊന്നി ആവേശംകൊള്ളുന്നതിനുപകരം എന്തിന് ആത്മഹത്യ ചെയ്തു എന്ന ചോദ്യം അവശേഷിക്കുന്നു. തിരുവഞ്ചൂർ രാധാകൃഷ്ണനടക്കമുള്ളവർക്ക് അതിനെക്കുറിച്ച് ഇപ്പോൾ ഒന്നും പറയാനില്ല.

നല്ലശിങ്ക ഊരിനടുത്തുള്ള വഴിയിൽ ഓവുചാലിന് സമീപം ഏതാനും ആദിവാസി സ്ത്രീകൾ കൂടിനിൽക്കുന്നത് കണ്ടാണ് ജീപ്പ് നിർത്തിയത്. ഓവുചാലിനടുത്തുകൂടി പോകുന്ന പൈപ്പിൽനിന്ന് ഒലിച്ചിറങ്ങുന്ന വെള്ളം ശേഖരിക്കുകയായിരുന്നു അവർ. ചെറിയ പാത്രത്തിലേക്ക് ഇറ്റുവീഴുന്ന വെള്ളം വലിയ പാത്രത്തിലേക്ക് മാറ്റി തലച്ചുമടായി കൊണ്ടുപോകുന്നു. കൊടുംചൂട് തടയാൻ അവർ സാരിയുടെ അറ്റം തലയിൽക്കൂടി മൂടിയിരുന്നു. റോഡിൽനിന്ന് ഉയരത്തിലായി മണ്ണിൽ കുളിച്ചുനിൽക്കുന്ന കുടിലുകളിൽ ആളനക്കമൊന്നുമുണ്ടായിരുന്നില്ല. ഒരു വൃദ്ധൻ അപരിചിതരെ കണ്ടപ്പോൾ പുറത്തിറങ്ങി. മരുതൻ എന്നാണ് പേര്. ആരാ

ണെന്ന് ചോദിച്ചറിഞ്ഞു. പിന്നെ പരാതി നിരത്തി. കുടിക്കാൻ വെള്ളം കിട്ടുന്നില്ല. വരടിമലയിൽനിന്ന് ഫാമിലേക്ക് പോകുന്ന പൈപ്പ് ചോർന്നു കിട്ടുന്ന വെള്ളമാണ് ഏക ആശ്രയം. കുളിക്കണമെങ്കിൽ നാല് കിലോ മീറ്റർ അകലെ നീർച്ചോലയിൽ പോകണം. പണിയൊന്നുമില്ല. പണി കിട്ടണമെങ്കിൽ മലയിലേക്ക് ചൂണ്ടി, ഇഷ്ടികക്കളത്തിൽ പോകണം- മരുതൻ പറഞ്ഞു. ഇടിഞ്ഞു പൊളിയാറായ കൂരയ്ക്കുള്ളിൽനിന്ന് ഉറുമ്പുകളെന്നപോലെ പട്ടിണിക്കോലങ്ങൾ പതുക്കെ പുറത്തുവന്നു. അതിൽ സ്ത്രീകളും കുട്ടികളും പുരുഷന്മാരും വൃദ്ധകളുമൊക്കെയുണ്ടായിരുന്നു.

കുടിലിൽ താമസിക്കുന്ന പണക്കാർ

മാർച്ച്, ഏപ്രിൽ മാസങ്ങളിൽ രണ്ട് കുഞ്ഞുങ്ങൾ മരിച്ച ഊരാണ് തെക്കേ കടമ്പാറയും വടക്കേ കടമ്പാറയും. വാഹനങ്ങൾ കഷ്ടിച്ചു കടന്നുപോകുന്ന വഴി. ഊരിലെത്തുന്നതിന് മുമ്പുതന്നെ കുടിക്കാനുള്ള വെള്ളം തലച്ചുമടായി കൊണ്ടുപോകുന്ന ആദിവാസി സ്ത്രീകളെ കാണാം. കുത്തനെയുള്ള കയറ്റത്തിൽ പ്രായമായ സ്ത്രീകൾ വെള്ളവുമായി കൊടുംവെയിലിൽ നടന്നുപോകുന്നത് കരളലിയിക്കുന്ന ദൃശ്യമാണ്. അവരുടെ മുഖത്തുനിന്ന് ദാരിദ്ര്യം വായിച്ചെടുക്കാം. പട്ടിണിയുമായി പൊരുത്തപ്പെട്ടവർ. സ്ത്രീ-പുരുഷഭേദമെന്യേ പുകയില ചവയ്ക്കുന്നതിനാൽ എല്ലാവരുടെയും വായക്ക് ചോര നിറം. തെക്കേ കടമ്പാറയിലെ ഊരുകളിൽ 300 കുടുംബങ്ങളിലായി 415 പേർ താമസിക്കുന്നു. എല്ലാവരും കൂലിപ്പണിക്കാർ. തൊഴിലുറപ്പ് പദ്ധതി നിലച്ചതോടെ ആർക്കും പണിയില്ല. കൂലിപ്പണി കിട്ടണമെങ്കിൽ കിലോമീറ്ററുകൾ അപ്പുറമുള്ള ഫാമിലോ ഇഷ്ടികച്ചൂളയിലോ പോകണം- ഊരുമൂപ്പൻ നഞ്ചന്റെ തമിഴ്കലർന്ന സംസാരത്തിന്റെ രത്നച്ചുരുക്കം ഇങ്ങനെയായിരുന്നു. അവിടെ കണ്ട മറ്റൊരു വിശേഷം ഭൂരിപക്ഷംപേരും എ പി എൽ റേഷൻ കാർഡുള്ളവരാണെന്നതാണ്. ദാരിദ്ര്യരേഖയ്ക്ക് മുകളിലുള്ളവരുടെ വീട് കണ്ടപ്പോൾ ഞെട്ടി. വർഷങ്ങൾക്കുമുമ്പ് പഞ്ചായത്ത് നിർമിച്ചുകൊടുത്ത കുടിലുകൾ. ഏതു സമയവും തകർന്നുവീഴാൻ പാകത്തിൽ നിൽക്കുന്നു. ഊരിലുള്ള പലർക്കും കയറിക്കിടക്കാൻ ഇടംപോലുമില്ല. വേനൽക്കാലത്ത് പ്രയാസമില്ല. മഴക്കാലത്ത് ചോരാത്തിടം കണ്ടെത്തിവേണം ചുരുണ്ടുകൂടാൻ- ഊരിലെ മാരിമുത്തു പറഞ്ഞു.

വേറെയാർക്കൊക്കെ എ പി എൽ കാർഡ് ഉണ്ടെന്ന് ആരാഞ്ഞപ്പോൾ കുടിലുകളുടെ വാതിൽപ്പടിയിൽ മാറിനിന്ന സ്ത്രീകളൊക്കെ നീല കാർഡുമായി ഓടിവന്നു. അവർ കരുതിയത് റേഷൻകാർഡ് മാറ്റിത്തരാൻ വന്ന ഉദ്യോഗസ്ഥരാണെന്നാണ്. കുളിക്കാൻ വെള്ളമില്ലാത്ത, കയറിക്കിടക്കാൻ ഇടമില്ലാത്ത, ഭക്ഷിക്കാൻ ഒന്നുമില്ലാത്ത പണക്കാർ. നാം കേരളത്തിൽ തന്നെയാണോ നിൽക്കുന്നതെന്ന് സംശയിച്ചുപോയി. കുഞ്ഞ് മരിച്ച വീരയെയും ഭർത്താവ് ശെൽവനെയും അവിടെ കണ്ടു.

ആറരമാസം പ്രായമുള്ള കുഞ്ഞിന്റെ അവസാനശ്വാസം നിലയ്ക്കുന്നതിന് മുമ്പ് യാത്രാസൗകര്യം കുറഞ്ഞ ഊരിൽനിന്ന് കിലോമീറ്ററുകൾ അപ്പുറമുള്ള ഷോളയൂരിലേക്ക് ഓടിയതും അവിടെ ഡോക്ടർമാരും ചികിത്സാസൗകര്യമില്ലാത്തതിനാൽ കോട്ടത്തറ ട്രൈബൽ ആശുപത്രിയിൽ എത്തിച്ചതും അവിടെവച്ച് കുഞ്ഞ് മരണത്തിലേക്ക് വഴുതിവീണതും പറഞ്ഞുതീരുമ്പോൾ വീരയുടെ കണ്ണ് നിറഞ്ഞുകവിഞ്ഞിരുന്നു.

സോമാലിയയിലെ കുട്ടി

വടക്കേ കടമ്പാറ ഊരിലും ഒരു കുഞ്ഞ് മരിച്ചിരുന്നു. ശെൽവൻ –മങ്കമ്മ ദമ്പതികളുടെ മൂന്നുമാസം പ്രായമുള്ള കുഞ്ഞ്. വടക്കേ കടമ്പാറ ഊരിലേക്കുള്ള യാത്ര തെക്കേ കടമ്പാറയെക്കാൾ ദുർഘടം പിടിച്ചതാണ്. ഒറ്റയടിപ്പാതയിലൂടെ കുണ്ടും കുഴിയും നിറഞ്ഞ വഴിയിൽ ആടിയാടിയുള്ള യാത്ര. വരണ്ട് കിടക്കുന്ന ഭൂമിയിലൂടെയുള്ള യാത്ര പൊടിപറക്കുന്നതായിരുന്നു. ചുട്ടുപൊള്ളുന്ന വേനൽകൂടിയായപ്പോൾ ശ്വാസംമുട്ടി. അൽപ്പസമയം മാത്രം ചെലവഴിക്കുന്നവർക്ക് ഇതാണ് അവസ്ഥയെങ്കിൽ സ്ഥിരതാമസക്കാരുടെ സ്ഥിതി എന്തായിരിക്കും. അവർ എല്ലാകാര്യങ്ങളുമായി പൊരുത്തപ്പെട്ടിരുന്നു. വഴിയിൽക്കണ്ട അംഗൻവാടി കെട്ടിടത്തിന് മുന്നിൽ വളർച്ച മുരടിച്ച കുട്ടികൾ കളിക്കുന്നു. ജീപ്പ് കണ്ടപ്പോൾ ആഘോഷപൂർവം വരവേറ്റു. കൂട്ടുകൂടലും ആവേശവും കാണുമ്പോൾ പട്ടിണി കിടക്കുന്ന കുട്ടികളാണ് അവരെന്ന് പറയില്ല. തൊട്ടടുത്ത വരമ്പത്ത് കുറേ ആടുകളും ജീപ്പിനെ നോക്കിനിൽക്കുന്നു. കുട്ടികളുടെയും ആടുകളുടെയും ജിജ്ഞാസ ഒരുപോലെയാണെന്ന് മുഖം കണ്ടാലറിയാം. സാമാന്യം ഭേദപ്പെട്ട അംഗൻവാടി. അവിടെവച്ചാണ് രണ്ടരവയസുകാരൻ ശരവണവേലിനെ കണ്ടത്. തൊട്ടടുത്തായി സഹോദരങ്ങളായ ശക്തിവേൽ (ഒന്ന്), ശബരീഷ് (നാല്). ടിൻപോലുള്ള പാത്രത്തിന്റെ അടിയിൽ അവശേഷിക്കുന്ന ഏതാനും കടലമണികൾ ശബരീഷ് പെറുക്കി തിന്നുന്നുണ്ട്. തൊട്ടടുത്തായി കുട്ടികളുടെ അമ്മ വിജയയും നിൽക്കുന്നു. ഏകദേശം 22 വയസ്സ് മാത്രം തോന്നിക്കുന്ന യുവതി. മക്കളെ അംഗൻവാടിയിൽ ഭക്ഷണം കഴിക്കാൻ കൊണ്ടുവന്നതാണെന്ന് ആ അമ്മ പറഞ്ഞു. എന്താണ് ഭക്ഷണം. അവർ ശബരീഷ് കൊറിക്കുന്ന കടലയിലേക്ക് വിരൽചൂണ്ടി. അപരിചിതരെ കണ്ടപ്പോൾ ശരവണവേൽ നേർത്തുശോഷിച്ച കൈ ഉയർത്തി അമ്മയെ നോക്കി കരയാൻ തുടങ്ങി. പട്ടിണി രാജ്യങ്ങളിൽ മാത്രം കണ്ട വയർവീർത്തു കൈകാലുകൾ ശോഷിച്ച കുഞ്ഞിന്റെ ചിത്രം ഫോട്ടോഗ്രാഫർ പി വി സുജിത്തിന്റെ ക്യാമറ തുരുതുരെ ഒപ്പിയെടുത്തു. തന്റെ വൈരൂപ്യമാണ് ഫോട്ടോ എടുക്കുന്നതെന്ന് തിരിച്ചറിഞ്ഞവണ്ണം ശരവണവേൽ കരഞ്ഞുകൊണ്ടു ശക്തിയായി പ്രതിഷേധിച്ചു. വിജയ കുഞ്ഞിനെ എടുത്ത് മാറോട് ചേർത്തു. ഒരു ചിത്രമെടുക്കാനായി അവനെ ഷർട്ട് അഴിച്ചു താഴെയിരുത്താൻ തങ്ങളുടെ

ആവശ്യപ്രകാരം ആ അമ്മ ശ്രമിച്ചുവെങ്കിലും അത്മാഭിമാനമുള്ള വ്യക്തിയെപ്പോലെ കുഞ്ഞ് പ്രതിഷേധിച്ചു. അപ്പോഴേക്ക് കുട്ടികളുടെ അച്ഛനായ ശെൽവൻ എത്തി. പോഷകാഹാരക്കുറവു മൂലം എന്നും കുഞ്ഞിന് പനിയാണെന്നും കഴിഞ്ഞദിവസം ആശുപത്രിയിൽനിന്ന് കൊണ്ടുവന്നതേയുള്ളൂവെന്നും ശെൽവൻ പറഞ്ഞു. കൂലിപ്പണിക്കാരനായ ശെൽവൻ പണിക്ക് പോയിട്ട് നാളുകളായി. മഞ്ഞച്ച ബനിയനും ലുങ്കിയുമായി ശൂലിച്ച ശരീരമുള്ള ശെൽവൻ പോഷകാഹാരക്കുറവുള്ളവരുടെ വലിയേട്ടനായിരുന്നു.

തൊഴിൽ തേടിയുള്ള യാത്ര

പുതൂർ പഞ്ചായത്തിലെ ചാളയൂരിലേക്കുള്ള വഴികൾ അത്രമാത്രം വരണ്ടതല്ല. റോഡരികിലൊക്കെ നിറയെ ചെടികളുടെയും മരങ്ങളുടെയും സാന്നിധ്യമുണ്ട്. ശിരുവാണിപ്പുഴ മെയ് മാസത്തിലും അരികിലൂടെ ചാലിട്ട് ഒഴുകുന്നുണ്ട്. പുഴയുടെ നനവ് ഭക്ഷിച്ചാണ് ചെടികളും മരങ്ങളും ജീവിക്കുന്നത്. അധികം പഴക്കമില്ലാത്ത പുതൂർ പാലവും മോശമല്ലാത്ത റോഡും. പാലത്തിനപ്പുറത്തുള്ള ഊരുകൾ ഒറ്റപ്പെട്ടുവെന്നാണ് അടുത്ത മാസം ഇവിടെനിന്ന് വരാൻ പോകുന്ന വാർത്ത–ഫോട്ടോഗ്രാഫർ സുജിത്ത് മഴക്കാലത്തെക്കുറിച്ചാണ് സൂചിപ്പിച്ചത്. ശാന്തമായി ഒഴുകുന്ന ശിരുവാണി രൗദ്രയാവുമെന്ന് കണ്ടാൽ തോന്നില്ല.

ചാളയൂരിൽ അഹാഡ്സ് നിർമിച്ച സാമാന്യം ഭേദപ്പെട്ട വീടുകളുണ്ട്. ഏതാനും വൃദ്ധർ വയൽവരമ്പത്ത് കൊക്കുകളെപ്പോലെ തൂങ്ങിയിരിക്കുന്നു. യുവാക്കളെ ആരെയും കണ്ടില്ല. സ്ത്രീകളിൽ പ്രായമായവരും യുവതികളുമൊക്കെയുണ്ട്. ഭക്ഷണത്തെക്കുറിച്ചും തൊഴിലിനെക്കുറിച്ചും ഊരുകളിൽ ചോദിക്കാതിരിക്കുകയാണ് ഭേദം. ആദിവാസി ഊരുകളിലുള്ളവർക്കൊന്നും പണിയില്ല. അഹാഡ്സിന്റെ പ്രവർത്തനത്തിലൂടെ പലവിധ പണികൾ ലഭിച്ചിരുന്നവർക്ക് പിന്നീട് ആശ്രയം തൊഴിലുറപ്പ് പദ്ധതിയായിരുന്നു. ഏതാനും മാസങ്ങളായി തൊഴിലുറപ്പ് പദ്ധതിയിൽ പണി ലഭിക്കുന്നില്ല എന്ന് മാത്രമല്ല പണിയെടുത്ത കൂലിയും ലഭിച്ചില്ലെന്നാണ് ഊരുവാസികൾ പറയുന്നത്. അതിനാൽ യുവാക്കളൊക്കെ എവിടെപ്പോയി എന്നാണ് ആരാഞ്ഞത്. അവർ പണിക്കുപോയി എന്നായിരുന്നു ഒറ്റവാക്കിൽ മറുപടി. കണ്ണൂരിലും മലപ്പുറത്തുമൊക്കെയാണ് പണിയെന്ന് സംസാരം നീണ്ടപ്പോഴാണ് അറിഞ്ഞത്. കരാറുകാർ വണ്ടിയുമായി എത്തി യുവാക്കളെ കൂലിപ്പണിക്ക് കേരളത്തിന്റെ പലഭാഗങ്ങളിലേക്കും കൊണ്ടുപോകുന്നുവെന്ന പുതിയ വിവരമാണ് ലഭിച്ചത്. പണിക്കുപോയി മടങ്ങിവന്ന രങ്കൻ പറഞ്ഞു. നല്ല കൂലികിട്ടും. ഇവിടെ പട്ടിണികിടക്കുന്നതിലും ഭേദം അതല്ലേ. അതിജീവനത്തിനുവേണ്ടിയുള്ള ആദിവാസിയുടെ പുനരധിവാസമായി ഈ യാത്ര മാറുമോ എന്ന് തെളിയിക്കേണ്ടത് കാലമാണ്. അതിനുമുമ്പ് ഈ വംശം അറ്റുപോകുമോ.

ഇത് ഒരു ഊരിന്റെ മാത്രം കാര്യമല്ല. അട്ടപ്പാടിയിലെ മുഴുവൻ ഊരുകളിലുള്ളവരും തൊഴിൽരഹിതരാണ്. മൂലഗംഗൽ, വെച്ചപ്പതി, വെള്ളക്കുളം മേലെമുള്ളി ഊരുകളിലെ കൂരകളിൽ നിറയെ ഒരുതരം പുല്ല് കൂട്ടിവച്ചിട്ടുണ്ട്. കാടുകളിൽപ്പോയി ശേഖരിക്കുന്ന പുല്ല് ഉപയോഗിച്ച് ചൂൽ നിർമിച്ച് വിറ്റാണ് ഒരുനേരത്തെ ഭക്ഷണം. അട്ടപ്പാടിയിൽ പട്ടണിയാണെങ്കിലും അവശ്യസാധനങ്ങൾക്ക് വില ഒട്ടും കുറവില്ല. എന്നാൽ ചുരുങ്ങിയത് 20 രൂപ നൽകി നാം വാങ്ങുന്ന ചൂലിന് ആദിവാസികൾക്ക് ലഭിക്കുന്ന വില ഏഴ് രൂപയാണ്. വന്യമൃഗങ്ങൾ കാണാതെ പാത്തും പതുങ്ങിയുംവേണം പുല്ല് ശേഖരിക്കൽ. മേലെമുള്ളി ഊരിലെത്താൻ മൂന്ന് കിലോമീറ്ററിലധികം റോഡില്ല. അവിടെയുള്ളവരുടെ ഉപജീവനം എങ്ങനെയാണെന്ന് ആരാഞ്ഞപ്പോൾ സ്ത്രീകളും കുട്ടികളും ശിരുവാണി തേയിലത്തോട്ടത്തിൽ പണിക്ക് പോകുമെന്നായിരുന്നു മറുപടി. തോട്ടം എവിടെയാണെന്ന ചോദ്യത്തിന് മലയ്ക്കപ്പുറം കാണിച്ചുതന്നു. അവിടേക്ക് എത്താൻ മൂന്നരമണിക്കൂർ നടക്കണം. കാട്ടാനശല്യമുള്ള കാട്ടിലൂടെയുള്ള ഏഴുമണിക്കൂർ നിത്യയാത്രയുടെ ഭീകരത ഓർക്കാവുന്നതേയുള്ളൂ. ഒരു നേരത്തെ ഭക്ഷണത്തിനുവേണ്ടിയുള്ള സാഹസികയാത്രയാണ് ആദിവാസിക്കിവിടെ ജീവിതം. അതിനൊപ്പം സർക്കാർ നൽകിവരുന്ന ആനുകൂല്യങ്ങളൊക്കെ നിലച്ചാലോ. കഴിഞ്ഞ രണ്ടുവർഷത്തിനിടയിൽ സംഭവിച്ചത് അതാണ്. ആദിവാസികളുടെ ജീവിതം രോഗശയ്യയിലായതും അതിനാൽത്തന്നെ.

കുടിവെള്ളമെന്ന കറവപ്പശു

കുറുക്കത്തിക്കല്ലിൽ എത്തണമെങ്കിൽ പാലയൂരിൽ വണ്ടി നിർത്തി ഏകദേശം ഒരുമണിക്കൂറോളം മലകയറണം. ഊര് എത്താറായപ്പോൾ ഒരു ചാലിൽ ഇരുന്ന് ഒരു കുട്ടി പാത്രത്തിൽ വെള്ളമെടുക്കുന്നു. പാത്രത്തിന് മുകളിൽ വെള്ളം അരിച്ചെടുക്കുന്നതിനായി തുണി കെട്ടിയിട്ടുണ്ട്. ആ വെള്ളം കടന്നാണ് ഊരിലേക്ക് പോകേണ്ടത്. വെള്ളത്തിൽ ചവിട്ടി നീങ്ങിയപ്പോഴാണ് കുടിക്കാനുള്ള വെള്ളമാണെന്ന് പറഞ്ഞത്. രാവിലെയും വൈകിട്ടും ആനകളും മറ്റുജീവികളും വെള്ളത്തിനടുത്തുവരുന്നതിനാൽ ഉച്ചനേരത്താണ് മനുഷ്യരുടെ വെള്ളം ശേഖരിക്കൽ.

അട്ടപ്പാടിയിലെ ഊരുകളിൽ വേനൽക്കാലത്തെ പ്രധാന പ്രശ്നം കുടിവെള്ളമാണ്. കുടിക്കാൻ ഒരു തുള്ളിവെള്ളമില്ലാത്ത ഊരുകളാണ് ഏറെയും. മലയിൽനിന്ന് കിനിഞ്ഞുവരുന്ന വെള്ളം സ്വകാര്യ എസ്റ്റേറ്റുകാർ ശേഖരിച്ചു പൈപ്പുവഴി കൊണ്ടുപോകും. ബാക്കിയുള്ളതാണ് മണ്ണിന്റെ സ്വന്തക്കാർക്കുള്ളത്. മേലെമുള്ളി ഊരിൽ വെള്ളം തേടിയായിരുന്നു യാത്ര. ഊരിൽനിന്ന് താഴോട്ട് കുറേ ദൂരം നടന്നപ്പോൾ ജലസ്രോതസ്സ് കണ്ടു. ഒരിക്കൽ അതൊരു പുഴയുടെ കൈവഴിയായിരുന്നു. മഴവന്നാൽ നിറഞ്ഞൊഴുകുന്ന പുഴ അവിടെ നിന്നാൽ സങ്കൽപ്പിക്കാനാ

വും. കെട്ടിക്കിടക്കുന്ന വെള്ളം ഒരു പാത്രംകൊണ്ട് പാത്രങ്ങൾ കഴുകാനെത്തിയ പെൺകുട്ടി മുക്കിക്കുടിക്കുന്നു. കൂടെവന്ന ചെറുപ്പക്കാരും സങ്കോചമൊന്നുമില്ലാതെ വെള്ളം കുടിച്ചു. ശുദ്ധജലമാണോ എന്ന ആശങ്കയൊന്നും ആർക്കുമില്ല. അവിടെനിന്ന് വീണ്ടും വഴിമാറി നടന്നപ്പോഴാണ് എല്ലാവരും കുടിവെള്ളമെടുക്കുന്ന സ്ഥലം കണ്ടത്. ഒഴിഞ്ഞ സ്ഥലത്ത് പാറക്കെട്ടിനിടയിലൂടെ കുനിഞ്ഞിറങ്ങി അതിനിടയിൽ ഊറിവരുന്ന വെള്ളം ചെറിയ പാത്രം ഉപയോഗിച്ച് കോരിയെടുത്ത് തുണിവച്ച് അരിച്ചു ശേഖരിക്കുന്ന സ്ത്രീകൾ.

അതേസമയം മേലെമുള്ളി ഊരിന്റെ ഓരോ വീട്ടുമുറ്റത്തും നാല് കുടിവെള്ള പൈപ്പുകൾ ദിക്പാലകന്മാരെപ്പോലെ തല ഉയർത്തി നിൽക്കുന്നു. ഒരിക്കലും വെള്ളം വരാത്തതിനാൽ പ്രതിഷേധം പ്രകടിപ്പിക്കാനെന്നവണ്ണം ചില പൈപ്പുകളുടെ തലയിൽ കെട്ട് കൊടുത്തിട്ടുണ്ട്. വിവിധ പദ്ധതികളിൽ സർക്കാരും ഏജൻസികളും സ്ഥാപിച്ച പൈപ്പുകളാണിവ. ഒറ്റനോട്ടത്തിൽ എല്ലാ ഊരുകളിലും പൈപ്പ് സ്ഥാപിച്ചിട്ടുണ്ട്. എന്നാൽ വാലറ്റം ശൂന്യമാണ്. കിണറില്ല, ടാങ്കില്ല. ടാങ്കുണ്ടെങ്കിൽ വീടുകളിലേക്ക് പൈപ്പുമായി ബന്ധിപ്പിച്ചിട്ടില്ല. ചിലയിടങ്ങളിലാവട്ടെ, ആന കുത്തിമറിച്ചിട്ടിരിക്കുന്നു. രണ്ടരലക്ഷം രൂപയുടെ കുടിവെള്ള പദ്ധതി ചാളയൂരിലെ ചന്ദ്രൻ കാണിച്ചുതന്നു. ഒന്നര ഇഞ്ച് പി വി സി പൈപ്പ് 175 മീറ്റർ സ്ഥാപിച്ചിട്ടുണ്ട്. അതോടെ രണ്ടരലക്ഷത്തിന്റെ പണി പൂർത്തിയായി. ഇങ്ങനെയാണ് അട്ടപ്പാടിയിൽ കുടിവെള്ള പദ്ധതി നടപ്പാക്കുന്നത്. അറിവും വിവരവുമുള്ളവർ എന്ന് അഹങ്കരിക്കുന്നവർ ഒന്നുമറിയാത്ത കാടിന്റെ മക്കളെ എങ്ങനെ ചതിക്കുന്നുവെന്ന് അറിയണമങ്കിൽ അട്ടപ്പാടിയിൽ വരണം. 108 ജലനിധി പദ്ധതികൾ അട്ടപ്പാടിയിലുണ്ട്. അതിൽ ഒന്നിൽനിന്നു പോലും കുടിക്കാൻ ഒരിറ്റ് വെള്ളം കിട്ടുന്നില്ല. അട്ടപ്പാടിയിലെ പാവങ്ങൾ ഉദ്യോഗസ്ഥരുടെയും കരാറുകാരുടെയുമൊക്കെ കറവപ്പശുക്കളാവുന്നതും ഇങ്ങനെയാണ്.

ഊരുകളിൽ കരളലിയിക്കുന്ന ദുരിതങ്ങൾ

ശരീരം മുഴുവൻ നീരുവന്ന് എഴുന്നേൽക്കാൻപോലും കഴിയാത്ത മസനൻ. ആരും തിരിഞ്ഞുനോക്കാനില്ലാത്ത മല്ലി. കിടന്ന കിടപ്പിൽ മാസങ്ങളായി കഴിയുന്ന ജടകുടിയാൻ. ആദിവാസി ഊരുകളിൽ പോഷകാഹാരമില്ലാത്ത കുട്ടികളെന്നപോലെ രോഗികളും പ്രായമായവരും നിത്യദുരിതം തിന്നുകയാണ്. ചാളയൂരിലെ കൂരയിലാണ് ശരീരത്തിന്റെ തൊലി മുഴുവൻ പൊളിഞ്ഞ മസനൻ കഴിയുന്നത്. രണ്ട് കുട്ടികളുടെ പിതാവാണ് ഈ 37 കാരൻ. വരുമാനം നിലച്ചതോടെ കുടുംബം പട്ടിണിയിലേക്ക് താഴുന്നു. ബോൺ ടി ബി എന്നായിരുന്നു ഡോക്ടർമാരുടെ നിഗമനം. ഇപ്പോൾ അതാണോ എന്നും ഉറപ്പില്ല. മൂന്നുതവണ രക്തം നൽകി. തൃശൂർ മെഡിക്കൽ കോളേജിൽ കാണിച്ചു. രോഗത്തിന് മാത്രം കുറവി

ല്ല. ചാളയൂരിൽ 15 പേർ ഇതുപോലെ കിടപ്പിലാണെന്ന് ഊരിലെ ഹെൽത്ത് ഇൻസ്പെക്ടർ പറഞ്ഞു. അവർക്ക് സാന്ത്വന ചികിത്സമാത്രമാണ് നൽകുന്നത്. മുമ്പൊക്കെ ഇവരെ ആശുപത്രിയിൽ കൊണ്ടുപോകാനും കൂട്ടിരിക്കാനും എസ് ടി പ്രൊമോട്ടർമാർ എത്തുമായിരുന്നു. കൂട്ടിരിക്കുന്നവർക്ക് 60 രൂപയും ആശുപത്രികളിൽനിന്ന് നൽകിയിരുന്നു. ഇപ്പോൾ ആരുംതിരിഞ്ഞു നോക്കാറില്ല.

തൊട്ടടുത്തുള്ള പലകയൂരിൽ രേശൻ എന്ന യുവാവിന് പൊടുന്നനെ സംസാരശേഷി നഷ്ടമായി. എഴുന്നേറ്റു നടക്കാൻ കഴിയാതായി. രേശന് കാവലായി ഒരാൾ നിൽക്കണമെന്നതിനാൽ മകൾ സ്കൂളിൽ പോകാറില്ല. ഇതേ ഊരിൽ നാലുപേർക്ക് സിക്കിൾസെൽ അനീമിയ ബാധിച്ചിട്ടുണ്ട്. അരിവാൾ രോഗം (സിക്കിൾസെൽ അനീമിയ) ബാധിച്ച നിരവധി പേരാണ് അട്ടപ്പാടിയിലെ ഒരോ ഊരുകളിലുമുള്ളത്. അവരിൽ പലരും മരുന്നുപോലും കഴിക്കുന്നില്ല. അസുഖ ലക്ഷണങ്ങൾ പുറത്തുകാട്ടാത്ത രോഗാണുവാഹകരുടെ എണ്ണവും ഏറെയാണ്. യുവാക്കളും അസുഖബാധിതരിൽ കുറവല്ല. ടി ബി, പുകയിലയുടെ അമിതമായ ഉപയോഗം മൂലമുള്ള രോഗം എന്നിങ്ങനെ നിരവധി രോഗങ്ങൾ പോഷകാഹാരക്കുറവിനുപുറമേ അട്ടപ്പാടിയിലെ ആദിവാസികളിലാകെ പടരുന്നു.

പലകയൂരിൽ 90 വയസ്സ് പിന്നിട്ട മല്ലി കുടിയിൽ രോഗബാധിതയായി ഒറ്റയ്ക്ക് കഴിയുകയാണ്. അടുത്ത വീട്ടുകാരിൽ ആരെങ്കിലും ദയവ് തോന്നി ഭക്ഷണം എത്തിച്ചുകൊടുത്താൽ മാത്രമാണ് കഴിക്കുന്നത്. ഷോളയൂർ ഊരിലെ ശെൽവി(17), അമ്മ സരോജ എന്നിവർ മാനസികാസ്വാസ്ഥ്യത്താൽ ഊരിൽ ചികിത്സയും ഭക്ഷണവുമില്ലാതെ കഴിയുകയാണ്. ഷോളയൂർ ട്രൈബൽ ഹൈസ്കൂളിൽ പ്ലസ്ടു വിദ്യാർഥിയാണ് ശെൽവി. പഠനത്തിൽ മിടുക്കി ആറുമാസംമുമ്പുവരെ ആരോഗ്യവതിയായിരുന്ന ശെൽവിയുടെ കാര്യങ്ങൾ പിന്നീട് കുഴഞ്ഞുമറിഞ്ഞു. ആരോടും സംസാരിക്കാതായി. എല്ലാവരിൽനിന്നും മാറി ഒറ്റയ്ക്കിരിക്കും. ആളുകൾ കൂട്ടമായി സംസാരിച്ചാൽ ചെവി പൊത്തിപ്പിടിക്കും. ശെൽവിയുടെ അമ്മ സരോജ വിധവയാണ്. ഭർത്താവ് ശെൽവരാജ് 15 വർഷംമുമ്പ് മരിച്ചു. പിന്നീടാണ് ഇവരുടെ ജീവിതത്തിലും താളപ്പിഴ ഉണ്ടായത്. മകൾ വളർന്നതോടെ അമ്മയുടെ മനസിൽ ഭയം വളർന്നു. ഇവർ മകളെ മുറിയിൽ അടച്ചിടുമെന്ന് ഊരുകാർ പറയുന്നു. അമ്മയുടെ താളംതെറ്റിയ മാനസികനിലയും അമിത നിയന്ത്രണങ്ങളും ശെൽവിയുടെ മനസിനെയും പിടിച്ചുലച്ചുവെന്നു വേണം കരുതാൻ. ഒരോ ഊരിലും ഇതുപോലെ നിരവധി പേരാണ് മാറാരോഗം ബാധിച്ച് കഴിയുന്നത്. അവർക്ക് ചികിത്സ നൽകാൻ ആരും തയാറല്ല. പ്രായമായവരുടെ കാര്യം ഇതിലും ദയനീയമാണ്. ഊരിന്റെ ഏതെങ്കിലും മൂലയിലാണ് കിടത്തം. ഇത്തിരി മുറുക്കാനോ വായിൽവയ്ക്കുന്ന പുകയിലയോ ആണ് പലപ്പോഴും ഭക്ഷണം. ചിലർ എവിടെനിന്നെങ്കിലും ലഭിക്കുന്ന ചാരായം അകത്താക്കി ചുരുണ്ടു

കൂടും. ഇത്തരക്കാരെ സംരക്ഷിക്കാനും അസുഖത്തിന് ചികിത്സിക്കാനും സർക്കാർ സഹായമുണ്ട്. എന്നാൽ സഹായം തേടിപ്പോയാൽ വിവരം അറിയും. ഓഫീസുകൾ കയറിയിറങ്ങുകയല്ലാതെ ഒരു രൂപയുടെ സഹായം ലഭിക്കില്ല.

അട്ടപ്പാടിയിലെ മദ്യപാനികൾ

അട്ടപ്പാടിയിൽ എത്തിയ കേന്ദ്രമന്ത്രി ജയറാം രമേശിന് അറിയേണ്ടിയിരുന്നത് ആൺ–പെൺഭേദമെന്യേ ആദിവാസികൾ മദ്യപാനികളാണോ എന്നാണ്. അദ്ദേഹം സന്ദർശിച്ച ഊരുകളിലൊക്കെ ആംഗ്യംകാട്ടിയും കള്ള് കുടിക്കുമോ എന്നൊക്കെ പലവിധത്തിൽ ആരാഞ്ഞു. നാല് കുഞ്ഞുങ്ങൾ മരിച്ച പാലയൂരിലും അദ്ദേഹം അതേ ചോദ്യവുമായാണ് ഇറങ്ങിയത്. മരിച്ച കുഞ്ഞിന്റെ മാതാപിതാക്കളായ കുമാറിനോടും ലക്ഷ്മിയോടും ഇതേ ചോദ്യം ആവർത്തിച്ചു. കുമാരൻ മദ്യപിക്കില്ല എന്ന് മറുപടി പറഞ്ഞപ്പോഴും അദ്ദേഹം വിട്ടില്ല. കുടിക്കുമെന്ന് അദ്ദേഹം നിശ്ചയിച്ചുറപ്പിച്ചതുപോലെയായിരുന്നു പെരുമാറ്റം. എന്നാൽ നെല്ലിപ്പതി ഊരിൽ അദ്ദേഹം ഉദ്ദേശിച്ച കാര്യംനടന്നു. സ്വന്തം കുഞ്ഞ് മരിച്ച പൊന്നമ്മ മദ്യത്തിനെതിരെ ആഞ്ഞടിച്ചു. പുരുഷന്മാരൊക്കെ കേരള അതിർത്തികടന്ന് തമിഴ്നാട്ടിലെ ആനക്കട്ടിയിൽപ്പോയി മദ്യപിച്ചുവരികയാണ്. അവിടെയുള്ള മദ്യഷാപ്പ് പൂട്ടിക്കണമെന്നായിരുന്നു അവരുടെ ആവശ്യം.

കേന്ദ്രമന്ത്രി അതിനെ കൂട്ടുപിടിച്ചു. പുരുഷന്മാരുടെ മദ്യപാനത്തിനെതിരെ കുടുംബശ്രീയിലൂടെ പോരാടാൻ 50 കോടി രൂപ അട്ടപ്പാടിയിൽ പ്രഖ്യാപിച്ചു. കേരളത്തിലെ സ്ത്രീശാക്തീകരണത്തിന് ശക്തിപകരുന്ന കുടുംബശ്രീയെ ഞെരുക്കി കൊല്ലാൻ നേതൃത്വം നൽകുന്ന മുഖ്യമന്ത്രിയും കുടുംബശ്രീയുടെ മരണം കണ്ടുനിൽക്കുന്ന വകുപ്പ് മന്ത്രി എം കെ മുനീറും കേന്ദ്രമന്ത്രിയുടെ കുടുംബശ്രീ പ്രണയത്തോട് മൗനംപാലിച്ചാണ് പ്രതികരിച്ചത്.

അതെന്തുമാവട്ടെ, കേന്ദ്രമന്ത്രി ധരിച്ചുവച്ചതുപോലെ അട്ടപ്പാടിയിലെ എല്ലാ പ്രശ്നങ്ങൾക്കും കാരണം മദ്യമല്ല; പട്ടിണിയും ദാരിദ്ര്യവുമാണ്. മദ്യപാനമാണ് പ്രധാനകാരണമെങ്കിൽ നഗരത്തിലുള്ളവർക്കല്ലേ കൂടുതൽ പ്രശ്നങ്ങളുണ്ടാവേണ്ടതെന്ന, അട്ടപ്പാടി സന്ദർശിച്ച കൊച്ചി സഹകരണ ആശുപത്രിയിലെ ഡോ. സത്യൻജിയുടെ ചോദ്യം ഇവിടെ പ്രസക്തമാണ്.

അട്ടപ്പാടിയിൽ പുരുഷന്മാർ വാറ്റ്ചാരായത്തിനും വ്യാജമദ്യത്തിനും അടിമയായിട്ടുണ്ടെങ്കിൽ അതിന് കാരണവുമുണ്ടായിരിക്കുമല്ലോ. അത് തെരഞ്ഞപ്പോൾ അട്ടപ്പാടിയിലെ ആദിവാസികളുടെ ഉന്നമനത്തിനായി പ്രവർത്തിക്കുന്ന 'തമ്പ്' എന്ന സംഘടനയുടെ പ്രവർത്തകനും ആദിവാസിയുമായ രാമുവിന്റെ മറുപടി ഇങ്ങനെയായിരുന്നു:

> ആദിവാസികൾ ഒരിക്കലും മദ്യത്തിലോ കഞ്ചാവിലോ ജീവിതം കണ്ടെത്തിയവരല്ല. എന്റെ അച്ഛന്റെ അച്ഛനോ മറ്റ് കുടുംബാംഗങ്ങളോ മദ്യപിക്കാറുണ്ടായിരുന്നില്ല. ഞങ്ങൾ ഭൂമിയിൽ അധ്വാനിച്ചു ജീവിക്കുന്നവരായിരുന്നു. കൃഷി ഒഴിഞ്ഞസമയം ഞങ്ങൾക്ക് അട്ടപ്പാടിയിലുണ്ടായിരുന്നില്ല. ഭൂമിയിൽ കുടിയേറ്റക്കാർ എത്തിയതോടെയാണ് മദ്യപാനം, കഞ്ചാവ് തുടങ്ങിയ ലഹരി പദാർഥങ്ങളും സുലഭമായത്. ഞങ്ങളുടെ പിതാമഹന്മാരെ ഇതുവരെയില്ലാത്ത ലഹരിയിൽ കൂട്ടിക്കൊണ്ടുപോയാണ് അവരിൽ പലരും ഭൂമി സ്വന്തമാക്കിയത്. ഭൂമി പോയതോടെ ഞങ്ങൾ കൂലിപ്പണിക്കാരായി. ഒപ്പം മദ്യവും യഥേഷ്ടം ലഭിച്ചു. അങ്ങനെയാണ് പലരും മദ്യപാനികളായത്.

കേരളത്തിൽ ചാരായം നിരോധിച്ചതോടെ അട്ടപ്പാടി മദ്യവിമുക്തമേഖലയെന്ന പ്രചാരണവും ഉണ്ടായി. അതോടെ അട്ടപ്പാടിയിൽ കള്ള് ചെത്തൽ പൂർണമായും നിലച്ചു. നല്ല മദ്യത്തിനുപകരം തമിഴ്നാട്ടിൽ നിന്നുവരുന്ന വ്യാജച്ചാരായവും കുടിയേറ്റക്കാർ ഇറക്കുന്ന നാടൻ ചാരായവും യഥേഷ്ടം ലഭിച്ചു. മദ്യമുക്ത അട്ടപ്പാടിയിൽ ഔദ്യോഗികമായി മദ്യവിൽപ്പനയില്ലെന്നേയുള്ളൂ. കേരള-തമിഴ്നാട് അതിർത്തിയായ ആനക്കട്ടിയിൽ എത്തിയാൽ യഥേഷ്ടം മദ്യം ലഭിക്കും. അതിനുപുറമേ ഊരുകളിൽ പാക്കറ്റ്ചാരായമടക്കം എത്തുന്നു.

ആരോരുമില്ലാത്തവർ

വെച്ചപ്പതി ഊരിലെ ഏകാധ്യാപകവിദ്യാലയത്തിലെ അധ്യാപിക ഇല്ലായ്മയുടെ കഥകളാണ് പറഞ്ഞത്. ഒന്നു മുതൽ നാലാംക്ലാസ് വരെയുള്ള കുട്ടികളെ ഇവിടെ ഒരുമിച്ചിരുത്തി പഠിപ്പിക്കുന്നു. കുട്ടികൾക്ക് പ്രാഥമിക വിദ്യാഭ്യാസം നൽകുന്നതിന് സൗകര്യമില്ലാത്ത സ്ഥലങ്ങളിൽ ഇത്തരം ഏകാധ്യാപകവിദ്യാലയങ്ങൾ പ്രവർത്തിക്കുന്നു. അട്ടപ്പാടിയിൽ ഇത്തരം 24 സ്കൂളുകളുണ്ട്. 2000 ത്തിൽ ആരംഭിച്ച സ്കൂളിലെ അധ്യാപകരെ ഇതുവരെ സ്ഥിരപ്പെടുത്തിയിട്ടില്ല.

സ്കൂളിൽ കുട്ടികൾക്ക് നൽകുന്ന ഭക്ഷണത്തിന് ആവശ്യമായ സാധനങ്ങൾ ലഭിക്കുന്നില്ല എന്നായിരുന്നു പ്രധാന പരാതി. ഈ ഭക്ഷണം പാചകം ചെയ്യാനും അധ്യാപിക തന്നെ മുൻകൈയെടുക്കണം. അത്രയൊക്കെ പരാധീനതയുണ്ടെങ്കിലും സ്കൂൾ നന്നായി നടക്കുന്നുവെന്നാണ് ഊരുവാസികളുടെ അഭിപ്രായം. അധ്യാപിക പറഞ്ഞ മറ്റൊരു കാര്യം ഊരുകളിൽ അച്ഛനും അമ്മയുമില്ലാത്ത കുട്ടികളുടെ എണ്ണം വർധിക്കുന്നുവെന്നാണ്. അത്തരം കുട്ടികളെ സ്കൂളിലെത്തിക്കാനുള്ള പ്രയാസമാണ് അവർ വിവരിച്ചത്. വെച്ചപ്പതിയിലും വെള്ളംകുളത്തും നാല് വീതം കുട്ടികളുണ്ടെന്നും അവർ പറഞ്ഞു. അച്ഛനും അമ്മയും മരിച്ചതിനാൽ

മുത്തച്ഛന്റെയോ മുത്തശ്ശിയുടെയോ കൂടെയാണ് അവർ താമസിക്കുന്നത്. പ്രായമായ രക്ഷിതാക്കൾക്ക് തൊഴിലൊന്നും ചെയ്യാൻ കഴിയാത്തതിനാൽ ഇത്തരം കുട്ടികളുടെ കാര്യം കഷ്ടമാണ്. ആരും തിരിഞ്ഞു നോക്കുന്നില്ല– അവർ പറഞ്ഞു.

അഞ്ചുവയസിന് മുകളിലുള്ള കുട്ടികൾക്ക് സ്കൂളിലോ ട്രൈബൽ ഹോസ്റ്റലുകളിലോ പോയാൽ മാത്രമേ ആവശ്യത്തിനുള്ള ഭക്ഷണം പോലും ലഭിക്കുന്നുള്ളൂ. മാതാപിതാക്കളുള്ളവരുടെ കാര്യംപോലും അട്ടപ്പാടിയിൽ പ്രയാസമാണ്. അതിനിടയിൽ ഇല്ലാത്തവരുടെ കാര്യം പറയാനുണ്ടോ. അച്ഛന്മാരില്ലാത്ത കുട്ടികളുടെ എണ്ണവും വർധിക്കുന്നു വെന്നതാണ് മറ്റൊരു ഞെട്ടിക്കുന്ന വസ്തുത. അമ്പതു വയസിന് താഴെയുള്ള പുരുഷന്മാരുടെ എണ്ണം ക്രമാതീതമായി കുറയുന്നുവെന്നതും പഠനവിധേയമാക്കേണ്ടതാണ്.

അട്ടപ്പാടിയെന്ന പരിഷ്കൃത നാട്

കൃത്യമായി ജോലി ചെയ്യുന്നില്ലെങ്കിൽ അട്ടപ്പാടിയിലേക്ക് തട്ടുമെന്നായിരുന്നു പണ്ടുമുതലേ കേട്ടുവന്ന ചൊല്ല്. അപരിഷ്കൃതമായ സ്ഥലത്ത് ഇരുത്തി ബുദ്ധിമുട്ടിക്കുമെന്നാണ് അതിന്റെ അർഥം. എന്നാൽ അട്ടപ്പാടിക്ക് ഈ പറയുന്നത്ര അപരിഷ്കൃതത്വമില്ലെന്ന് അവിടെ പോയവർക്ക് അറിയാം. ഇറക്കുമതി ചെയ്ത കാർ മുതൽ നാനോകാർവരെ റോഡിൽ സുലഭം. പുതിയകാലത്തിന്റെ പ്രതീകങ്ങളായ ബാങ്ക് എ ടി എം, ഷവർമ്മയടക്കമുള്ള ഹോട്ടലുകൾ, പ്ലോട്ടുകൾ വിൽപ്പനയ്ക്ക് തുടങ്ങിയ റിയൽ എസ്റ്റേറ്റുകാരുടെ പരസ്യങ്ങൾ എന്നിവയൊക്കെ അട്ടപ്പാടിയിലുമുണ്ട്. റോഡരികിൽ ഭൂമി ലഭിക്കണമെങ്കിൽ സെന്റിന് പതിനായിരങ്ങൾ നൽകണം. പോഷകാഹാരമില്ലാതെ കുട്ടികൾ മരിച്ചുവീഴുന്ന അട്ടപ്പാടിയിലെ വർത്തമാന അവസ്ഥ ഒറ്റനോട്ടത്തിൽ ഒട്ടും അപരിഷ്കൃതമല്ല. എന്നിട്ടും എന്തുകൊണ്ട് ദാരുണമായ കുഞ്ഞുമരണങ്ങൾ ഉണ്ടാകുന്നു. പുറത്തുകാണുന്നതല്ല അട്ടപ്പാടിയുടെ മുഖമെന്നതാണ് അതിനുള്ള ഉത്തരം. മണ്ണിന്റെ യഥാർഥ അവകാശികളായ ആദിവാസികൾ പാർശ്വവൽക്കരിക്കപ്പെട്ടതിന്റെ ദുരിതമാണ് ഊരുകളിൽനിന്ന് വിലാപമായി ഉയരുന്നത്. കുട്ടികൾ മാത്രമല്ല, മുതിർന്നവരുടെ ജീവിതവും ഇവിടെ പ്രതിസന്ധിയിലാണ്. നവജാതശിശുക്കൾ തുടർച്ചയായി മരിച്ചതിനാൽ പ്രശ്നം പുറലോകമറിഞ്ഞു. മരിച്ചുവീഴുന്ന യുവജനങ്ങളെക്കുറിച്ചും അശരണരായ വൃദ്ധരെക്കുറിച്ചും ഇതുവരെ ആരും ഉൽക്കണ്ഠപ്പെട്ടിട്ടില്ല. അട്ടപ്പാടിയിലെ മരണത്തിന്റെ യഥാർഥ കാരണം പട്ടിണിയും ദാരിദ്ര്യവുമാണ്.

ചരിത്രം

കേരള അതിർത്തിയായ പാലക്കാട് മണ്ണാർക്കാട്ടുനിന്ന് ചുരം കയറി ആനമൂളിയിൽ എത്തിയാൽ അട്ടപ്പാടിയിലേക്ക് സ്വാഗതമെന്ന ബോർഡ്

കാണാം. കോയമ്പത്തൂരിനടുത്ത തമിഴ്നാട് പ്രദേശമായ ആനക്കട്ടിയിലാണ് ഇത് അവസാനിക്കുന്നത്. അപ്പുറം തമിഴ്നാട് സംസ്ഥാനമെത്തിയെന്ന് തിരിച്ചറിയുന്നതിന് ചെക്ക്പോസ്റ്റും മദ്യഷാപ്പും (അട്ടപ്പാടി മദ്യനിരോധിത പ്രദേശമാണ്)കാണാം. ഏകദേശം ആലപ്പുഴ ജില്ലയുടെ വലിപ്പമുണ്ട് (745 ചതുരശ്രകിലോമീറ്റർ). അട്ടപ്പാടിയുടെ ഭൂപ്രകൃതി മുതൽ ജീവിതങ്ങൾക്ക് വരെയുണ്ട് രണ്ടുമുഖം. കിഴക്കൻ അട്ടപ്പാടിയെന്നും പടിഞ്ഞാറൻ അട്ടപ്പാടിയെന്നും ഭൂമിയെ രണ്ടായി തിരിക്കാം. പശ്ചിമഘട്ടത്തിന്റെ ഉയർന്നപ്രദേശം കിഴക്കൻ അട്ടപ്പാടി. ചെരിവ് പടിഞ്ഞാറൻ അട്ടപ്പാടി. കിഴക്കൻ അട്ടപ്പാടിക്ക് തമിഴ്നാട് രീതിയും പടിഞ്ഞാറൻ അട്ടപ്പാടിക്ക് കേരളരീതിയും. ഭാഷമുതൽ സംസ്കാരംവരെ വ്യത്യാസമുണ്ട്. കിഴക്കുള്ളവർ തമിഴ്ഭാഷ സംസാരിച്ചു തമിഴരെപ്പോലെ ജീവിക്കുമ്പോൾ പടഞ്ഞാറുള്ളവർ മലയാളം സംസാരിക്കുന്നു. കിഴക്ക് നിലക്കടല, തുവര, പച്ചക്കറി തുടങ്ങി തമിഴ്നാടൻ കൃഷി ചെയ്യുമ്പോൾ പടിഞ്ഞാറ് തെങ്ങ് കവുങ്ങ്, വാഴ, കാപ്പി, കുരുമുളക് തുടങ്ങി നാണ്യവിളകൾവരെ കൃഷി ചെയ്യുന്നു. അട്ടപ്പാടി ഒരുകാലത്ത് ആദിവാസികളുടെ സ്വന്തം ഭൂമികയായിരുന്നു. ഇപ്പോൾ കുടിയേറ്റക്കാരാണ് മേധാവികൾ. തിരുവനന്തപുരം മുതൽ കാസർകോടുവരെയുള്ള മലയാളികളും തമിഴ്നാട്ടിൽനിന്നുള്ളവരും കുടിയേറ്റക്കാരിൽപ്പെടുന്നു. 70,000 ജനസംഖ്യയിൽ 30,000ത്തിൽ പരമേ ആദിവാസികളുള്ളൂ. മറ്റു സൗകര്യങ്ങളും ജലസേചനവുമൊക്കെയുള്ള ഭൂമിയിൽ കുടിയേറ്റക്കാരും മലമുകളിൽ ആദിവാസികളും താമസിക്കുന്നു.

ഒരുകാലത്ത് സാമൂതിരിരാജവംശത്തിന്റെ കൈയിലായിരുന്നു അട്ടപ്പാടി. മണ്ണാർക്കാട് ജന്മിയായ മൂപ്പിൽ നായരായിരുന്നു ഭരണാധിപൻ. ആനമൂളി മുതൽ ആനക്കട്ടിവരെയായിരുന്നു അട്ടപ്പാടി പ്രദേശം. ബസവച്ചൻ അധികാരി കരംപിരിക്കാൻ കുതിരപ്പുറത്ത് വരുന്നത് പഴമക്കാരുടെ കണ്ണിൽ ഇപ്പോഴുമുണ്ട്.

ഈ പ്രദേശം മുമ്പ് വനത്താൽ സമ്പുഷ്ടമായിരുന്നു. ബ്രിട്ടീഷുകാരാണ് റെയിൽവേ സ്ലീപ്പർ നിർമിക്കാൻ മരംമുറി തുടങ്ങിയത്. പിന്നീട് മരക്കച്ചവടക്കാർ അട്ടപ്പാടി മൊട്ടക്കുന്നുകളാവുന്നതുവരെ മരംമുറി തുടർന്നു. ‘അട്ടപ്പാടി മരുഭൂമിയാകാൻ ഇനിയെത്രകാലം’ എന്ന വനം വകുപ്പിന്റെ പരസ്യബോർഡുകൾ അട്ടപ്പാടിയുടെ ദുരവസ്ഥ 15 വർഷം മുമ്പ് ഓർമിപ്പിച്ചിരുന്നു. കുപ്രസിദ്ധമായ മൂച്ചിക്കുണ്ട് മരംമുറി വിവാദമാണ് പ്രശ്നം പൊതുജനശ്രദ്ധയിൽ കൊണ്ടുവന്നത്. ‘കടലിൽ മഴപെയ്യുന്നത് മരമുള്ളതുകൊണ്ടാണോ’ എന്ന മുസ്ലിംലീഗ് നേതാവ് സീതിഹാജിയുടെ നിയമസഭയിലുയർന്ന ചോദ്യം ഇന്നും മറക്കാനാവില്ല. കവയിത്രി സുഗതകുമാരിയടക്കമുള്ളവർ രംഗത്തുവന്നു. കൃഷ്ണവനമുണ്ടാക്കി അട്ടപ്പാടി ഹരിതാഭമാക്കാമെന്ന് കാണിച്ചുകൊടുത്തായിരുന്നു സുഗതകുമാരി മടങ്ങിയത്. സി പി ഐ (എം) നേതൃത്വത്തിലുള്ള പുതൂർപഞ്ചാ

യത്ത് ഭരണസമിതിയുടെ പ്രസിഡന്റടക്കമുള്ളവരായിരുന്നു മരംമുറിക്കെതിരെയുള്ളസമരത്തിന് മുന്നിലുണ്ടായിരുന്നത്. മരംമുറിയോടെ വരണ്ടുപോയ അട്ടപ്പാടിയിൽ പച്ചപ്പ് വരുന്നത് കുന്ദ നദീതടപദ്ധതിയെന്ന പേരിൽ മണ്ണ് സംരക്ഷണപദ്ധതി നടപ്പാക്കിയതോടെയാണ്. തുടർന്നു അഹാഡ്സ് പദ്ധതിയിലും മരങ്ങൾ വച്ചുപിടിപ്പിച്ചു. അട്ടപ്പാടിയോടുള്ള സ്നേഹം കൊണ്ടായിരുന്നില്ല തമിഴ്നാട് താൽപ്പര്യമെടുത്ത് കുന്ദ നദീതടപദ്ധതി നടപ്പാക്കിയത്. മൊട്ടക്കുന്നുകളിൽനിന്ന് മണ്ണൊലിച്ചുവന്ന് തമിഴ്നാട് ഭാഗത്തുള്ള നദീതീരത്ത് അടിയുന്നത് ഒഴിവാക്കാനായിരുന്നു 1980 കളിൽ രണ്ടുകോടി രൂപ ചെലവഴിച്ച് അട്ടപ്പാടിയിൽ വരമ്പുകളും കൈയാലകളും നിർമിച്ചത്. അതിന്റെ അവശിഷ്ടം ഇപ്പോഴും കാണാം. ആദിവാസി ഭൂമി തട്ടിപ്പും ഇവിടെ തുടങ്ങുന്നു.

കടുത്ത ദാരിദ്ര്യം

192 ഊരുകളിലായി 10,200 ആദിവാസി കുടുംബങ്ങളുണ്ടെന്നാണ് കണക്ക്. ഇരുളർ, മുഡുഗർ, കുറുമ്പ എന്നീ മൂന്ന് വിഭാഗങ്ങളിലായി ഏകദേശം 30,000 വരും ആദിവാസി ജനസംഖ്യ. അവരുടെ ജീവിതം ഇന്ന് പട്ടിണിയിലാണ്. പരമ്പരാഗത കൃഷിരീതി അന്യമായി. കൃഷി നടത്തിയാൽ മലമുകളിൽനിന്ന് ആന ഇറങ്ങി നശിപ്പിക്കും. പോഷകാഹാരം ലഭിക്കുന്നില്ല. പണിയില്ല. ആശ്വാസമായിരുന്ന തൊഴിലുറപ്പ് പദ്ധതി കൂലിപോലും നൽകാതെ നിലച്ചു. ജപ്പാൻ സഹായത്തോടെയുള്ള അഹാഡ്സ് പദ്ധതി പ്രവർത്തനം നിലച്ചതോടെ മുന്നൂറോളം പേരും അനുബന്ധ ജോലി ചെയ്തവരും പെരുവഴിയിലായി. കിലോമീറ്ററുകൾ താണ്ടി വേണം അകലെയുള്ള എസ്റ്റേറ്റുകളിലും പുറംലോകത്തും പണിക്ക് പോകാൻ. കടുത്ത വേനൽച്ചൂട് ഇതിനും തടസമായി. മഴക്കാലം വരുന്നതോടെ മഴയും പകർച്ചവ്യാധികളും ആദിവാസിജീവിതത്തിന് തടസമാവും. അതിനിടയിൽ സർക്കാർ ആനുകൂല്യവും ക്ഷേമപദ്ധതികളും നിലച്ചതോടെ പുറംലോകത്ത് വരാൻ താൽപ്പര്യം കാണിക്കാത്ത ആദിവാസികൾപോലും ഒരുനേരത്തെ ഭക്ഷണത്തിനായി പരക്കംപായുകയാണ്. മറുനാടൻ തൊഴിലാളികളെയെന്നപോലെ ഊരുകളിൽനിന്ന് വിവിധ ഭാഗങ്ങളിലേക്ക് കരാറുകാർ പണിക്ക് കൊണ്ടുപോവുകയാണ്. വണ്ടിയുമായി ഏജന്റുമാർ ഊരുകൾ കയറിയിറങ്ങുന്നു. ശവം മറവുചെയ്യാനുള്ള പണത്തിന് പിരിവ് നടത്തേണ്ടിവന്നുവെന്നും ഇനി അതല്ലാതെ മാർഗമില്ലെന്നും അഗളിടൗണിനോട് ചേർന്ന ഊരിലുള്ളവർ വേദനയോടെ പറയുന്നു.

ശിശുമരണം

2012 ൽ 15 പേരും 2013 മെയ്വരെ 28 കുട്ടികളും മരിച്ചുവെന്നാണ് ഒദ്യോഗിക കണക്ക്. മരിച്ചവരിൽ ഒരു കുട്ടിക്ക് രണ്ടരവയസും ബാക്കി

യുള്ളവർ നവജാത ശിശുക്കളുമാണ്. മാർച്ച് 22ന് വടക്കേ കടമ്പാറ ഊരിലെ രങ്കമ്മയുടെയും ശെൽവന്റെയും രണ്ടരമാസം പ്രായമുള്ള കുട്ടി മരിച്ചതോടെയാണ് കുഞ്ഞുങ്ങളുടെ മരണവാർത്തകൾ പുറത്തുവരുന്നത്. നവജാതശിശുക്കളുടെ തുടർമരണം മാധ്യമങ്ങൾ റിപ്പോർട്ട് ചെയ്തു. അട്ടപ്പാടിയിലെ ഗുരുതരാവസ്ഥ കാണിച്ച് ഏപ്രിൽ നാലിന് പട്ടികവർഗ പ്രോജക്ട് ഓഫീസർ നാല് കുഞ്ഞുങ്ങൾ മരിച്ചതായി ഡയറക്ടർക്കും ബന്ധപ്പെട്ടവർക്കും റിപ്പോർട്ട് നൽകി. സർക്കാർ രണ്ടാഴ്ച മിണ്ടാതെയിരുന്നു. എം ബി രാജേഷ് എം പി ഏപ്രിൽ 14 ന് വിഷുദിനത്തിൽ ഊരുകൾ സന്ദർശിച്ച് ദുരവസ്ഥ പൊതുജനശ്രദ്ധയിൽ കൊണ്ടുവന്നതോടെയാണ് വീണ്ടും ശിശുമരണം ചർച്ചയായത്.

മുലപ്പാലിൽനിന്നുള്ള പോഷകം ആഗിരണം ചെയ്യാനുള്ള കഴിവില്ലായ്മയും കുട്ടികളിൽ കണ്ടുവരുന്നു. ആദിവാസി വിഭാഗങ്ങളിൽ 80 ശതമാനംപേരും പോഷകാഹാരക്കുറവ് നേരിടുകയാണ്. ഭൂരിഭാഗം പേരുടെയും രക്തത്തിൽ ഹീമോഗ്ലോബിൻന്റെ അളവ് ഗണ്യമായി കുറഞ്ഞു.

പോഷകാഹാരക്കുറവുമൂലം കൗമാരപ്രായക്കാരും നിരവധി പ്രശ്നം നേരിടുകയാണ്. വിദ്യാഭ്യാസവും ഹോസ്റ്റൽ ജീവിതവും കഴിയുന്നതോടെ ആദിവാസി പെൺകുട്ടികളുടെ ജീവിതം പട്ടിണിയിലേക്കാണ് പോകുന്നത്. മിക്കവീടുകളിലും ഒരുനേരത്തെ ഭക്ഷണംപോലും ലഭിക്കുന്നില്ല. കുടുംബജീവിതത്തിലേക്ക് കടക്കുന്നതോടെ പലവിധ രോഗങ്ങൾ കീഴടക്കുന്നു. കുട്ടികളിലെ പോഷകക്കുറവിന് പ്രധാന കാരണം അമ്മമാരുടെ ദയനീയതയാണ്. പ്രസവിക്കുന്ന കുഞ്ഞുങ്ങൾക്ക് മുഴുവൻ ഭാരക്കുറവ് ഗുരുതരമായ പ്രശ്നമായി അവശേഷിക്കുകയാണ്. അമ്മമാരിലും പോഷകാഹാരക്കുറവും ഭാരക്കുറവും വ്യാപകമായി കണ്ടെത്തിയിട്ടുണ്ട്. ഗവ. ആശുപത്രികളിൽ ഇതിനെക്കുറിച്ചുള്ള ചാർട്ടുപോലും സൂക്ഷിക്കാറില്ല. പ്രസവത്തിനുശേഷവും കുട്ടികൾക്കു ഭാരം കുറയുന്നതാണ് മറ്റൊരു പ്രശ്നം. വടക്കേ കടമ്പാറയിലെ ശരവണവേൽ എന്ന രണ്ടരവയസുകാരന് പ്രസവിച്ചപ്പോൾ രണ്ടര കിലോഗ്രാം തൂക്കമുണ്ടായിരുന്നുവെന്ന് അമ്മ വിജയ പറയുന്നു. ബ്ലഡ് കൗണ്ടിലുമുണ്ട് വൻ കുറവ്. ഊരുകളിലെ ഭൂരിഭാഗം കുട്ടികളുടെയും അവസ്ഥ ഇതുതന്നെ.

ആദിവാസികൾ ഭൂമിയിൽനിന്ന് പുറത്ത്

ഭൂമികൈയേറ്റവും കുടിയേറ്റവും ശക്തമായതോടെയാണ് ആദിവാസികൾ അട്ടപ്പാടിയിലെ സ്വന്തം ഭൂമിയിൽനിന്ന് പുറത്തായത്. 2011 ലെ സർവെ പ്രകാരം 909.75 ഏക്കർ സ്ഥലം ആദിവാസികൾക്ക് നഷ്ടമായി. തരിശുഭൂമി 25000 ഏക്കറും. 60 മുതൽ 80വരെയുള്ള കാലത്തായിരുന്നു കൂടുതൽ കൈയേറ്റം. അതിനെ തടയിടാൻ 1975 ൽ നിയമം കൊണ്ടുവന്നു. അതിനെതിരെ കുടിയേറ്റ കർഷകർ രംഗത്ത് എത്തിയതോടെ ആദിവാസി ഭൂമി തിരിച്ചുപിടിക്കാനുള്ള നീക്കവും നിലച്ചു. തുടർന്നു 1990 ലും

മറ്റൊരു നിയമംകൊണ്ടുവന്നു. 1986 ജനുവരി 24 നെ അടിസ്ഥാനമാക്കിയായിരുന്നു 90 ലെ നിയമം. 1986 നു ശേഷമുള്ള ആദിവാസി ഭൂമികൈയേറ്റം അനുവദിക്കില്ലെന്നും, അഞ്ച് ഏക്കറിൽ കൂടുതൽ ഭൂമി കൈയേറ്റക്കാർക്ക് കൈവശംവയ്ക്കാൻ അനുവദിക്കില്ല എന്നുമായിരുന്നു നിയമത്തിന്റെ കാതൽ. കൂടാതെ ഭൂമിയില്ലാത്ത ആദിവാസികൾക്ക് ഒരു ഏക്കറെങ്കിലും ഭൂമിനിയമം ഉറപ്പുവരുത്തി.

എൽ ഡി എഫ് സർക്കാരിന്റെ കാലത്ത് ആദിവാസി ഭൂമി സർവെ നടത്തി വേർതിരിക്കാൻ ശ്രമമുണ്ടായി. അതിനായി സബ്കളക്ടറുടെ നേതൃത്വത്തിൽ സർവെ ഓഫീസ് തുടങ്ങി. കോട്ടത്തറ വില്ലേജിൽ സർവെ നടപടി തുടങ്ങിയെങ്കിലും പിന്നീട് വന്ന യു ഡി എഫ് സർക്കാർ ഓഫീസ് നിർത്തലാക്കി. നിലവിൽ അട്ടപ്പാടിയിലെ ആറ് വില്ലേജിൽ കള്ളമലയിൽ മാത്രമാണ് സർവെ നടന്നത്. കൈയേറ്റത്തിലൂടെ ഭൂമി നഷ്ടപ്പെട്ടതിന് പുറമേ ആദിവാസിഭൂമിക്കുമേൽ വനംവകുപ്പും കണ്ണ് വച്ചതോടെ പരമ്പരാഗത കൃഷിക്ക് ചരമഗീതമായി. അഗളിയിൽ കൃഷി ഭൂമിയിൽ ജണ്ടയിട്ട വനംവകുപ്പിനെതിരെ നടന്ന പ്രക്ഷോഭത്തിന്റെ പേരിൽ ഇപ്പോഴും പല ഭാഗങ്ങളിലും കേസ് നിലനിൽക്കുന്നുണ്ട്.

റാഗി, ചാമ, ചോളം, വെരക്, തുവര, പയർവർഗങ്ങൾ എന്നിവയടങ്ങിയതാണ് ആദിവാസിപരമ്പരാഗത കൃഷി. ചുരുങ്ങിയത് മൂന്നുവർഷം, ലഭിക്കുന്ന ധാന്യങ്ങൾ ഭക്ഷണത്തിനായി സൂക്ഷിക്കുന്നു. ഒരിക്കൽ കൃഷി നടത്തിയ ഭൂമി ഉപേക്ഷിച്ച് അടുത്തവർഷം സമീപസ്ഥലം തേടുന്നതാണ് കൃഷിരീതി. വിശാലമായ ഭൂമി ചുരുങ്ങിയതോടെ അതും നിലച്ചു. പരമ്പരാഗത ഭക്ഷണം നിലച്ചതോടെ റേഷൻ അരി മാത്രമായി ആദിവാസികളുടെ പോഷകാഹാരം. അതിൽ മട്ടയരി ആദിവാസികൾ കഴിക്കാറില്ല. അത് മനസിലാക്കിയ ഉദ്യോഗസ്ഥർ മട്ടയരിതന്നെ ഊരുകളിലേക്ക് വിതരണത്തിന് നൽകുന്നു. അങ്ങനെ ആദിവാസി അരി ഉദ്യോഗസ്ഥർക്ക് പണം കായ്ക്കുന്ന മരമായി.

കുടിവെള്ളക്ഷാമം

പ്രധാന ജലസ്രോതസ്സ് ഭവാനിയും ശിരുവാണിയും വരഗാറും കൊടങ്കരപ്പള്ളവുമായിരുന്നു. അട്ടപ്പാടിമലയിലെ തമിഴ്നാട് അതിർത്തിയിലെ കൂടപ്പെട്ടിയിൽനിന്ന് ഉത്ഭവിച്ച് നീലഗിരിയോട് ചേർന്ന പ്രദേശത്തുകൂടി കിഴക്കോട്ട് ഒഴുകി ഭവാനിയും ശിരുവാണിയും തമിഴ്നാട് മേട്ടുപ്പാളയത്തിലേക്ക് പോകുന്നു. 28 കിലോമീറ്ററാണ് അട്ടപ്പാടിവഴി ഒഴുകുന്നത്. വരഗാർ പുതൂരിൽവച്ച് ഭവാനിയുമായി ചേരുന്നു. തമിഴ്നാട് 50 വർഷം മുമ്പുതന്നെ അതിർത്തിയിൽ വരഗാർനദിയെ തടഞ്ഞ് തിരിച്ചുവിട്ടു. അതേസമയം കേരളഭാഗത്ത് തടയണപോലും നിർമിക്കാൻ അനുമതിയില്ല. മരംമുറിച്ചു മൊട്ടക്കുന്നായതോടെ അട്ടപ്പാടിയിലെ ജലസാന്നിധ്യവും പലഭാഗത്തും ഇല്ലാതായി. കടുത്ത വരൾച്ച വന്നതോടെ പുഴകൾമെലി

ഞ്ഞ് മരണാസന്നയായി. വരഗാറും കൊടങ്കരപ്പള്ളവും വരണ്ടു. പിന്നീട് നടത്തിയ വനവൽക്കരണത്തിന്റെയും നദീസംരക്ഷണ പദ്ധതിയുടെയും ഫലമായി കൊടങ്കരപ്പള്ളം പുഴയെ പുനരുജ്ജീവിപ്പിച്ച അപൂർവതയും അട്ടപ്പാടിക്ക് സ്വന്തമായുണ്ട്.

കുടിവെള്ളത്തിനായുള്ള നെട്ടോട്ടത്തിലാണ് ഊരുകൾ. ഒരുതുള്ളി വെള്ളത്തിനായി കാട്ടുചോലകളെയും ചാലുകളെയും ആശ്രയിക്കുന്നു. മനുഷ്യരും ആനകളും കന്നുകാലികളും ഈ ചാലുകളിൽ വെള്ളം കുടിക്കാനെത്തുന്ന ദയനീയ കാഴ്ച അട്ടപ്പാടി ഊരുകളിലെങ്ങും കാണാം. ലക്ഷങ്ങൾ ചെലവഴിച്ച കുടിവെള്ള പദ്ധതികൾ നോക്കുകുത്തികളായി തലങ്ങും വിലങ്ങും നിൽക്കുമ്പോഴാണ് രൂക്ഷമായ കുടിവെള്ളക്ഷാമം. പല പ്രദേശങ്ങളിലെയും വെള്ളം കുടിക്കാൻ കൊള്ളില്ലെന്ന് വാട്ടർ അതോറിറ്റി നടത്തിയ പരിശോധനയിൽ തെളിഞ്ഞിട്ടുണ്ട്. കുടിക്കാൻ വെള്ളമില്ലാത്തിടത്ത് പരിശോധനാഫലം ആര് നോക്കുന്നു.

ചെലവഴിക്കപ്പെടുന്നത് കോടികൾ

പ്രതിവർഷം 100 കോടി രൂപയെങ്കിലും ആദിവാസികളുടെ ഉന്നമനത്തിന് അട്ടപ്പാടിയിൽ ചെലവഴിക്കപ്പെടുന്നു. തദ്ദേശസ്ഥാപനങ്ങൾ, ഐ സി ഡി എസ്, സാമൂഹ്യക്ഷേമവകുപ്പ്, പട്ടികവർഗവകുപ്പ് എന്നിവയിലൂടെ 50 കോടിയോളം രൂപ പ്രതിവർഷം ചെലവഴിക്കുന്നു. കൂടാതെ സന്നദ്ധ സംഘടനകൾ വിവിധ പദ്ധതികളുടെപേരിൽ ചെലവഴിക്കുന്നതും 50 കോടിയോളം വരും. നൂറ്റിനാൽപ്പതോളം സംഘടനകൾ അട്ടപ്പാടിയിലെ ആദിവാസികളുടെ ക്ഷേമത്തിന് പ്രവർത്തിക്കുന്നുവെന്നാണ് ഏകദേശകണക്ക്. അതിൽ മതസംഘടനകൾ, ഫണ്ടിങ് ഏജൻസികൾ, സന്നദ്ധ സംഘടനകൾ എന്നിവയുണ്ട്. എന്നിട്ടും ആദിവാസി ഊരുകളുടെ അവസ്ഥ പരിതാപകരമാണ്. വീടുകൾ തകർന്നുകിടക്കുന്നു. കക്കൂസില്ല, പ്രാഥമിക സൗകര്യങ്ങളില്ല, കുടിക്കാൻ വെള്ളമില്ല, ഒരുവീട്ടിൽ മൂന്നും നാലും കുടുംബങ്ങൾ കഴിയുന്നു. ചിലയിടങ്ങളിൽ കോൺക്രീറ്റ് കെട്ടിടം തീർത്തിട്ടുണ്ടെങ്കിലും ആൾതാമസം അതിന് പുറത്ത് മുളയും പുല്ലും കൊണ്ടുകെട്ടിയുണ്ടാക്കിയ കുടിലിലാണ്. കുറുക്കത്തിക്കല്ല് ഊരിൽ നിർമിച്ചുനൽകിയ വീട്ടിൽ ആടുകളെ പോറ്റുന്നത് അകത്തും വീട്ടുകാരുടെ താമസം പുറത്തുമാണ്. ചൂടുകൊണ്ട് അകത്ത് കിടക്കാൻ കഴിയില്ലെന്നാണ് ഊരിലെ മരുതൻ പറയുന്നത്. ആവാസരീതിപോലും പരിഗണിക്കാതെ കെട്ടിയുണ്ടാക്കിയ കോൺക്രീറ്റ് കെട്ടിടത്തിനുള്ളിൽ കഴിയണമെന്ന് പറഞ്ഞാൽ ഏത് ആദിവാസിയാണ് അംഗീകരിക്കുക. തകർന്നതും ജീർണിച്ചതുമായ കെട്ടിടങ്ങളിൽ നിർമാണത്തിന് ചെലവഴിച്ച തുകയും പദ്ധതി നടപ്പാക്കിയവരുടെ പേരും ഇപ്പോഴും കാണാം. ആർക്ക് വേണ്ടിയാണോ ചെലവഴിച്ചത് അവർ പഴയതുപോലെതന്നെ. ക്ഷേമപദ്ധതികൾ നടത്തിയവരാകട്ടെ, കോടികൾ വാരി. ഭൂമി തട്ടിയവർ, എസ്റ്റേറ്റ് നടത്തുന്നവർ, ട്രസ്റ്റ് നടത്തു

ന്നവർ എന്നിങ്ങനെ പലജാതി ക്ഷേമപ്രവർത്തകർ അട്ടപ്പാടിയുടെ പേരിൽ സുഖജീവിതം നയിക്കുന്നു. അതിൽ പ്രശസ്തമായ മതസംഘടനകളും പെടുന്നു. കുട്ടികളുടെ മരണത്തിനുശേഷം പ്രഖ്യാപിച്ച പദ്ധതികളിൽപ്പോലും ഇത്തരം സംഘടനകൾ കടന്നുകൂടിയിട്ടുണ്ട്. സർക്കാർ കഴിഞ്ഞ ദിവസം കാർഷിക പാക്കേജായി പ്രഖ്യാപിച്ച പദ്ധതി പാലക്കാട് ചിറ്റൂരിലെ ഒരു സൊസൈറ്റി നല്ലശിങ്കം ഊരിൽ നടത്തുന്നതാണ്. കഞ്ചാവ് കൃഷിക്ക് പേരുകേട്ട മലമുകളിലെ ആനവായിലുമുണ്ട് ഒരു സംഘടനയുടെ 'സേവനം.' മറ്റൊരു ഗ്രാമത്തിലെ ഹോർട്ടികൾച്ചറൽ പദ്ധതി നടത്തുന്നത് കൊല്ലത്തുള്ള ഭരണകക്ഷി സംഘമാണ്. മുഡുഗർക്കായുള്ള കോടിക്കണക്കിന് രൂപയുടെ പദ്ധതിക്ക് മുകളിലും സന്നദ്ധ സംഘടനകൾ റാഞ്ചിപ്പറക്കുന്നുണ്ട്. ആദിവാസി ക്ഷേമത്തിനായി കേന്ദ്ര-സംസ്ഥാനസർക്കാർ ആവിഷ്കരിക്കുന്ന പദ്ധതികൾ തട്ടിയെടുത്തു കോടികൾ കീശയിലാക്കാൻ പതിയിരിക്കുന്ന സംഘടനകളും പ്രതിബദ്ധതയില്ലാത്ത ഉദ്യോഗസ്ഥരും ഉള്ളകാലത്തോളം ആദിവാസികളുടെ ജീവിതം നവീകരിക്കപ്പെടുകയില്ല. കാരണം ആദിവാസി ദരിദ്രനായി ജീവിക്കേണ്ടത് സേവിക്കാനിറങ്ങുന്നവരുടെ ആവശ്യമാണ്.

ജപ്പാൻ പദ്ധതിയായ അഹാഡ്സ് മാത്രമാണ് അതിൽനിന്ന് വ്യത്യസ്തമായി ആദിവാസികളുടെ വിശ്വാസ്യത നേടിയത്. അഹാഡ്സ് അട്ടപ്പാടിയിൽ ചെലവഴിച്ച 219 കോടി രൂപയിൽ കുറേ പണം പാഴായിട്ടുണ്ടെങ്കിലും വീടുകളായും പാലങ്ങളായും തൊഴിലായും അത് അട്ടപ്പാടിയിലുണ്ട്. അഹാഡ്സ് മാതൃകയിലുള്ള വികസനം വേണമെന്നാണ് പലരും ആവശ്യപ്പെടുന്നത്. മുഖ്യമന്ത്രി ചെയർമാനായിരുന്ന ഈ പദ്ധതിയിൽ ആവശ്യങ്ങൾ തീരുമാനിച്ചതും പണം ചെലവഴിച്ചതും ഊരുകൂട്ടങ്ങളായിരുന്നു. അതിന്റെ ഗുണവും ദോഷവും ആദിവാസിക്ക് സ്വന്തം.

അട്ടപ്പാടിയുടെ വികസനം

അട്ടപ്പാടിയുടെ മുഖഛായ മാറ്റുന്ന വികസനം നടന്നത് എൽ ഡി എഫ് സർക്കാർ കാലത്താണ്. എ കെ ബാലൻ പട്ടികവർഗമന്ത്രിയായിരുന്ന ഘട്ടത്തിൽ ഊരുകളിൽപ്പോയി താമസിച്ചാണ് പ്രവർത്തനങ്ങൾക്ക് നേതൃത്വം നൽകിയത്. ആരോഗ്യമന്ത്രി പി കെ ശ്രീമതിയുടെ കീഴിലുണ്ടായിരുന്ന വകുപ്പുകളുമായി ചേർന്നു നടപ്പാക്കിയ പദ്ധതികൾ എന്നും അട്ടപ്പാടിയുടെ വികസന മാതൃകയാണ്. അവയോരോന്നായി രണ്ട് വർഷത്തിനിടയിൽ പൊളിച്ചടുക്കിയതിന്റെ ഫലമാണ് ഇന്നത്തെ ദുരവസ്ഥ. യു ഡി എഫ് മന്ത്രിമാരും നേതാക്കളും വാഗ്ദാനങ്ങളുടെ ഭാണ്ഡക്കെട്ടുമായി അട്ടപ്പാടി കയറാറുണ്ടെങ്കിലും ഇറങ്ങുന്നതോടെ എല്ലാം തീർന്നു. കോട്ടത്തറ ട്രൈബൽ സ്പെഷ്യാലിറ്റി ആശുപത്രി, ട്രൈബൽ ഐ ടി ഐ, ഐ എച്ച് ആർ ഡി കോളേജ്, മുക്കാലി എം ആർ സി, കെ എസ് ഇ ബി സെക്ഷൻ ഓഫീസ്, സബ്രജിസ്ട്രാർ ഓഫീസ്, കുടിവെള്ള

പദ്ധതികൾ, പുതൂർ പാലം, മണ്ണാർക്കാട് സൈലന്റ്‌വാലി റോഡ്, താവളം മുള്ളി റോഡ്, പുതൂർ പാക്കുളം പാലം, മൂലഗംഗൽ പദ്ധതി, മാവേലി സ്റ്റോർ, സമ്പൂർണ വൈദ്യുതീകരണം, സാമൂഹ്യക്ഷേമപദ്ധതികൾ തുടങ്ങി എണ്ണിയാൽ തീരാത്ത പ്രവർത്തനമാണ് അന്ന് അട്ടപ്പാടിയിൽ നടന്നത്. അതിന്റെ ഫലമായി വിദ്യാഭ്യാസ–ആരോഗ്യ–അടിസ്ഥാനമേഖലയിൽ വൻ മാറ്റമുണ്ടാക്കാൻ സാധിച്ചിട്ടുണ്ട്. അട്ടപ്പാടിയിലെ 20ൽപ്പരം കുട്ടികൾ പാലക്കാട് വിക്ടോറിയാ കോളേജിൽ പഠിക്കുന്നുണ്ടെന്ന് മേലെമുള്ളി ഊരിലെ വിദ്യാർഥിയായ സതീഷ് പറഞ്ഞു. അതുപോലെ വിവിധ ഊരുകളിൽനിന്ന് എഞ്ചിനിയറിങ്, എം ബി എ തുടങ്ങി പ്രൊഫഷണൽ കോഴ്സുകളിൽ കുട്ടികൾ പഠിക്കുന്നു. അട്ടപ്പാടിയിലെ കുട്ടികളെത്തേടി തമിഴ്നാട്ടിലെ പ്രൊഫഷണൽ കോളേജ് വണ്ടികൾ അക്കാദമിക് വർഷത്തിന്റെ തുടക്കത്തിൽ കറങ്ങുന്നതും ഇതിന് ഉദാഹരണമാണ്. അട്ടപ്പാടിയിലെ അമ്പത് ശതമാനത്തോളം കുട്ടികൾ സ്കൂളിൽ എത്തുന്നു. മുമ്പ് സ്കൂളിലും റസിഡൻഷ്യൽ ഹോസ്റ്റലുകളിലും അംഗൻവാടികളിലും കൃത്യമായി ഭക്ഷണം നൽകിയിരുന്നു. ഭക്ഷണം ഉറപ്പായതിനാൽ കുട്ടികളെ സ്കൂളിലാക്കി മുപ്പത് കിലോമീറ്റർ അകലെയുള്ള എസ്റ്റേറ്റിൽ ജോലിക്ക് പോയിരുന്ന കാലത്തെക്കുറിച്ചു ചുണ്ടപ്പെട്ടി ഊരിലെ കുടുംബം ഓർമിച്ചു.

ഊരുകളിലേക്കുള്ള വഴികൾ കല്ലും മണ്ണും നിറഞ്ഞത്

അട്ടപ്പാടിയിലെ പ്രധാനറോഡുകൾ നല്ലതാണെങ്കിലും ആദിവാസി ഊരുകളിലേക്കുള്ള വഴികൾ കല്ലും മണ്ണും നിറഞ്ഞതുതന്നെ. പലറോഡുകളും നിർമാണം തുടങ്ങിയെങ്കിലും പാതിവഴിയിൽ കരാറുകാർ ഉപേക്ഷിച്ച നിലയിലാണ്. വാഹനങ്ങളൊന്നും അതുവഴി ഓടില്ല. മണിക്കൂറുകൾ നടന്നാലാണ് ഊരുകളിൽ എത്തുക. അസുഖം ബാധിച്ചാൽ ആശുപത്രിയിൽ പോകാൻ മടിക്കുന്നതിനുള്ള കാരണം യാത്രയാണ്. പാലൂരിൽനിന്ന് ഒന്നരമണിക്കൂർ മലകയറിയെത്തേണ്ട ഗൊട്ടിയാർകണ്ടി ഊരിൽ ചിക്കൻപോക്സ് പിടിപെട്ടതിനെത്തുടർന്ന് ആശുപത്രിയിൽ പോകാൻ ഉപദേശിച്ചപ്പോൾ ഒരു ഊരുവാസിയുടെ മറുപടി, അത്രയും ദൂരം നടന്നുപോകാൻ ആരോഗ്യമില്ലെന്നാണ്. ദൂരംതാണ്ടി ആശുപത്രിയിൽ കൊണ്ടുപോകാൻ കഴിയാത്തതിനാൽ കഴിഞ്ഞ ദിവസം ഒരു പെൺകുട്ടി പാമ്പ്കടിയേറ്റു മരിക്കുകപോലുമുണ്ടായി.

നീലറേഷൻ കാർഡ്

പ്രതിവർഷം 300 രൂപവരുമാനമുള്ള ആദിവാസി കുടുംബത്തിന്റെ റേഷൻ കാർഡ് നീലയാണ്. അതായത് എ പി എൽ. പതിനായിരം കുടുംബങ്ങളുള്ള അട്ടപ്പാടിയിൽ 3000 ത്തോളം വരും എ പി എൽ കാർഡ് ഉടമകൾ. മാനദണ്ഡം എന്താണെന്ന് ആർക്കും അറിയില്ല. കുടുംബത്തിൽ

നിന്ന് വേർപെടുത്തി പുതിയ റേഷൻ കാർഡിനപേക്ഷിച്ചാൽ എ പി എൽ കാർഡായിരിക്കും ലഭിക്കുകയെന്നാണ് ഉദ്യോഗസ്ഥർ പറഞ്ഞു ധരിപ്പിച്ചത്. പ്രശ്നം വിവാദമായപ്പോൾ 2000 ത്തോളം കാർഡുകൾ ബി പി എല്ലാക്കി മാറ്റിയെന്നാണ് അധികൃതർ അവകാശപ്പെടുന്നത്. എന്നാൽ റേഷൻ കടകളിൽനിന്ന് കിട്ടുന്ന ആനുകൂല്യം പഴയതുപോലെതന്നെ. ബി പി എൽകാർക്ക് ലഭിക്കേണ്ട ആനുകൂല്യം എവിടെ പോകുന്നു. മണ്ണാർക്കാട് താലൂക്ക് സപ്ലൈ ഓഫീസിൽ അന്വേഷിച്ചാൽ കൃത്യമായി വിതരണം ചെയ്യുന്നുവെന്ന മറുപടിയാണ് ലഭിക്കുക. എന്നാൽ അരിയും ഗോതമ്പും പഞ്ചസാരയും മണ്ണെണ്ണയും ആദിവാസികളിൽ എത്തുന്നില്ല.

മരണത്താഴ്വര

അട്ടപ്പാടി ആദിവാസികളുടെ മരണത്താഴ്വരയായി മാറുകയാണ്. ഷോളയൂർ, അഗളി, പുതൂർ പഞ്ചായത്തുകളിൽ 2011 ജനുവരി ഒന്നു മുതൽ ആറുമാസത്തെ മരണങ്ങളുടെ എണ്ണം 776 എന്നാണ് ഒദ്യോഗിക കണക്ക്. അതേസമയം ജനനം 519 മാത്രം. പുരുഷന്മാരാണ് അകാലമരണം പ്രാപിച്ചവരിൽ കൂടുതലും. 90 ശതമാനംപേരും 30 വയസിനും 45 നുമിടയിലുള്ളവർ. തമ്പ് എന്ന സംഘടന നടത്തിയ സർവെയിൽ അട്ടപ്പാടിയിലെ വിവിധ ആശുപത്രികളിൽ മരിച്ചവരുടെ എണ്ണംകൂടി ചേരുമ്പോൾ ആറുമാസത്തെ മരണസംഖ്യ 894 ആകുന്നു. മരണസംഖ്യ കുറവാണെങ്കിലും രക്തക്കുറവ്, പോഷകാഹാരക്കുറവ് എന്നിവ സ്ത്രീകളിലും വ്യാപകം. പഠനകാലയളവിനുശേഷം പെൺകുട്ടികൾക്ക് പോഷകാഹാരം ആവശ്യത്തിനുപോലും ലഭിക്കുന്നില്ല.

രണ്ടുവർഷത്തിനിടയിൽ കോട്ടത്തറ സ്പെഷ്യാലിറ്റി ആശുപത്രിയിൽ നിന്ന് 1000 ത്തോളംപേരെ വിദഗ്ധ ചികിത്സയ്ക്ക് റഫർ ചെയ്തു. പോഷകാഹാരക്കുറവിനുപുറമെ അരിവാൾരോഗം (സിക്കിൾസെൽ അനീമിയ), കാൻസർ എന്നിവയൊക്കെ കണ്ടുവരുന്നു. അരിവാൾ രോഗാണു ശരീരത്തിൽ പേറിനടക്കുന്നവരുടെ എണ്ണം വർധിക്കുകയാണ്. നെല്ലിപ്പതി ഊരിൽ കഴിഞ്ഞദിവസം രങ്കൻ എന്ന യുവാവ് അരിവാൾ രോഗം ബാധിച്ചു മരിച്ചു. പുതൂർ പഞ്ചായത്തിലെ ചാളയൂരിൽ അരിവാൾ രോഗം ബാധിച്ച യുവാക്കൾ രോഗം സമ്മതിക്കുന്ന മാനസികാവസ്ഥയിലല്ല. ഡോക്ടർമാർ വെറുതെ പറയുന്നതാണെന്നും മരുന്നുകഴിക്കേണ്ടതില്ലെന്നും അവർ തീരുമാനിച്ചു കഴിഞ്ഞു. ആറുപേരിൽ ഒരാൾക്ക് അർബുദ സാധ്യതയാണ് തലശ്ശേരിയിലെ മലബാർ കാൻസർ സെന്റർ 10 ഊരുകളിൽ നടത്തിയ പഠനത്തിൽ വ്യക്തമായത്. പാലൂരിൽ പരിശോധന നടത്തിയ 72 ൽ 18 പേരും കുളപ്പടിയിൽ 34 ൽ അഞ്ചും ചെമ്മണ്ണൂരിൽ 38 ൽ മൂന്നും അഗളിമേഖലയിലെ ഊരുകളിൽ 50 ൽ മൂന്നുപേരിലും രോഗസാധ്യത കണ്ടെത്തി. പുകയില, പാൻപരാഗ്, മദ്യം എന്നിവയുടെ അമിത ഉപയോഗം രോഗങ്ങൾക്കുള്ള കാരണമായി വിദഗ്ധർ പറയുന്നു.

തമിഴ്നാടിനോട് ചേർന്നുകിടക്കുന്ന കിഴക്കൻ അട്ടപ്പാടിയിലുള്ളവർ ഭൂരിഭാഗവും ആനക്കട്ടിയിലെ രണ്ട് സ്വകാര്യ ആശുപത്രികളെയും കോയമ്പത്തൂർ മെഡിക്കൽ കോളേജിനെയുമാണ് രോഗചികിത്സയ്ക്ക് ആശ്രയിക്കുന്നത്. മുപ്പതോളം ജനനവും അഞ്ചോളം മരണവും പ്രതിമാസം നടക്കുന്നുവന്നാണ് അവിടത്തെ കണക്ക്. ആനക്കട്ടിയിലെ ജനന-മരണം രജിസ്റ്റർ ചെയ്യേണ്ടത് തമിഴ്നാട്ടിൽപ്പെട്ട വീരപാണ്ടി പുതൂർ പഞ്ചായത്തിലാണ്. അതിനാൽ സർട്ടിഫിക്കറ്റുകൾ നേടിയെടുക്കൽ അതിസാഹസം തന്നെ. റേഷൻ-സർക്കാർ ആനുകൂല്യങ്ങളും കുട്ടികളുടെ സ്കൂൾപഠനവും ഓഫീസുകൾ കയറിയിറങ്ങി മനംമടുത്തു വേണ്ടയെന്ന് വയ്ക്കുന്നവർ ഏറെ. കേരളത്തിലെ പഞ്ചായത്തുകളിൽ ജനന-മരണം രജിസ്റ്റർ ചെയ്യുന്നത് ഹിന്ദു, ക്രിസ്ത്യൻ, മുസ്ലിം എന്നിങ്ങനെ വേർതിരിച്ചാണ്. എന്നാൽ ആദിവാസിയെന്ന് രേഖപ്പെടുത്തിയാൽ തിരിച്ചറിയൽ എളുപ്പമാവുകയില്ലേ എന്ന് ചോദിക്കേണ്ടത് ആരോടാണ്?

ശിശുമരണത്തെ തുടർന്ന് ഊരുകളിൽ നടന്ന സർവെയിൽ 536 പേർക്ക് കൂടുതൽ പരിശോധന നിർദേശിക്കപ്പെട്ടിരിക്കുകയാണ്. 463 പേർക്ക് അനീമിയയും 69 പേർക്ക് പോഷകാഹാരക്കുറവും. ചികിത്സയും പോഷകാഹാരവും ആര് നൽകുമെന്ന് സർക്കാർ പ്രത്യേക പാക്കേജിലൊന്നും പറഞ്ഞിട്ടില്ല. മരിച്ച കുട്ടികളുടെ അമ്മമാരും ആരോഗ്യകാര്യത്തിൽ ദുർബലരാണ്. അവരുടെ കാര്യത്തിൽ എന്ത് ചെയ്യും?

ആരോഗ്യമേഖല വഷളായത് എങ്ങനെ?

അട്ടപ്പാടി ഊരുകളുടെ അവസ്ഥ പരിതാപകരമാണെങ്കിലും ആരോഗ്യമേഖല പൊടുന്നനെ വഷളാക്കിയത് യു ഡി എഫ് സർക്കാരിന്റെ അനാസ്ഥയും അവഗണനയുമാണ്. ആരോഗ്യവകുപ്പിനുകീഴിൽ കോട്ടത്തറ ട്രൈബൽ സ്പെഷ്യാലിറ്റി ആശുപത്രി, അഗളി കമ്യൂണിറ്റി ഹെൽത്ത് സെന്റർ, ഷോളയൂർ, പുതൂർ, വട്ടലക്കി എന്നിവിടങ്ങളിൽ പ്രാഥമിക ആരോഗ്യകേന്ദ്രം, കൂടാതെ മൂന്ന് മൊബൈൽ മെഡിക്കൽ യൂണിറ്റുകൾ, 28 സബ്സെന്ററുകൾ എന്നിവ പ്രവർത്തിക്കുന്നു. ഇതു കൂടാതെ ഐ ടി ഡി പി യുടെ കീഴിൽ രണ്ട് ഒ പി ക്ലിനിക്കുകളുമുണ്ട്. ഇതിന് കീഴിൽ ഏഴു വനിതാ ഹെൽത്ത് ഇൻസ്പെക്ടർ, ഏഴുഹെൽത്ത് ഇൻസ്പെക്ടർ, 26 ജൂനിയർ ഹെൽത്ത് ഇൻസ്പെക്ടർ, 28 ജൂനിയർ പബ്ലിക്ക് ഹെൽത്ത് ഇൻസ്പെക്ടർ എന്നിവരുമുണ്ടായിരുന്നു. ഇതിനും പുറമേ 85 ആശാവർക്കർമാരും പ്രവർത്തിച്ചിരുന്നു. ഇവരിൽ ഭൂരിപക്ഷത്തിന്റെയും ജോലി ഊരുകൾ സന്ദർശിച്ച് ആദിവാസികളുടെ പ്രശ്നങ്ങളിൽ ഇടപെടുകയെന്നതാണ്. രണ്ടുവർഷം മുമ്പുവരെ ഇവയൊക്കെ നല്ല നിലയിലാണ് നടന്നിരുന്നതെന്ന് എല്ലാവരും സമ്മതിക്കും. “പ്രസവംപോലും കോട്ടത്തറ ട്രൈബൽ ആശുപത്രിയിൽ നടന്നിരുന്നു. ഇപ്പോൾ നോക്കൂ അവസ്ഥ” അഗളി പഞ്ചായത്ത് അംഗം നെഞ്ചി പറയുന്നു. സർക്കാർ

എല്ലാം നടപ്പാക്കിയെന്ന് പറയുകയല്ലാതെ ആദിവാസി സമൂഹത്തിന് ഒന്നും ലഭിച്ചില്ല.

എൽ ഡി എഫ് സർക്കാരിന്റെ കാലത്ത് ഊരുകളിൽ നൽകിയിരുന്ന 20 മരുന്നുകളടങ്ങുന്ന കിറ്റ് രണ്ടുവർഷമായി നൽകാറില്ല. ഗർഭിണികൾക്കുള്ള ഫോളിക് ആസിഡ് ഗുളിക വിതരണം നിർത്തി. മരുന്നുകളും സാമ്പത്തിക സഹായവും ലഭിക്കുന്നില്ലെന്ന് മാത്രമല്ല; ഗർഭകാല ശുശ്രൂഷയെക്കുറിച്ചും പരിചരണത്തെക്കുറിച്ചും ലഭിച്ചിരുന്ന ഉപദേശങ്ങളും മെഡിക്കൽ ക്യാമ്പുകളും നടക്കാറില്ല. മൊബൈൽ യൂണിറ്റുകൾ ഡി എം ഒയുടെ നിയന്ത്രണത്തിലായതിനാൽ ആശുപത്രി അധികൃതർ ആവശ്യപ്പെട്ടാൽ പോകില്ല. അതോടെ ആ സേവനവും നിന്നു. പുതൂരിൽ എൻ എൻ കൃഷ്ണദാസ് എം പിയായിരുന്ന ഘട്ടത്തിൽ നൽകിയ ആംബുലൻസിന്റെ ഉപയോഗവും അവസാനിപ്പിച്ചു. ആശാവർക്കർമാരുടെയും ഐ പി ഡി പി വളണ്ടിയർമാരുടെയും പ്രവർത്തനം കുത്തഴിഞ്ഞു. നിയന്ത്രിക്കാനും നിർദേശം നൽകാനും ആളില്ലാതായി. അറിയേണ്ടവർ അറിയാത്തതിനാൽ മെഡിക്കൽക്യാമ്പുകളും അവസാനിപ്പിച്ചു. ഊരുകളിൽപ്പോയി ബോധവൽക്കരണം നടത്തുന്ന എസ് ടി പ്രമോട്ടർമാർക്കാകട്ടെ, ആരോഗ്യപരിപാലനത്തിനാവശ്യമായ അറിവില്ല. രണ്ട് വർഷംകൊണ്ട് അട്ടപ്പാടിയിലെ ജനങ്ങൾക്ക് ലഭിച്ചിരുന്ന എല്ലാ സൗകര്യങ്ങളും നിശ്ചലമായി എന്ന് പറഞ്ഞാൽ അതിശയോക്തിയില്ല. ഒരുമാസം മുമ്പ് ബന്ധപ്പെട്ടവരുടെ മുന്നിൽ രേഖാമൂലം സമർപ്പിച്ചതാണീ കാര്യങ്ങൾ. മേശപ്പുറത്ത് എത്തുന്ന ഫയൽ മന്ത്രിമാർ മറിച്ചുനോക്കിയിരുന്നുവെങ്കിൽ അട്ടപ്പാടിയിലെ സ്ഥിതി മനസിലാക്കാമായിരുന്നു. കുഞ്ഞുങ്ങളുടെ മരണം വിവാദമായപ്പോൾ ഏറെ മുറവിളിക്കുശേഷം ചില്ലറ മാറ്റം വന്നിട്ടുണ്ട്. എന്നാൽ അതെത്രനാൾ തുടരുമെന്ന് കണ്ടറിയണം.

കുട്ടികൾ, ഗർഭിണികൾ, മുലയൂട്ടുന്ന അമ്മമാർ, കൗമാരപ്രായത്തിലുള്ള പെൺകുട്ടികൾ എന്നിവരുടെ കാര്യം നോക്കാനാണ് സാമൂഹ്യക്ഷേമ വകുപ്പ്. ഗർഭിണികൾക്ക് ലഭിച്ചിരുന്ന പോഷകാഹാരം പൂർണമായി നിർത്തി, കൗമാരക്കാരായ പെൺകുട്ടികളുടെ പോഷകാഹാര പദ്ധതിയായ 'സഫല' നടപ്പാക്കുന്നില്ല.

പട്ടികവർഗത്തിന്റെ ക്ഷേമം അന്വേഷിക്കാൻ ഉത്തരവാദപ്പെട്ട അട്ടപ്പാടിയിലെ അഗളി, ഷോളയൂർ, പുതൂർ എന്നീ മൂന്ന് പഞ്ചായത്തുകൾ കെടുകാര്യസ്ഥതയ്ക്കു ഒന്നിനൊന്ന് മെച്ചമാണ്. പകുതിപോലും പ്ലാൻ ഫണ്ട് ചെലവഴിച്ചിട്ടില്ല.

അംഗൻവാടികളിൽ കഞ്ഞിമാത്രം

പോഷകാഹാരക്കുറവ് കാരണം കുഞ്ഞുങ്ങൾ മരിക്കുന്നുവെന്ന വാർത്തയുടെ പിന്നിൽ നാം സ്വാഭാവികമായും തിരയുക കുഞ്ഞുങ്ങൾക്കും അമ്മമാർക്കും താങ്ങുംതണലുമാവേണ്ട അംഗൻവാടികളിലേക്കാണ്. മൂന്ന്

പഞ്ചായത്തുകളിലായി 172 അംഗൻവാടികളാണുള്ളത്. 4402 കുട്ടികൾ രേഖ പ്രകാരം അംഗൻവാടിയിൽ എത്തുന്നു. അതിൽ ശരാശരി 30 ശതമാനം കുട്ടികൾക്ക് തൂക്കക്കുറവുണ്ടെന്നാണ് ഐ സി ഡി എസിന്റെ കണക്ക്. അരിയും പയറും ചേർന്ന കഞ്ഞി, ഉപ്പുമാവ്, ശർക്കരയും അവിലും തുടങ്ങിയവ അടങ്ങിയ ഭക്ഷണക്രമമാണ് അംഗൻവാടികളിൽ സർക്കാർ നിശ്ചയിച്ചിട്ടുള്ളത്. എൽ ഡി എഫ് സർക്കാരിന്റെ കാലത്ത് പാലും മുട്ടയും ഉപ്പുമാവും ഗോതമ്പ് കഞ്ഞിയും പയറും കടലമിഠായിയുമൊക്കെ അധികമായി നൽകിയിരുന്നു. കഴിഞ്ഞ രണ്ടുവർഷം അംഗൻവാടികളിൽ കഞ്ഞി മാത്രമാണ് നൽകിയത്. വിദൂര ഊരുകളിൽ അതുപോലും കിട്ടാറില്ല. അംഗൻവാടികളിൽ വിതരണത്തിന് എത്തുന്ന അരിയും പയറും നിലവാരമില്ലാത്തതാണെന്നു വ്യാപകമായ പരാതിയും ഉയർന്നു.

അംഗൻവാടികളിൽ എത്തുന്ന ഭക്ഷ്യവസ്തുക്കളുടെ ഗുണനിലവാരം പരിശോധിക്കാനുള്ള സംവിധാനമില്ല. അദൃശ്യനായ ഒരു സ്വകാര്യവ്യക്തി ചില സൊസൈറ്റികളുടെ പേരിലാണ് ഇടപാട് മുഴുവൻ നടത്തിയിരുന്നത്.

ആറുമാസം മുതൽ മൂന്നുവയസു വരെയുള്ള കുട്ടികൾക്ക് സംസ്ഥാനത്താകെ അംഗൻവാടിവഴി 'അമൃതം'പൊടി നൽകുന്നുണ്ട്. വളരെയധികം പോഷകമടങ്ങിയ അമൃതം ഒരു കുട്ടിക്ക് ഒരുമാസം മൂന്ന് കിലോഗ്രാം വരെ നൽകണമെന്നാണ് നിർദേശം. അട്ടപ്പാടിയിലെ അംഗൻവാടികളിൽ അമൃതം നൽകുന്നതിന് ഐ സി ഡി എസിന് താൽപ്പര്യമില്ല. കുട്ടികളുടെ എണ്ണം അനുസരിച്ച് 13,206 കിലോഗ്രാം അമൃതം ഒരുമാസം വേണം. എന്നാൽ വിതരണം ചെയ്യുന്നതാകട്ടെ, 6000 കിലോഗ്രാമിൽ താഴെയാണ്.വിദൂര ഊരുകളിലൊന്നും ഈ പോഷകാഹാരം എത്താറില്ല. വാങ്ങി നൽകാൻ പഞ്ചായത്ത് ഭരണസമിതികളും താൽപ്പര്യം കാണിക്കാറില്ല. അട്ടപ്പാടിയിൽ അമൃതം നിർമിച്ചുനൽകുന്ന കുടുംബശ്രീ യൂണിറ്റായ തേജസിന് ഒരുവർഷമായി തുക കുടിശ്ശികയാണ്. കുടുംബശ്രീ യൂണിറ്റുകൾക്ക് അരക്കോടിയോളം രൂപ നൽകാനുണ്ട്. കുട്ടികൾക്ക് അമൃതത്തിന്റെ രുചി പിടിക്കുന്നില്ല എന്നാണ് മന്ത്രിയടക്കമുള്ളവർ ഇപ്പോൾ പറയുന്നത്. കുട്ടികൾക്കുള്ള പോഷകാഹാരവുമായി വൻകിട കമ്പനികളുടെ ഏജന്റുമാർ കറങ്ങിനടക്കുന്നുണ്ടെന്നാണ് ഇതിൽനിന്ന് മനസിലാക്കേണ്ടത്. വാർഷികപദ്ധതിയിൽ പൂരകപോഷകാഹാരത്തിന് തുക വകയിരുത്തുന്നതിലും പഞ്ചായത്ത് ഭരണസമിതികൾ അനാസ്ഥയാണ് കാണിച്ചത്. ഉദാഹരണത്തിന് അഗളി പഞ്ചായത്തിൽ പോഷകാഹാര വിതരണത്തിന് ഒരുകോടിയോളം രൂപവേണം. എന്നാൽ വകയിരുത്തുന്നതാകട്ടെ, 42 ലക്ഷം രൂപമാത്രം.

അംഗൻവാടികളുടെ നിലവാരം മെച്ചപ്പെടുത്താൻ മുൻ സർക്കാർ ആവിഷ്കരിച്ച പദ്ധതികൾ മുഴുവൻ നിലച്ചു. 127 അംഗൻവാടികൾക്ക് മാത്രമാണ് സ്വന്തമായി കെട്ടിടമുള്ളത്. ബാക്കിയുള്ളവ ഷെഡ്ഡുകളിലും

വരാന്തകളിലുമാണ് പ്രവർത്തിക്കുന്നത്. അടിസ്ഥാന സൗകര്യം മെച്ചപ്പെടുത്താനും പുതിയ കെട്ടിടം നിർമിക്കാനും നടപടിയില്ല.

സർക്കാർ നടപടി

അട്ടപ്പാടിയിൽ നാല് നവജാതശിശുക്കൾ മരിച്ചുവെന്നും നിലവിലുള്ള സംവിധാനം ഫലപ്രദമല്ലെന്നും കാണിച്ചു ട്രൈബൽ പ്രോജക്ട് ഓഫീസർ ഏപ്രിൽ നാലിന് മന്ത്രിക്കും ബന്ധപ്പെട്ടവർക്കും കത്തയച്ചിട്ടും സർക്കാർ അനങ്ങിയില്ല. പട്ടികവർഗത്തിന് പ്രത്യേക മന്ത്രിയുണ്ടായിട്ടും അട്ടപ്പാടിയിലേക്ക് കണ്ടില്ല. രണ്ടാഴ്ചയ്ക്കുശേഷം 20 നാണ് കോട്ടത്തറ ട്രൈബൽ ആശുപത്രിയിൽ മെഡിക്കൽ ക്യാമ്പും മന്ത്രിമാരുടെ സന്ദർശനവും ആസൂത്രണം ചെയ്തത്. പട്ടികവർഗമന്ത്രി പി കെ ജയലക്ഷ്മി, ആരോഗ്യമന്ത്രി വി ശിവകുമാർ, പഞ്ചായത്ത് മന്ത്രി എം കെ മുനീർ എന്നിവരായിരുന്നു എത്തിയത്. പതിവുപോലെ മാധ്യമങ്ങളുടെ മുന്നിൽ ആഘോഷം നടത്തി അവസാനിപ്പിക്കാനായിരുന്നു നീക്കം. എന്നാൽ കൂടുതൽ മരണവാർത്തകൾ വന്നതോടെ സി പി ഐ (എം)ന്റെ ഇടപെടലും ആദിവാസികളുടെ പ്രതികരണവും കാര്യങ്ങളെ മാറ്റിമറിച്ചു. മുൻ ആരോഗ്യമന്ത്രി പി കെ ശ്രീമതിയും നേതാക്കളും അട്ടപ്പാടി ഊരുകൾ അതേ ദിവസം സന്ദർശിച്ച് ഗുരുതരാവസ്ഥ പുറത്തുകൊണ്ടുവന്നു. ഇതോടെ കാര്യങ്ങൾ മാറിമറിഞ്ഞു.

തങ്ങൾക്ക് തെറ്റ് പറ്റിയെന്നായിരുന്നു പട്ടികവർഗ മന്ത്രി പി കെ ജയലക്ഷ്മിയുടെ ആദ്യ സന്ദർശനത്തിലെ കുമ്പസാരം. മന്ത്രിയായശേഷം അഞ്ചുതവണ അട്ടപ്പാടിയിൽ വന്നിട്ടും ഇതൊന്നും താൻ അറിഞ്ഞില്ലെന്നും അവർ പറഞ്ഞു. ആരോഗ്യമന്ത്രി വി ശിവകുമാറും പഞ്ചായത്ത് മന്ത്രി എം കെ മുനീറുമെത്തി തങ്ങളുടെ വലിയ പിഴവ് ഏറ്റുപറഞ്ഞു. ആരോഗ്യമേഖലയാകെ കുത്തഴിഞ്ഞ നിലയിലാണെന്നും ആവശ്യത്തിന് ഡോക്ടർമാരോ ജീവനക്കാരോ മറ്റു സൗകര്യങ്ങളോ ഇല്ലെന്ന് ബോധ്യമായെന്നും ഉടൻ നടപടിയുണ്ടാവുമെന്നും ആരോഗ്യമന്ത്രി പറഞ്ഞു. അട്ടപ്പാടിയിലെ മൂന്ന് പഞ്ചായത്തുകളുടെ ആദിവാസികളോടുള്ള സമീപനം വളരെമോശമാണെന്ന് തദ്ദേശവകുപ്പ് മന്ത്രിക്കും പറയേണ്ടിവന്നു. നടപടികൾ പിന്നീട് സ്വീകരിക്കുമെന്ന് അറിയിച്ച് മന്ത്രിമാർ സ്ഥലംവിട്ടു. അടിയന്തര പ്രാധാന്യമുള്ള വിഷയമായിട്ടും ഏപ്രിൽ 25നാണ് അട്ടപ്പാടിയിലെ ശിശുമരണം സർക്കാർ ചർച്ചചെയ്തത്. അപ്പോഴേക്ക് മരണം 20 ആയി. മുഖ്യമന്ത്രി ഉമ്മൻചാണ്ടി തിരുവനന്തപുരത്ത് പ്രത്യേക പാക്കേജ് പ്രഖ്യാപിച്ചു. തുടർന്നുള്ള ഒരുമാസം പ്രഖ്യാപനങ്ങളിൽ ഒന്നുപോലും നടന്നില്ല. കുഞ്ഞുങ്ങളുടെ മരണമാകട്ടെ, 28 ആയി. ജൂൺ ആറിനാണ് മുഖ്യമന്ത്രി ഉമ്മൻചാണ്ടിയും കേന്ദ്ര ഗ്രാമവികസനമന്ത്രി ജയറാം രമേശും അട്ടപ്പാടി സന്ദർശിച്ചത്. സന്ദർശനത്തെ തുടർന്ന് ജയറാംരമേശ് അട്ടപ്പാടിയിൽ 115 കോടിയുടെ പദ്ധതി പ്രഖ്യാപിച്ചു.

അട്ടപ്പാടിയിൽ സാന്ത്വനവുമായി പിണറായി

പ്രത്യേക പരിഗണന ആവശ്യമുള്ള ജനസമൂഹത്തിനോട് സംസ്ഥാന സർക്കാരും ഭരണസംവിധാനവും കടുത്ത അവഗണന തുടർന്നപ്പോൾ സി പി ഐ (എം) ന്റെയും മാധ്യമങ്ങളുടെയും ഇടപെടലാണ് പ്രശ്നത്തെ സജീവമാക്കി നിർത്തിയത്. അല്ലായിരുന്നുവെങ്കിൽ ആദിവാസി സമൂഹത്തിന്റെ നിശ്ശബ്ദമായ വംശനാശം അട്ടപ്പാടിയിൽ ഈ വേനലോടെയും കാലവർഷത്തോടെയും പൂർത്തിയാവുമായിരുന്നു. തുടർച്ചയായി മരണം തുടരുമ്പോൾ രണ്ടുതവണ പാലക്കാട് വന്ന മുഖ്യമന്ത്രി അട്ടപ്പാടിയെ തിരിഞ്ഞുനോക്കാതെ മടങ്ങിയപ്പോഴും മന്ത്രിമാരുടെ ക്യാമ്പ് പ്രഖ്യാപനത്തിൽ മാത്രം ഒതുങ്ങിയപ്പോഴും സി പി ഐ (എം) സംസ്ഥാന സെക്രട്ടറി പിണറായി വിജയന്റെ അട്ടപ്പാടി സന്ദർശനം കാര്യങ്ങൾ മാറ്റിമറിച്ചു. എല്ലാവരാലും അവഗണിക്കപ്പെട്ട ആദിവാസിസമൂഹം ഉള്ളിലടക്കിയ വേദന ഒന്നാകെ മെയ് ഒന്നിന് അട്ടപ്പാടിയിൽ എത്തിയ പിണറായി വിജയന്റെ മുന്നിൽ സമർപ്പിക്കുകയായിരുന്നു. സർക്കാരിൽനിന്ന് ഒന്നും കിട്ടുന്നില്ലെന്ന് അവരുടെ ഭാഷയിലും പാതിമലയാളത്തിലും അവർ തേങ്ങി. തളർന്നുപോയവർക്ക് നൽകാനുള്ള ആശ്വാസവും സ്നേഹവും പ്രതീക്ഷയും ഊർജവുമായിരുന്നു പിണറായിയുടെ ആ സന്ദർശനം.

നെല്ലിപ്പതി ഊരിലാണ് ആദ്യമെത്തിയത്. ആദിവാസികളും പാർട്ടി പ്രവർത്തകരുമടക്കം വലിയൊരു ജനക്കൂട്ടം അവിടെയുണ്ടായിരുന്നു. രണ്ട് കുട്ടികൾ മരിച്ച പൊന്നമ്മ ഇടനെഞ്ച് പൊട്ടിയാണ് തന്റെ പിഞ്ചോമനകളുടെ അവസാന നിമിഷങ്ങൾ പങ്കുവച്ചത്. ചികിത്സയും ആവശ്യത്തിന് ഡോക്ടർമാരുടെ സേവനവും ലഭിക്കാതെ മരണത്തിലേക്ക് പോയ കുരുന്നുകളുടെ ദയനീയത അവർ വിവരിച്ചു. അതേ ഊരിലെ മരുതിക്കും ചിത്രയ്ക്കും ഓരോ കുട്ടികളാണ് നഷ്ടമായത്. കുടുംബത്തിലാർക്കും പണിയില്ല. വേനൽ കനത്തതോടെ കിലോമീറ്റർ താണ്ടി കൂലിപ്പണിക്ക് പോകാനുമാവുന്നില്ല. “ഒരുനേരത്തെ ഭക്ഷണത്തിന് എന്താ ചെയ്യുക.” അവിടെ കൂടിയ അമ്മമാർ ചോദിച്ചു. “കുട്ടികൾക്ക് അംഗൻവാടിയിൽനിന്ന് എന്തെങ്കിലും കിട്ടുന്നുണ്ടോ, വെള്ളമുണ്ടോ പെൻഷനുണ്ടോ” പിണറായി കൂടിനിന്നവരോട് ആരാഞ്ഞു. “ഇല്ല”യെന്ന മറുപടി മാത്രം എല്ലാവരിൽ നിന്നും ഉയർന്നു.

കോട്ടത്തറ ട്രൈബൽ ആശുപത്രിയിൽ പോഷകാഹാരക്കുറവ് കാരണം പ്രവേശിപ്പിച്ച സിന്ധുവിനെയും മറ്റു രോഗികളെയും കണ്ട് ഇറങ്ങിയപ്പോൾ ഡോക്ടർമാരും പരിദേവനവുമായി എത്തി. പാക്കേജ് പ്രഖ്യാപിച്ചു ദിവസങ്ങൾ പിന്നിട്ടിട്ടും പുതിയ ഡോക്ടർമാരൊന്നും എത്തിയിട്ടില്ലെന്നും പ്രസവത്തെത്തുടർന്ന് കുഞ്ഞുങ്ങൾ മരിക്കുമ്പോഴും ഗൈനക്കോളജിസ്റ്റടക്കം ആശുപത്രിയിൽ ഇല്ലെന്നു പറഞ്ഞു. ഡോക്ടർമാർക്കും അനുബന്ധ ജീവനക്കാർക്കും താമസിക്കാനുള്ള സൗകര്യമില്ലായ്മ അവർ നിരത്തി. കടമ്പാറ ഊരിൽ ഭാരക്കുറവ് കാരണം മൂന്നാം

മാസത്തിൽ മരിച്ച കുട്ടിയുടെ അമ്മ മങ്കമ്മയെയും പിതാവ് സെൽ വനെയും കണ്ടു വിവരം ആരാഞ്ഞശേഷം വിജയയുടെയും ശെൽ വന്റെയും മകനായ ശരവണവേലിനെ കണ്ടു. രണ്ടരവയസായ ആ കുട്ടി ക്ക് ആറുമാസക്കാരന്റെ വളർച്ച മാത്രം. പോഷകാഹാരക്കുറവു കാരണം ഗുരുതരമായ അവസ്ഥയിലായ കുട്ടി കരഞ്ഞുതുടങ്ങിയപ്പോൾ പിണറായി അവനെ ചുമലിലും കൈയിലും തലോടി ആശ്വസിപ്പിച്ചു. വിട്ടുമാറാത്ത പനി കുട്ടിയെ വിടാതെ പിന്തുടരുകയാണെന്ന് അമ്മ വിജയ പറഞ്ഞു.

സർക്കാരുദ്യോഗസ്ഥരിൽ ചിലർ വന്നതല്ലാതെ ഒരു സഹായവും കിട്ടിയില്ലെന്ന് വെള്ളമാരി ഊരിൽ മരിച്ച കുട്ടിയുടെ അമ്മ പറഞ്ഞു. ഊരു കളിൽനിന്നുള്ള ദയനീയത നേരിട്ടു ബോധ്യമായ പിണറായി അട്ടപ്പാടി യുടെ കണ്ണീരൊപ്പാനുള്ള നടപടിക്ക് നേതൃത്വം നൽകിയാണ് മടങ്ങിയത്.

വിദഗ്ധ സമിതിയെ നിയോഗിക്കാൻ തീരുമാനം

അട്ടപ്പാടിയിലെ ആദിവാസികളുടെ ഗുരുതരമായ ആരോഗ്യപ്രശ്നം സമഗ്രമായി പഠിക്കാൻ ജനകീയ ഡോക്ടർ ബി ഇക്ബാലിന്റെ നേതൃത്വ ത്തിലുള്ള വിദഗ്ധസംഘത്തെ അയക്കുമെന്നായിരുന്നു പിണറായി വിജയന്റെ ആദ്യപ്രഖ്യാപനം. മുപ്പതോളം കുട്ടികൾ മരിച്ച സംഭവത്തെ ആത്മാർഥതയോടെ സമീപിക്കാൻ സർക്കാർ തയാറായിട്ടില്ല എന്ന കാ ര്യം അദ്ദേഹം മാധ്യമങ്ങളുമായി പങ്കുവച്ചു:

> ദയനീയമാണ് അട്ടപ്പാടി ഊരുകളിലെ സ്ഥിതിവിശേഷം. ഇതിന് പരിഹാരം കാണുന്നതിനും പ്രശ്നം സമൂഹത്തിന് മുന്നിൽ കൊ ണ്ടുവരുന്നതിനുമായി പരമാവധി ശ്രമിക്കും. അതിനായി ഊരു കളിൽനിന്നുള്ളവരെയും ആദിവാസികളോട് പ്രതിബദ്ധതയു ള്ളവരെയും ഉൾപ്പെടുത്തി സമിതിയുണ്ടാക്കും. ആദിവാസി സമൂ ഹത്തിന്റെ അവകാശങ്ങൾ ഉറപ്പാക്കാനും തെറ്റായ കാര്യങ്ങളിൽ ഇടപെടാനുമാണ് സമിതി.
>
> മരിച്ച കുട്ടികളുടെ അമ്മമാർ ഗുരുതരമായ പോഷകാഹാരക്കുറവ് അനുഭവിക്കുകയാണ്. രണ്ടരവയസുള്ള ഒരു കുട്ടിയെ കണ്ടപ്പോൾ എത്യോപ്യയിലെ കുട്ടിയെ കണ്ടതുപോലെയാണ് തോന്നിയത്. സർ ക്കാർ ചെയ്യേണ്ട കാര്യമൊന്നും ചെയ്യുന്നില്ല. ഒരു മന്ത്രിക്ക് പ്രത്യേക ചുമതല നൽകണം. പ്രതിബദ്ധതയുള്ള ഉദ്യോഗസ്ഥരെ നിയമിച്ചു പഞ്ചായത്ത്, സാമൂഹ്യക്ഷേമം, ആരോഗ്യം, പട്ടികവർ ഗം വകുപ്പുകൾക്ക് ഏകോപനമുണ്ടാക്കണം. മരിച്ച കുട്ടികളുടെ അമ്മമാർക്ക് സാമ്പത്തികസഹായം നൽകണം. ആദിവാസിഭൂമി യുടെ കാര്യത്തിൽ ക്രിയാത്മകമായ നടപടിയുണ്ടാവണം. അനീ മിയ ബാധിക്കാനുള്ള കാരണം പരിശോധിക്കാനും പ്രതിവിധി തേടാനും ഇൻസ്റ്റിറ്റ്യൂട്ട് സ്ഥാപിക്കണം. ശുദ്ധജലം നൽകാൻ

നടപടി വേണം. ആശുപത്രിയിൽപ്പോലും മലിനജലമാണ് നൽകുന്നത്. ആശുപത്രികളിൽ ഡോക്ടർമാരില്ല. ഇത്രയായിട്ടും ഗൈനക്കോളജിസ്റ്റിനെ നിയമിച്ചിട്ടില്ല. ആശുപത്രി ജീവനക്കാരുമില്ല. നിയമനങ്ങൾ കടലാസിൽ മാത്രം പോരാ. ആദിവാസി ഊരുകളിൽനിന്ന് രോഗികളെ ആശുപത്രിയിൽ കൊണ്ടുപോകാൻ വാഹനങ്ങളില്ലെങ്കിൽ സ്വകാര്യവാഹനം പിടിച്ചുപോകാൻ ധനസഹായം നൽകിയിരുന്നു. രോഗിയുടെകൂടെ നിൽക്കുന്നയാൾക്ക് 60 രൂപ നൽകിയിരുന്നു. അതൊക്കെ ഇല്ലാതാക്കി. പ്ലാൻ ഫണ്ട് ചെലവഴിക്കുന്നതിൽ പഞ്ചായത്തുകൾ കുറ്റകരമായ അനാസ്ഥയാണ് കാണിച്ചത്. അംഗൻവാടികൾ മുഖേന പാൽ, മുട്ട എന്നിവ ഒരു വർഷമായി നൽകുന്നില്ല. കുട്ടികളുടെ പോഷകാഹാരമായ അമൃതം പകുതിയാക്കി. ഗർഭിണികൾക്കുള്ള 4000 രൂപ കൃത്യമായി നൽകുന്നില്ല. മുതിർന്ന പെൺകുട്ടികൾക്കുള്ള സഫല പദ്ധതി നടപ്പാക്കുന്നില്ല. പോഷകാഹാര വിതരണത്തിൽ കോൺട്രാക്ട് രാജാണ് നടപ്പാക്കുന്നത്. രോഗം വരുത്തുന്ന ആഹാരസാധനങ്ങളാണ് നൽകുന്നത്. ഈ പിന്നോക്ക വിഭാഗത്തെ സഹായിക്കുന്നതിനുപകരം നൽകിയിരുന്ന സഹായംപോലും റദ്ദ് ചെയ്തിരിക്കുകയാണ് സർക്കാർ.

പിണറായി പറഞ്ഞു.

വനംവകുപ്പ് കൃഷിഭൂമി തട്ടിപ്പറിക്കുന്നു; വെളിച്ചവും ഇല്ലാതാക്കുന്നു

സി പി ഐ (എം) സംസ്ഥാന സെക്രട്ടറിയേറ്റ് അംഗവും മുൻ പട്ടിക വർഗവകുപ്പ് കൈകാര്യം ചെയ്ത മന്ത്രിയുമായ എ കെ ബാലൻ മെയ് 8, 9 തീയതികളിലായി നിരവധി ഊരുകൾ സന്ദർശിച്ചു. ഇതുവരെ പുറത്തുവരാത്ത ഒട്ടേറെ കാര്യങ്ങൾ വെളിച്ചത്തു കൊണ്ടുവന്നു. കേന്ദ്ര വനാവകാശപ്രകാരം ആദിവാസികൾക്ക് അവകാശപ്പെട്ട ഭൂമിയിൽ കൃഷിചെയ്യുന്നത് വനംവകുപ്പ് തടയുകയാണെന്നായിരുന്നു അതിലൊന്ന്. 25 വർഷമായി ആദിവാസികൾ കൃഷിചെയ്യുന്ന ഭൂമിയിൽ വിളയെടുക്കാനാവുമ്പോഴാണ് കൃഷി നശിപ്പിച്ച് ജണ്ട കെട്ടുന്നത്. ആദിവാസി ഭൂനിയമപ്രകാരം ഇത്തരം ഭൂമികളിൽ താമസിക്കാനും ജോലി ചെയ്തു ജീവിക്കാനും ആദിവാസികൾക്ക് അവകാശമുണ്ട്. നക്കുപ്പതി, നക്കുപ്പതി പ്പിരിവ് താഴെ, നക്കുപ്പതി മേലെ ഊരുകളിൽ 230 കുടുംബങ്ങളുടെ കൃഷിയാണ് വനംവകുപ്പ് നശിപ്പിച്ചു ജണ്ട കെട്ടിയത്. അതോടെ അവരുടെ ജീവിതം വഴിമുട്ടി. അട്ടപ്പാടിയിൽത്തന്നെ താഴെ ഉമ്മത്തുംപടി ഊരിലും വനംവകുപ്പിന്റെ ഇടപെടൽമൂലം നിരവധിപേരുടെ ജീവിതമാണ് വഴിയാധാരമായത്.

വീടുകളിൽ വൈദ്യുതിവകുപ്പ് വെളിച്ചം നിഷേധിച്ചതായിരുന്നു മറ്റൊന്ന്. വർഷങ്ങൾക്കുമുമ്പുള്ള കുടിശ്ശികയെന്നപേരിൽ 10,000 ത്തിൽപ്പരം രൂപ ആദിവാസികളോട് അടയ്ക്കാനാവശ്യപ്പെട്ടിരിക്കുകയാണ്. വീടുകളുടെ വാതിലിന് മുന്നിൽ റവന്യൂറിക്കവറി നോട്ടീസ് പതിച്ചതിനാൽ കൂരകളിൽ പോകാൻ ഭയപ്പെടുകയാണ്. പുതൂർ പഞ്ചായത്തിലെ പലകയൂരിൽ 18 വീടുകളിലെ വൈദ്യുതിബന്ധം വിച്ഛേദിച്ചു മീറ്റർ കൊണ്ടുപോയി.

അട്ടപ്പാടിയിൽ റേഷൻ സാധനങ്ങൾ ആദിവാസികൾക്ക് നൽകുന്നതിനുപകരം മറിച്ചു വിൽക്കുന്നതായും ശ്രദ്ധയിൽപ്പെടുത്തി. ചാവടിയൂരിലെ ഊരുകളും റേഷൻ കടകളും സന്ദർശിച്ച് പരിശോധന നടത്താനും തയാറായി.

ആദിവാസി ഊരുകളിലെ പഴകി ദ്രവിച്ച വീടുകൾ പുനർനിർമിക്കാൻ പട്ടികവർഗ വകുപ്പ് പ്രത്യേക പദ്ധതി ആവിഷ്കരിക്കണം. അട്ടപ്പാടിയിലെ മൂന്ന് പഞ്ചായത്തുകളിൽ നടക്കുന്നത് ചില ജനപ്രതിനിധികളും കരാറുകാരും ഉദ്യോഗസ്ഥരും ചേർന്നുള്ള കൊള്ളയാണ്. ഊരുകളിൽ രോഗികളായ ആദിവാസികൾ കിടന്നു നരകിക്കുമ്പോൾ ട്രൈബൽ പ്രൊമോട്ടർമാർ തിരിഞ്ഞു നോക്കുന്നില്ല.

ഏപ്രിൽ 25 ന് സംസ്ഥാന സർക്കാർ പ്രഖ്യാപിച്ച പാക്കേജ്

യു ഡി എഫ് സർക്കാർ അധികാരത്തിലേറി രണ്ടുവർഷം പൂർത്തിയാക്കിയപ്പോൾ പിന്നോക്ക മേഖലയായ അട്ടപ്പാടിയെ എത്രമാത്രം അവഗണിച്ചുവെന്നതിന്റെ സാക്ഷ്യപത്രമായിരുന്നു സംസ്ഥാന സർക്കാർ പ്രഖ്യാപിച്ച പാക്കേജ്. എൽ ഡി എഫ് സർക്കാർ തുടങ്ങിവച്ച പദ്ധതികൾ മുഴുവൻ നിർത്തിയതാണ് അട്ടപ്പാടിയിലെ ദുരവസ്ഥയ്ക്ക് കാരണമെന്നതിന് തെളിവ് അന്വേഷിച്ചു വേറെ പോകേണ്ടതില്ല. പാക്കേജ് പുറത്തുവന്നു രണ്ടുമാസം പിന്നിട്ടിട്ടും പക്കേജിന്റെ ഗുണങ്ങളൊന്നും ആദിവാസികൾക്ക് ലഭിച്ചിട്ടില്ല. അതിൽ ചില നിയമനങ്ങളും മറ്റും നടന്നതുപോലും മുഖ്യമന്ത്രിയുടെ സന്ദർശനത്തിനുശേഷമാണ് എന്നതാണ് വസ്തുത. പാക്കേജിൽ പറയുന്ന പദ്ധതികളിൽ പലതും നിലവിൽ അട്ടപ്പാടിയിൽ തുടരുന്നതാണെന്ന ആരോപണവും ശക്തമാണ്. കാർഷിക പാക്കേജ് നല്ലശിങ്കയിൽ ഒരു സൊസൈറ്റി നടത്തിക്കൊണ്ടിരിക്കുന്നതാണ്. അട്ടപ്പാടിയിലെ മൂന്ന് ആശുപത്രികളിൽ 75 ജീവനക്കാരെ നിയമിക്കുമെന്നായിരുന്നു ആദ്യ പ്രഖ്യാപനം. പ്രാഥമിക കേന്ദ്രങ്ങൾക്കൊപ്പം 10 സബ്സെന്ററുകൾ നവീകരിക്കും, കോട്ടത്തറയിൽ റീഹാബിലിറ്റേഷൻ സെന്ററും ലഹരിമുക്തകേന്ദ്രവും തുടങ്ങും, ഡോക്ടർമാരുടെ ക്വാർട്ടേഴ്സുകൾ നിർമാണം പൂർത്തിയാക്കും, 28 ലക്ഷംരൂപ ചെലവിൽ ആശുപത്രികളിൽ കുടിവെള്ളപദ്ധതി സ്ഥാപിക്കും, രക്തം ശേഖരിച്ചു സൂക്ഷിക്കാൻ പ്രത്യേക കേന്ദ്രം, അയൺഗുളിക വിതരണം ചെയ്യും, ആദിവാ

സി ഊരുകളിൽ മെഡിക്കൽ ക്യാമ്പുകൾ, ക്യാമ്പിലെത്തുന്നവർക്ക് അംഗൻവാടികൾ വഴി ഭക്ഷണം, അട്ടപ്പാടിയിൽ ജോലിചെയ്യുന്ന ഡോക്ടർമാർക്ക് 20,000 രൂപയുടെ അധിക വേതനം, മറ്റ് ജീവനക്കാർക്ക് അടിസ്ഥാന ശമ്പളത്തിന്റെ 20 ശതമാനം അധികം, ആശാവർക്കർമാർ, ട്രൈബൽ പ്രൊമോട്ടർമാർ എന്നിവരുടെ പ്രവർത്തനം വിലയിരുത്തി ഇൻസന്റീവ് നൽകും എന്നിവയായിരുന്നു ആരോഗ്യമേഖലയിൽ പ്രഖ്യാപിച്ചത്. പ്രവർത്തനം ഏകോപിപ്പിക്കാൻ ഡോ. പ്രഭുദാസിന് ചുമതലയും നൽകി.

ഹോർട്ടികൾച്ചർ മിഷന്റെ സഹായത്തോടെ 7.84 കോടിയുടെ കാർഷിക പാക്കേജ്

സാമൂഹിക നീതിവിഭാഗത്തിൽ കൗമാരക്കരാർക്ക് 25 ലക്ഷം രൂപ ചെലവിൽ മോഡൽ അംഗൻവാടി. 25 അംഗൻവാടികൾ പുതുക്കിപ്പണിയും. അഞ്ച്സെന്റ് സ്ഥലം നൽകുന്ന പഞ്ചായത്തുകളിൽ പുതിയ അംഗൻവാടി, അംഗൻവാടികളിൽ ആദിവാസിസ്ത്രീകൾക്ക് നിയമനം, സ്കൂളുകളിൽ രണ്ട് കൗൺസിലർമാർ, അമൃതം പൊടിക്കുപകരം റാഗിയും ചോളവും ചേർത്ത പൊടി വിതരണം, ആദിവാസികളിൽ രണ്ടുപേർക്ക് സൂപ്പർവൈസർ നിയമനം, പഞ്ചായത്ത് സ്ഥലം നൽകിയാൽ വർക്കിങ് വിമൻസ് ഹോസ്റ്റൽ, പോഷകാഹാരക്കുറവുള്ളവർക്ക് പ്രത്യേക പരിഗണന എന്നിവയും വാഗ്ദാനം ചെയ്യുന്നു. കുറുമ്പ പാക്കേജ് കാര്യക്ഷമമാക്കും.

പട്ടികവർഗവകുപ്പ് ജനനി ജന്മരക്ഷാപദ്ധതി തുടങ്ങും, ആരോഗ്യപദ്ധതി നടപ്പാക്കുന്നതിനായി കോട്ടത്തറ പഞ്ചായത്തിന് പത്തുലക്ഷം രൂപ അനുവദിക്കും, മൂന്ന് പഞ്ചായത്തുകളിൽ സമഗ്ര ആരോഗ്യസർവെ, പ്രൊമോട്ടർമാരുടെ പ്രവർത്തനം വിലയിരുത്താൻ എം എസ് ഡബ്ല്യൂ യോഗ്യതയുള്ളവരെ പഞ്ചായത്തുകളിൽ നിയമിക്കും, വ്യാജമദ്യം തടയാൻ ഒരു സി ഐ യുടെ നേതൃത്വത്തിൽ 15 പേരുടെ സംഘത്തെ നിയമിക്കും എന്നിവയാണ് പാക്കേജിലുണ്ടായിരുന്നത്.

കേന്ദ്ര പാക്കേജ്

സംസ്ഥാന സർക്കാർ പാക്കേജിന് പിന്നാലെ കേന്ദ്ര പാക്കേജും അട്ടപ്പാടിയിൽ വന്നു. മുഖ്യമന്ത്രിയോടൊപ്പം സന്ദർശിച്ച കേന്ദ്ര ഗ്രാമവികസന മന്ത്രി ജയറാം രമേശായിരുന്നു കേന്ദ്ര പാക്കേജ് പ്രഖ്യാപിച്ചത്. അട്ടപ്പാടിയുടെ പിന്നോക്കാവസ്ഥ പരിഹരിക്കാനെന്നപേരിൽ ആറ് പദ്ധതികളാണ് കേന്ദ്രമന്ത്രി മുന്നോട്ടുവച്ചത്.

മദ്യപാനത്തിനെതിരെയുള്ള ബോധവൽക്കരണവും ഉൾപ്പെടുത്തി കുടുംബശ്രീ പ്രവർത്തനം വ്യാപിപ്പിക്കും. ഇതിനായി 50കോടിരൂപ

നൽകും. സ്ത്രീകൾക്കിടയിൽ കാർഷികവൃത്തി പ്രോത്സാഹിപ്പിക്കാൻ മഹിളാ കിസാൻ ശാക്തീകരണപദ്ധതിയിൽ ഉൾപ്പെടുത്തി 50 കോടി രൂപ ചെലവഴിക്കും. മഹാത്മാഗാന്ധി ഗ്രാമീണ തൊഴിലുറപ്പുപദ്ധതിയിൽ ഉൾപ്പെടുത്തി ഭൂമി–ജല വികസനപദ്ധതികൂടി നടപ്പാക്കും. ആദിവാസികളെ അട്ടപ്പാടിക്ക് പുറത്ത് ജോലി ചെയ്യാൻ പ്രാപ്തരാക്കുന്നതിനായി 500 യുവജനങ്ങൾക്ക് തൊഴിൽ പരിശീലനം. അട്ടപ്പാടിയിലെ 2000 കുടുംബങ്ങൾക്ക് ഇന്ദിരാ ആവാസ് യോജനയിൽ ഉൾപ്പെടുത്തി വീട് നിർമിക്കാൻ 75,000 രൂപ വീതം കേന്ദ്രം നൽകും. കാസർകോട്ട് എൻഡോസൾഫാൻ ബാധിതർക്കായുള്ള പ്രത്യേകപദ്ധതിപ്രകാരം 28 കിലോമീറ്റർ റോഡ് വികസിപ്പിച്ചതുപോലെ, പ്രധാനമന്ത്രി ഗ്രാമ സദക് യോജന പദ്ധതിയിൽ ഉൾപ്പെടുത്തി അട്ടപ്പാടിയിൽ 30 കിലോമീറ്റർ റോഡ് വികസിപ്പിക്കും. ഇത്രയുമാണ് ജയറാം രമേശിന്റെ വാഗ്ദാനം.

ഗോത്രവർഗ വികസനവും അട്ടപ്പാടിയിലെ ശിശുമരണങ്ങളും

രാജേന്ദ്രപ്രസാദ്

നിങ്ങൾ പരിചയപ്പെട്ടിട്ടുള്ളതിൽ വച്ച് ഏറ്റവും നിർധനനും ദരിദ്രനുമായ മനുഷ്യന്റെ മുഖം ഏതു തീരുമാനമെടുക്കുമ്പോഴും മനസിലുണ്ടാവണം. ആ മനുഷ്യന് അനുകൂലമാണ് തീരുമാനമെങ്കിൽ അത് ശരിയും അല്ലെങ്കിൽ അത് തെറ്റുമാണ് – **ഗാന്ധിജി**

ഒരു സമൂഹത്തിന്റെ വികസനം എവിടെ എത്തിനിൽക്കുന്നു എന്നതിന്റെ അളവുകോൽ അവിടുത്തെ അടിസ്ഥാന വിഭാഗങ്ങളുടെ ആരോഗ്യവും വിദ്യാഭ്യാസവുമടക്കമുള്ള വികസനത്തെ അടിസ്ഥാനപ്പെടുത്തിയാവും അടയാളപ്പെടുത്തുക. 2011 ലെ സർവെ അനുസരിച്ച് കേരളത്തിലെ ആദിവാസി ജനസംഖ്യ 4,26,208 ആണ്. കേരളത്തിലെ പ്രധാന ആദിവാസിമേഖലയായ അട്ടപ്പാടിയിലെ ജനസംഖ്യ 2011 ൽ 29,059 വരും. ഇരുള, മുഡുഗ, കുറുമ്പ എന്നീ ഗോത്രവർഗ വിഭാഗങ്ങളാണ് അട്ടപ്പാടിയിലുള്ളത്. ഇതിൽ കുറുമ്പർ പ്രാക്തന ഗോത്രവിഭാഗത്തിൽപ്പെട്ടവരാണ്. 187 ഊരുകളിൽ ഏകദേശം 10,000 കുടുംബങ്ങളിലായി അട്ടപ്പാടിയിലെ വിവിധ മലയിടുക്കുകളിൽ ഇവർ അധിവസിച്ചു പോരുന്നു. 745 ച കി ആണ് കേരളത്തിലെ ആദ്യത്തെ ബ്ലോക്കായ അട്ടപ്പാടിയുടെ വിസ്തീർണം. കേരളത്തിലെ സാമൂഹിക–സാമ്പത്തിക മുന്നേറ്റങ്ങളിൽ ഗോത്രവർഗങ്ങൾക്ക് ഉൾച്ചേർന്ന് പോകുവാൻ കഴിഞ്ഞിട്ടില്ല എന്നുള്ളത് ചരിത്രപരമായ സത്യമാണ്. ഗോത്രവിഭാഗങ്ങളുടെ പരിരക്ഷയ്ക്കായി നിയമങ്ങൾ ഇല്ലാത്തതുകൊണ്ടല്ല; അത്തരം നിയമങ്ങൾ അവരുടെ സാമൂഹിക ജീവിത സുരക്ഷയ്ക്ക് ലഭ്യമാക്കേണ്ടവർതന്നെ പലപ്പോഴും അത് അട്ടിമറിക്കുന്നതിന്റെ റിപ്പോർട്ടുകളാണ് ആദിവാസി മേഖലകളിൽ ഇന്ന് നമുക്ക് കാണാനാവുന്നത്. അതിന്റെ അവസാനത്തെ ഉദാഹരണമാണ് അട്ടപ്പാടിയിലെ ശിശുമരണങ്ങൾ.

നിയമങ്ങൾ പ്രസക്തമാകുന്നത് അതിനുപിന്നിൽ അവകാശം അന്തർലീനമായതുകൊണ്ടാണെന്ന് പ്രസിദ്ധ ചിന്തകനായ എച്ച് ഡബ്ല്യു ബീച്ചർ നിരീക്ഷിക്കുന്നുണ്ട്. നമ്മുടെ പൈതൃകത്തിന്റെ അവകാശികളായ ആദിമജീവിത പരിസരങ്ങളിൽ ജീവിക്കുന്ന ആദിവാസികൾക്കായി സ്വാതന്ത്ര്യാനന്തരവും അതിനുമുമ്പും രൂപംകൊടുത്ത പല നിയമങ്ങളും വെറും നിയമങ്ങളായിത്തന്നെ നിലനിൽക്കുകയും ആദിവാസികൾ കൂടുതൽ അരികുവൽക്കരിക്കപ്പെട്ടവരായി സ്വയം ഉൾവലിഞ്ഞ് മലയിടുക്കുകളിലേക്ക് ചുരുങ്ങിപ്പോവുകയും ചെയ്യുന്ന കാഴ്ചയാണ് കേരളത്തിലെ ആദിവാസി മേഖലകളിൽ കാണാനാവുന്നത്. അവരുടെ കണ്ണീർ കാണാനോ അവരുടെ നിലവിളികൾക്ക് ചെവികൊടുക്കാനോ നമ്മൾ മടിക്കുന്നു. അതുകൊണ്ടാണ് 46 ശിശുമരണങ്ങൾ നടന്നിട്ടും തദ്ദേശീയരായ ആദിവാസികളുടെ പ്രശ്നങ്ങൾ കേൾക്കാൻ, ഊരു മൂപ്പന്മാർ, അവരുടേതായ ആദിവാസി സംഘടനകൾ എന്നിവരുടെ ഒരു യോഗംപോലും വിളിച്ചുചേർക്കുവാൻ ജില്ലാ ഭരണകൂടമോ സർക്കാരോ ഇതുവരെ ശ്രമിക്കാതിരുന്നത്. തദ്ദേശീയർ നേരിടുന്ന പ്രശ്നങ്ങൾ എന്താണെന്ന് കേൾക്കാതെയാണ് സർക്കാർ പാക്കേജുകൾ പ്രഖ്യാപിച്ചതെന്ന് ആദിവാസി സംഘടനകൾ ആരോപിക്കുന്നു. കാലങ്ങളായി നടന്നുവന്ന ആദിവാസി ക്ഷേമപ്രവർത്തനങ്ങളുടെ പരാജയത്തിന്റെ അടിസ്ഥാന കാരണവും ഇതുതന്നെയാണ്. അതുകൊണ്ടാണ് ഗോത്രവർഗ ജനതയ്ക്കായി രൂപം കൊടുത്ത നിയമങ്ങൾ നോക്കുകുത്തികളാവുന്നത്. അട്ടപ്പാടിയെ സംബന്ധിച്ചിടത്തോളം കഴിഞ്ഞ 16 മാസത്തിനിടയിൽ 46 നവജാത ശിശുക്കൾ മരണമടഞ്ഞിട്ടും ഈ കാലയളവിനുള്ളിൽ ഇത്തരം മരണങ്ങളുടെ യഥാർഥ കാരണങ്ങളെക്കുറിച്ചന്വേഷിക്കുവാൻ ഒരു വിദഗ്ധ സമിതിയെ നിയോഗിക്കുവാൻപോലും സർക്കാർ ശ്രമിച്ചില്ല. പകരം പോഷകാഹാരക്കുറവുകൊണ്ടല്ല നവജാത ശിശുക്കളുടെ മരണങ്ങൾ എന്നു വിളിച്ചുപറയാനുള്ള തിടുക്കത്തിലായിരുന്നു സർക്കാർ വകുപ്പുകൾ. മരണത്തിന് ഉത്തരവാദി ഞങ്ങളുടെ വകുപ്പല്ല എന്ന് പറയാനായിരുന്നു വകുപ്പ് മന്ത്രിമാർക്ക് തിടുക്കം. കേരളത്തിലെ ആദ്യത്തെ ഗോത്രവിഭാഗക്കാരിയായ മന്ത്രി കുമാരി പി കെ ജയലക്ഷ്മിയും പറഞ്ഞത് ഇത് ഞങ്ങളുടെ വകുപ്പിന്റെ പരാജയമല്ല എന്നായിരുന്നു.

മുന്നറിയിപ്പുകൾ അവഗണിച്ചു

2011 ഡിസംബറിലാണ് പോഷകാഹാരക്കുറവ് ദേശീയ നാണക്കേടാണെന്ന് നമ്മുടെ പ്രധാനമന്ത്രി പ്രസ്താവിച്ചത്. 2012 ജനുവരിയിൽ തെന്നിന്ത്യയിലെ ആദിവാസിമേഖലയിലെ ആദ്യത്തെ പ്രസിദ്ധീകരണമായ *ഗോത്രഭൂമി* അതിന്റെ കവർസ്റ്റോറിയിൽ, ചർച്ചാവിഷയമാക്കിയത് അട്ടപ്പാടിയിലെ പോഷകാഹാരക്കുറവുമൂലം ദുരിതമനുഭവിക്കുന്ന കുട്ടികളെ സംബന്ധിച്ചും ഈ മേഖലയിലെ ഐ സി ഡി എസ് (ഇന്റഗ്രേറ്റഡ് ചൈൽഡ് ഡെവലപ്മെന്റ് സർവീസസ്) കേന്ദ്രങ്ങളുടെ ശോചനീയാ

വസ്ഥയെ കുറിച്ചുമായിരുന്നു. ഫെബ്രുവരി ലക്കം 'ശിശു മരണങ്ങൾ തുടർക്കഥയാവുന്ന അട്ടപ്പാടിയെ' കണക്കുകൾസഹിതം വായനക്കാരന്റെ മുന്നിലെത്തിച്ചു. തുടർ ലക്കങ്ങളും അട്ടപ്പാടി നേരിടുന്ന ആരോഗ്യപ്രശ്ന ങ്ങളെ സംബന്ധിച്ച കവർ സ്റ്റോറികളുമായിട്ടാണ് *ഗോത്രഭൂമി* ഇറങ്ങിയ ത്. ആരോഗ്യരംഗത്തെ കെടുകാര്യസ്ഥതമൂലം അടച്ചുപൂട്ടൽ ഭീഷണി നേരിട്ട കോട്ടത്തറ ട്രൈബൽ സ്പെഷ്യാലിറ്റി ആശുപത്രിയെ രക്ഷിക്ക ണമെന്നാവശ്യപ്പെട്ട് സാമൂഹ്യ യുവജന ആദിവാസി സംഘടനകൾ സമരരംഗത്തിറങ്ങി. കോട്ടത്തറ ട്രൈബൽ സ്പെഷ്യാലിറ്റി ആശുപത്രി ആക്ഷൻ കൗൺസിൽ രൂപീകരിക്കപ്പെട്ടു. തമ്പ് എന്ന സംഘടനയ്ക്കു വേണ്ടി 2012 ജൂലൈ 17 ന് ഈ ലേഖകൻ ഹൈക്കോടതിയിൽ അട്ടപ്പാടി യുടെ ആരോഗ്യസംരക്ഷണം ഉറപ്പുവരുത്തണമെന്നാവശ്യപ്പെട്ടുകൊണ്ട് പൊതുതാൽപ്പര്യ ഹർജി ഫയൽചെയ്തു. കേരള സംസ്ഥാന മനുഷ്യാ വകാശ കമീഷനും പട്ടികജാതി-പട്ടികവർഗ നിയമസഭാ കമ്മിറ്റിക്കും പരാതി നൽകി. ഊരു മൂപ്പന്മാരും ആദിവാസി സംഘടനാ പ്രതിനിധി കളും തിരുവനന്തപുരത്തെത്തി മുഖ്യമന്ത്രി, പട്ടികവർഗക്ഷേമം, ആരോ ഗ്യം, സാമൂഹ്യനീതി എന്നിവരെ നേരിൽ കണ്ട് പരാതി നൽകി. കേരള സംസ്ഥാന പട്ടികജാതി- പട്ടികവർഗ കമീഷനിൽ നേരിട്ട് ഹാജരായി പരാതി ബോധിപ്പിച്ചു. 2012 ജൂൺ 12 നും ജൂലൈ 16 നും അട്ടപ്പാടിയിൽ കോട്ടത്തറ ട്രൈബൽ സ്പെഷ്യാലിറ്റി ആക്ഷൻ കൗൺസിലിന്റെ നേതൃ ത്വത്തിൽ ഐ റ്റി ഡി പി (ഇന്റഗ്രേറ്റഡ് ട്രൈബൽ ഡവലപ്മെന്റ് പ്രോജക്ട്) ഓഫീസ് ഉപരോധിച്ചു. അതിനെ തുടർന്ന് സാമൂഹ്യനീതി വകുപ്പ് മന്ത്രി ഡോ. മുനീർ അട്ടപ്പാടിയിലെത്തി. ഐ സി ഡി എസ് ഉദ്യോഗസ്ഥരുടെ യോഗം വിളിച്ചുചേർത്ത് സ്ഥിതിഗതികൾ വിലയിരു ത്തി. ഗർഭിണികളായ അമ്മമാർക്കുള്ള കേന്ദ്രവിഹിത പദ്ധതിയുടെ സംസ്ഥാനതല ഉദ്ഘാടനവും അട്ടപ്പാടിയിൽവച്ച് നടത്തി. പക്ഷേ, പദ്ധതി ഗുണഭോക്താവിലേക്ക് വേണ്ടവിധം എത്തിയില്ല.

ഊരുകൂട്ട മിനിറ്റ്സ് സർക്കാർ അവഗണിച്ചു

ഗോത്രവർഗ വികസനത്തിന്റെ അടിസ്ഥാനശിലയെന്ന് നമ്മൾ മേനി പറയുന്ന ഊരുകൂട്ടത്തിന്റെ മിനിറ്റ്സ് മുഖവിലയ്ക്കെടുത്തിരുന്നെങ്കിൽ കേരളമനസിനെ ഞെട്ടിച്ച ശിശുമരണങ്ങളെ പ്രതിരോധിക്കാമായിരുന്നു. അട്ടപ്പാടി ഗോത്രവർഗമേഖലയിലെ പല ഊരുകൂട്ടങ്ങളിലെ മിനിറ്റ്സ് ബുക്കുകളിലും അംഗൻവാടി, പ്രാഥമിക ആരോഗ്യ കേന്ദ്രങ്ങൾ എന്നിവ യുടെ ശോചനീയാവസ്ഥ പരിഹരിക്കണമെന്നാവശ്യപ്പെട്ടുകൊണ്ടും പ്രസ്തുത കേന്ദ്രങ്ങൾ ഇല്ലാത്ത സ്ഥലങ്ങളിൽ പുതിയവ ആരംഭിക്കണ മെന്ന ആവശ്യമുന്നയിച്ചുകൊണ്ടുമുള്ള ഊരുകൂട്ടമിനിറ്റ്സിന്റെ രേഖപ്പെ ടുത്തലുകൾ പരിഗണിച്ചിരുന്നുവെങ്കിൽ കുഞ്ഞുങ്ങളുടെ നിശ്ശബ്ദമായ അരങ്ങൊഴിയൽ തടയാമായിരുന്നു.

കുട്ടികളുടെ ഗ്രാമസഭ

കേരളത്തിൽ 15-ാം പഞ്ചവത്സര പദ്ധതിയുടെ ഭാഗമായി ഗോത്ര വർഗ മേഖലയിൽ അട്ടപ്പാടിയിലാണ് ആദ്യമായി കുട്ടികളുടെ ഗ്രാമസഭ വിളിച്ചുചേർത്തത്. 10-11-2012 ൽ ഷോളയൂർ പഞ്ചായത്ത് ഹാളിൽ നടന്ന കുട്ടികളുടെ ഗ്രാമസഭയിൽ ഗോത്രവർഗ കുട്ടികളുടെ സാംസ്കാരിക കൂട്ടായ്മയായ കാർത്തുമ്പി കൂട്ടുകാർ തങ്ങളുടെ അനുജന്മാർക്കും അനിയത്തിമാർക്കും പാൽ, മുട്ട, പഴംപോലുള്ള പോഷകഗുണമുള്ള ആഹാര പദാർഥങ്ങൾ അംഗൻവാടികളിൽനിന്ന്, കഴിഞ്ഞ രണ്ടുവർഷമായി ലഭിക്കുന്നില്ലെന്നും പല അംഗൻവാടികളിലും വെള്ള സൗകര്യവും ടോയിലെറ്റ് സൗകര്യവുമില്ലായെന്നും ബോധിപ്പിച്ചതിനെ തുടർന്ന്, അന്ന് കുട്ടികളുടെ ഗ്രാമസഭയിൽ പ്രസ്തുത വിഷയം അവതരിപ്പിച്ച കുട്ടികളെ പഞ്ചായത്ത് അധികൃതർ സാമൂഹ്യനീതി വകുപ്പ് മന്ത്രിയെ നേരിൽ കാണുന്നതിനായി തിരഞ്ഞെടുത്തു. പഞ്ചായത്ത് അധികൃതരുടെ നേതൃത്വത്തിൽ കുട്ടികൾ മണ്ണാർക്കാടെത്തി സാമൂഹ്യനീതിവകുപ്പ് മന്ത്രിയെ നേരിൽ കണ്ട് പരാതി ബോധിപ്പിച്ചു.

അട്ടപ്പാടി ആരോഗ്യ സുരക്ഷാ കൺവെൻഷൻ

അട്ടപ്പാടിയിലെ കുട്ടികളും ഗർഭിണികളും നേരിടുന്ന പോഷകാഹാര ക്കുറവ് ചർച്ച ചെയ്യുന്നതിനായി 25-12-2012 ൽ മട്ടത്തുകാട് ആദിവാസി ഹൈസ്കൂളിൽ വിളിച്ചുചേർത്ത അട്ടപ്പാടി ആരോഗ്യ സുരക്ഷാ കൺവെൻഷൻ ബഹുമാനപ്പെട്ട മണ്ണാർക്കാട് എം എൽ എ അഡ്വ. എം ഷംസുദ്ദീൻ ഉദ്ഘാടനം ചെയ്തു. പ്രസ്തുത ചടങ്ങിൽ അഗളി ബ്ലോക്ക് പഞ്ചായത്ത് പ്രസിഡന്റ് ശ്രീമതി ഉഷാ രാജു, ഷോളയൂർ പഞ്ചായത്ത് പ്രസിഡന്റ് ശ്രീ. മുരുകൻ വിവിധ ആദിവാസി സംഘടനാ നേതാക്കൾ, ആരോഗ്യ വിദഗ്ധർ തുടങ്ങിയവർ പങ്കെടുത്തിരുന്നു. പ്രസ്തുത കൺവെൻഷൻ പാസാക്കിയ അട്ടപ്പാടി ആരോഗ്യസുരക്ഷാ പ്രമേയം മുഖ്യമന്ത്രി, ആരോഗ്യം, പട്ടികവർഗ ക്ഷേമം, സാമൂഹ്യനീതി വകുപ്പ് മന്ത്രിമാർ, സ്ഥലം എം എൽ എ, ജില്ലാ കളക്ടർ, ജില്ലാ മെഡിക്കൽ ഓഫീസർ, അഹാഡ്സ് നോഡൽ ഓഫീസർ എന്നിവർക്ക് നൽകുകയുണ്ടായി. അതിൽ അട്ടപ്പാടിയിലെ കുട്ടികൾ നേരിടുന്ന പോഷകാഹാര ക്കുറവുമൂലമുള്ള ആരോഗ്യ പ്രശ്നങ്ങളെ സംബന്ധിച്ചും അട്ടപ്പാടിയിൽ സമഗ്ര ആരോഗ്യ സർവെ നടത്തേണ്ടതിന്റെ ആവശ്യകതയെക്കുറിച്ചും ബോധ്യപ്പെടുത്തി. ഒരുപക്ഷേ, ഈ പ്രമേയം ഒന്നു വായിച്ചുനോക്കുവാൻ ബന്ധപ്പെട്ടവർ ശ്രമിച്ചിരുന്നുവെങ്കിൽ 46 കുഞ്ഞുങ്ങളുടെ മരണമെന്ന ദാരുണമായ ഈ വിപത്തിനെ തടയാമായിരുന്നു.

പട്ടികവർഗക്ഷേമ വകുപ്പ് മന്ത്രി അട്ടപ്പാടിയിൽ

പട്ടികവർഗക്ഷേമ വകുപ്പ് മന്ത്രിയുടെ അട്ടപ്പാടി സന്ദർശനത്തിന്റെ

ഭാഗമായി 8–03–2013 *ഗോത്രഭൂമി*, തമ്പ് ഓഫീസ് അങ്കണത്തിൽ വിളിച്ചു ചേർത്ത ആദിവാസി സാമൂഹ്യ പ്രവർത്തകരുമായുള്ള മുഖാമുഖത്തിൽ അട്ടപ്പാടിയിലെ വിവിധ ഊരുകൂട്ടങ്ങൾ, അമ്മക്കൂട്ടങ്ങൾ, കാർത്തുമ്പി ക്കൂട്ടങ്ങൾ എന്നിവയിലൂടെ ചർച്ച ചെയ്ത് ക്രോഡീകരിച്ച, അവർ നേരി ടുന്ന പ്രശ്നങ്ങൾ ബഹുമാനപ്പെട്ട മന്ത്രിയുടെ മുമ്പാകെ അവതരിപ്പി ക്കുവാൻ അവസരം ലഭിച്ചത് ഈ ലേഖകനായിരുന്നു. അട്ടപ്പാടിയിലെ കുട്ടികൾ നേരിടുന്ന ഭീകരമായ പോഷകാഹാരക്കുറവും അംഗൻവാടി യുടെ ശോചനീയാവസ്ഥയുമാണ് ഈ ലേഖകൻ ആദ്യമായി മന്ത്രിയുടെ മുമ്പാകെ അവതരിപ്പിച്ചത്. മുഖാമുഖത്തിന് മറുപടിപറഞ്ഞ മന്ത്രി അട്ട പ്പാടിയിലെ തിരഞ്ഞെടുത്ത ഒരു പഞ്ചായത്തിൽ സമഗ്ര ആരോഗ്യ സർവെ ആരംഭിക്കുമെന്ന് പ്രഖ്യാപിച്ചു. അംഗൻവാടികളുടെ ശോചനീയാവസ്ഥ ബന്ധപ്പെട്ട മന്ത്രിയുടെ ശ്രദ്ധയിൽപ്പെടുത്തുമെന്നും അറിയിച്ചു.

അട്ടപ്പാടിയിലെ ആദിവാസി സംഘടനകളുടെ പരാതിയും ഊരുകൂ ട്ടങ്ങളുടെ മിനിറ്റ്സും സി എ ജി (കംട്രോളർ ആന്റ് ഓഡിറ്റർ ജനറൽ) പോലുള്ള സ്വതന്ത്ര ഏജൻസികളുടെ റിപ്പോർട്ടും മുഖവിലയ്ക്കെടുത്തി രുന്നുവെങ്കിൽ ഗോത്രവർഗ കുഞ്ഞുങ്ങളുടെ മരണം ഒരു പരിധിവരെ പ്രതിരോധിക്കാമായിരുന്നു.

അട്ടപ്പാടിയിൽ 16 മാസത്തിനിടയിൽ 46 ശിശുമരണങ്ങളാണ് റിപ്പോർട്ട് ചെയ്യപ്പെട്ടത്. മേൽപ്പറഞ്ഞ മരണങ്ങളിൽ രണ്ടെണ്ണം ഒഴികെ ബാക്കി ശിശു ക്കളുടെ ജനന സമയത്തുള്ള തൂക്കം 650 നും 1600 നുമിടയിലായിരുന്നു. ആറ്, എട്ട് മാസത്തിനിടയിലാണ് അമ്മമാർ ഈ ശിശുക്കൾക്ക് ജന്മം നൽകിയത്. സെന്റർ ഫോർ ട്രൈബൽ എഡ്യുക്കേഷൻ ഡവലപ്മെന്റ് ആന്റ് റിസർച്ച് (തമ്പ്) 2013 മെയ് 19, 20 തീയതികളിൽ അട്ടപ്പാടിയിലെ വട്ട്ലക്കി ഒ എൽ എച്ച്, മുക്കാലി–ചോലക്കാട് ഊരുകളിലായി കൊച്ചിൻ കോ–ഓപ്പറേറ്റീവ് മെഡിക്കൽ കോളേജിലെ പീഡിയാട്രിക് സർജറി വിഭാഗം മേധാവിയായ ഡോ. സത്യൻജിയുടെ നേതൃത്വത്തിൽ നടത്തിയ ഹെൽത്ത് അസസ്മെന്റ് ക്യാമ്പിൽ, അട്ടപ്പാടിയിലെ 187 ഊരുകളിൽ നിന്നും തിരഞ്ഞെടുത്ത 41 ഊരുകളിലെ ആറുവയസിൽ താഴെയുള്ള 132 കുട്ടികളെയും അവരുടെ അമ്മമാരെയും ശാരീരിക പരിശോധനയ്ക്കും നിരീക്ഷണത്തിനും വിധേയമാക്കിയപ്പോൾ ഇവരിലെല്ലാം ഭീകരമായ തോതിൽ പോഷകാഹാരക്കുറവും ആരോഗ്യ പ്രശ്നങ്ങളും കണ്ടെത്തുക യുണ്ടായി. അട്ടപ്പാടിയിലെ ആദിവാസിമേഖല നേരിടുന്ന ഭീകരമായ പട്ടി ണിയും കുടുംബപ്രാരാബ്ധവുമാണ് ഇതിന്റെ അടിസ്ഥാന കാരണമെന്ന് ഡോ. സത്യൻജിയുടെ റിപ്പോർട്ട് സാക്ഷ്യപ്പെടുത്തുന്നു.

കഴിഞ്ഞ 20 വർഷമായുള്ള നിരന്തരമായ ഭൂസമരത്തിനുശേഷവും ആദിവാസികളുടെ അന്യാധീനപ്പെട്ട ഭൂമിയിൽ അവർക്ക് അവകാശം സ്ഥാപിക്കാനായില്ല. 1975 ലെ അന്യാധീനപ്പെട്ട ആദിവാസി ഭൂമി തിരി ച്ചെടുക്കൽനിയമം സംസ്ഥാനത്ത് വേണ്ടതുപോലെ പ്രാബല്യത്തിൽ കൊണ്ടുവന്നില്ല. പകരം ഭൂവിതരണത്തിനായി പുതിയ നിയമം പാസാ ക്കുകയാണുണ്ടായത്. ഫലത്തിൽ ആദിവാസികളെ സംബന്ധിച്ചിട ത്തോളം ഭൂ അധികാരം സാധ്യമായില്ല. 2006 ൽ സ്വാതന്ത്ര്യാനന്തര

ഭാരതം ആദിവാസികളോട് കാണിച്ച അനീതിക്ക് ഇന്ത്യൻ പാർലമെന്റ് പ്രായശ്ചിത്തം ചോദിച്ചുകൊണ്ട് നടപ്പിലാക്കിയ വനാവകാശനിയമവും വ്യക്തതയോടെ പ്രാബല്യത്തിൽ കൊണ്ടുവരാൻ സർക്കാരിന് കഴിഞ്ഞില്ല. 2012 ൽ കേന്ദ്രസർക്കാർ സംസ്ഥാന സർക്കാരുകളോട് വനാവകാശനിയമം പ്രാബല്യത്തിൽ കൊണ്ടുവരുന്നതിൽ വീഴ്ച വരുത്തിയതിന് വിശദീകരണം ചോദിച്ചു. ഇപ്പോൾ ശിശുമരണങ്ങൾ തുടർക്കഥയാകുന്ന അട്ടപ്പാടിയിലടക്കം നിയമം പ്രാബല്യത്തിൽ വന്ന പ്രദേശങ്ങളിൽ വനം-റവന്യൂ വകുപ്പുകളുടെ ശീതസമരത്തെത്തുടർന്ന് ഭൂമി അളന്ന് തിട്ടപ്പെടുത്തി കൈവശാവകാശരേഖ നൽകിയിട്ടില്ല. കാറ്റാടിപ്പാടത്തിനുവേണ്ടി അന്യാധീനപ്പെട്ട ഭൂമി തിരിച്ചെടുത്ത് ആദിവാസികൾക്ക് നൽകുവാൻ സമരത്തിന് നേതൃത്വം നൽകിയവർ അധികാരത്തിലെത്തിയിട്ടും കഴിഞ്ഞില്ല.

ഐ ടി ഡി പി കണക്ക് അനുസരിച്ച് അട്ടപ്പാടിയിൽ മാത്രം 10472 ഏക്കർ ആദിവാസി ഭൂമിയാണ് അന്യാധീനപ്പെട്ടിരിക്കുന്നത്. 955 ടി എൽ എ കേസുകൾ ഓർഡറുകൾ ഇംഗ്ലീഷിലായതുകൊണ്ടു മാത്രം വായിച്ച് മനസിലാക്കാനാവാതെ നടപടിക്രമങ്ങൾ പൂർത്തീകരിക്കാനാവാതെ നില നിൽക്കുന്നു. ഒരു സുപ്രീംകോടതി വിധിയും പത്ത് ഹൈക്കോടതി വിധികളും അനുകൂലമായിട്ടും സ്വന്തം ഭൂമിയിൽ അധികാരം സ്ഥാപിക്കാനാവാതെ പതിനൊന്നോളം ആദിവാസിക്കേസുകൾ അട്ടപ്പാടിയിലുണ്ട്. അന്യാധീനപ്പെട്ട ഭൂമി തിരിച്ചുകിട്ടുന്നതിനുവേണ്ടി പരാതി എഴുതിയും ഓഫീസുകൾ കയറിയിറങ്ങിയും ആദിവാസികൾ ജീവിതം പാഴാക്കുന്നു. 1990 കളിൽ ഭൂമിക്കുവേണ്ടിയാണ് ആദിവാസികൾ രംഗത്തിറങ്ങിയതെങ്കിൽ സ്വന്തം ജന്മനാട്ടിൽ പഠിക്കുവാനുള്ള അവകാശത്തിനും സ്വന്തം കുഞ്ഞുങ്ങളുടെ വേർപാടിൽനിന്നും ഉയരുന്ന കരച്ചിലുകൾക്കൊപ്പം ആരോഗ്യ സംരക്ഷണത്തിനായുള്ള മുറവിളികളുമാണ് അട്ടപ്പാടി മലനിരക്കുകളിൽനിന്നും ഇന്ന് കേൾക്കാനാവുന്നത്. ഒരുപക്ഷേ, 90 കളിലെ അവരുടെ ഭൂവധികാര ആവശ്യത്തിന് കാതോർക്കാൻ സർക്കാരിന് കഴിഞ്ഞിരുന്നുവെങ്കിൽ ഇന്ന് മലനിരക്കുകളിൽ പ്രതിധ്വനിയായി മാറിയ കരച്ചിൽ നമുക്കൊഴിവാക്കാമായിരുന്നു.

ഭൂമിയുടെ അന്യാധീനപ്പെടലിന്റെ ബാക്കിപത്രമെന്നപോലെ കുഞ്ഞുങ്ങളുടെ കരച്ചിൽ അട്ടപ്പാടി മലനിരകളിൽ തട്ടി പ്രതിധ്വനിക്കുമ്പോൾ കേരള മനസിന്റെ ഉറക്കം നഷ്ടമാവുകയാണ്. സമത്വാധിഷ്ഠിതമായ പൊതുജനാരോഗ്യമെന്ന കേരള വികസന മാതൃകയാണ് ആദിവാസി മേഖലകളിലെ 46 കുഞ്ഞുങ്ങളുടെ മരണത്തോടെ തകർന്നടിയുന്നത്. 2012 ൽ 16 ശിശുമരണങ്ങൾ ഇവിടെ സ്ഥിരീകരിച്ചിട്ടുണ്ട്. മേൽകൊടുത്ത വിവരങ്ങൾ ആദിവാസി കുട്ടികളുടെ ഇടയിൽ പ്രവർത്തിക്കുന്ന സംഘടനയായ 'തമ്പ്' പത്രമാധ്യമങ്ങളിലൂടെ പുറത്തുവിട്ടതോടെ സംസ്ഥാന സർക്കാർ സന്ദർഭത്തിനൊത്ത് ഉണർന്ന് പ്രവർത്തിക്കുവാൻ തയാറായി എന്നത് സന്തോഷമുള്ള കാര്യമാണ്. 2013 ജൂൺ 6 ന് അട്ടപ്പാടി സന്ദർശിച്ച കേന്ദ്ര ഗ്രാമവികസന വകുപ്പുമന്ത്രി ജയറാം രമേശ് പറഞ്ഞത് ആദിവാസി ഭൂമിയുടെ അന്യാധീനപ്പെടലാണ് ഇപ്പോൾ സംഭ

വിച്ചുകൊണ്ടിരിക്കുന്ന ശിശുമരണങ്ങളുടെ അടിസ്ഥാന കാരണമെന്നാണ്. ആ നിരീക്ഷണം തികച്ചും വാസ്തവമാണ്. 2009 ഏപ്രിൽ 2, 3, 4 തീയതികളിലായി അട്ടപ്പാടിയിൽവെച്ച് പ്രധാനമന്ത്രി അധ്യക്ഷനായ ദേശീയ ഭൂപരിഷ്കരണസമിതിയുടെ അംഗം പി വി രാജഗോപാലിന്റെ നേതൃത്വത്തിൽ നടത്തിയ ഭൂമി അദാലത്തിൽ ലഭിച്ച 810 പരാതികളിലായി ഏകദേശം പതിനായിരത്തോളം ആദിവാസി ഭൂമി അന്യാധീനപ്പെട്ടതായി ദേശീയ ഭൂപരിഷ്കരണസമിതി കേന്ദ്രസർക്കാരിന് സമർപ്പിച്ച റിപ്പോർട്ടിൽ പറയുന്നു.

കഴിഞ്ഞ നിയമസഭ സമ്മേളനത്തിലാണ് സി എ ജി റിപ്പോർട്ട് സഭയുടെ മേശപ്പുറത്ത് വെച്ചത്. അതിൽ തിരുവനന്തപുരം, മലപ്പുറം, ഇടുക്കി, പാലക്കാട് ജില്ലകളിലായി ഭീകരമായ പോഷകാഹാരക്കുറവുമൂലം 110 ശിശുമരണങ്ങൾ നടന്നതായി രേഖപ്പെടുത്തിയിട്ടുണ്ട്. കേരളത്തിലെ 4 ജില്ലകളിൽ നടത്തിയ പഠനത്തിൽ 1180 കുട്ടികൾ വിവിധ കാരണങ്ങളാൽ മരിച്ചതായും വെളിപ്പെടുത്തുന്നു. കേരളത്തിൽ ആറ് വയസിന് താഴെയുള്ള പോഷകാഹാരകുറവുള്ള കുട്ടികളുടെ ശതമാനം 27 നും 39 നും മധ്യേയാണെന്ന് റിപ്പോർട്ട് ചൂണ്ടിക്കാട്ടുന്നു. സർക്കാർ തലത്തിൽ ദീർഘവീക്ഷണത്തോടെയുള്ള പദ്ധതികളുടെ അഭാവമാണ് ഇത്തരം ഗുരുതരമായ അവസ്ഥാവിശേഷത്തിലേക്ക് കാര്യങ്ങൾ കൊണ്ടുചെന്നെത്തിച്ചത് എന്ന് സി എ ജി നിരീക്ഷിക്കുന്നു. സി എ ജി റിപ്പോർട്ട് ഗൗരവത്തോടെ സർക്കാർ കണ്ട് പ്രശ്നങ്ങളെ അഭിസംബോധന ചെയ്തിരുന്നുവെങ്കിൽ പ്രശ്നത്തെ നേരത്തെ നിയന്ത്രണ വിധേയമാക്കാമായിരുന്നു.

ജനസംഖ്യ

വർഷം	ഗോത്രവർഗം	പൊതുസമൂഹം
1951	10200	1100
1961	12972	8459
1971	16536	22647
1981	20659	41587
1991	24228	37805
1998	25447	34134
2001	28711	34131
2011	29059	– –

അവലംബം: അഗളി ബ്ലോക്ക് പഞ്ചായത്ത് വികസനരേഖ 2011

നാളെയുടെ ഈടുവയ്പ്പുകളാണ് ഇന്നത്തെ കുട്ടികൾ. അവർക്ക് ജനിക്കാനും വളരാനുമുള്ള സാഹചര്യം ഒരുക്കുവാൻ സമൂഹത്തിന് ബാധ്യതയുണ്ട്. ഒരു ജനതയുടെ പ്രതീക്ഷയും അഭിമാനവുമാണ് ആരോഗ്യവും സന്തോഷവുമുള്ള കുട്ടികൾ. അട്ടപ്പാടിയിൽ ശിശുമരണങ്ങൾ റിപ്പോർട്ട് ചെയ്യപ്പെടുമ്പോൾ നഷ്ടപ്പെടുന്നത് അവിടുത്തെ തദ്ദേശീയരായ

ജനതയുടെ പ്രതീക്ഷയാണ്. അട്ടപ്പാടിയിൽ ഒന്നരവർഷത്തിനിടയിൽ 894 ആദിവാസി മരണങ്ങൾ നടന്നതായി ത്രിതല പഞ്ചായത്തുകളിൽനിന്നും ആശുപത്രികളിൽനിന്നും ഈ ലേഖകന് വിവരാവകാശപ്രകാരം ലഭിച്ച കണക്കുകൾ സാക്ഷ്യപ്പെടുത്തുന്നു. അതും ഇതിനോടൊപ്പം കൂട്ടിവായിക്കപ്പെടേണ്ടതാണ്. അത് ദേശീയ ശരാശരിയേക്കാൾ വളരെ കൂടുതലാണ്. കേന്ദ്ര സർക്കാർ ഇപ്പോൾ 112 കോടി രൂപയുടെ പദ്ധതികളാണ് പ്രഖ്യാപിച്ചിരിക്കുന്നത്. സർക്കാർ പ്രഖ്യാപിച്ചിട്ടുള്ള പദ്ധതികൾ നിരീക്ഷിക്കാൻ വിദഗ്ധ സമിതിയെ രൂപീകരിക്കണം. അതിൽ ആദിവാസി സംഘടനാ നേതൃത്വങ്ങൾക്ക് പ്രാതിനിധ്യം കൊടുക്കണം. ആദിവാസി മേഖലകളിൽ നടന്നിട്ടുള്ള പാക്കേജുകളിലെല്ലാം ഇത്തരം നിരീക്ഷണ സമിതിയുടെ അഭാവം വലിയ അഴിമതികൾക്ക് കളമൊരുക്കുകയുണ്ടായി. ആദിവാസി സുസ്ഥിര വികസന പദ്ധതിയായ അഹാഡ്സിന്റെ നടത്തിപ്പിലും ഇത്തരമൊരു നിരീക്ഷണ സമിതിയുടെ ആവശ്യം ആദ്യഘട്ടങ്ങളിൽ ഉന്നയിക്കപ്പെട്ടിരുന്നു. പക്ഷേ, യാഥാർഥ്യമായില്ല. ഇത്തരം പദ്ധതികൾ സോഷ്യൽ ഓഡിറ്റിങ്ങിന് വിധേയമാക്കേണ്ടതും അനിവാര്യമാണ്.

ആരോടാണ് ഞങ്ങളിനി പരാതി ബോധിപ്പിക്കേണ്ടതെന്ന അട്ടപ്പാടിയിലെ ഗോത്രവർഗജനതയുടെ ചോദ്യത്തിന് ഉത്തരം പറയാനുള്ള ധാർമികമായ ഉത്തരവാദിത്വത്തിൽനിന്നും പൊതു മനസിനും ജനാധിപത്യ സർക്കാരിനും പുറംതിരിഞ്ഞിരിക്കാനാവില്ല. ജീവിതംതന്നെ അതിജീവന സമരമായ ഗോത്രവർഗജനതയെ സംബന്ധിച്ചിടത്തോളം സ്വന്തം ആരോഗ്യം കാത്തുസൂക്ഷിക്കാനും സ്വന്തം കുഞ്ഞിന്റെ ഹൃദയമിടിപ്പ് നിലനിർത്താനുമായി അവനാവശ്യം കാൽക്കീഴിലെ സ്വന്തം മണ്ണാണ്. അതവർക്ക് തിരിച്ചുനൽകാനുള്ള അടിയന്തര ശ്രമങ്ങളാണ് അട്ടപ്പാടിക്ക് വേണ്ടത്. കേന്ദ്ര ഗ്രാമവികസന മന്ത്രിയുടെയും മുഖ്യമന്ത്രിയുടെയും പ്രഖ്യാപനങ്ങൾ ആത്മാർഥതയുള്ളതാണെങ്കിൽ കാലതാമസമില്ലാതെ ഭൂമിയുടെ ഉടമസ്ഥാവകാശത്തിലേക്ക് ഗോത്രവർഗജനതയെ തിരികെ എത്തിക്കുകയും കാർഷികാനുബന്ധ പദ്ധതിയിലേക്ക് അവരെ കൈപിടിച്ചുയർത്തുകയും വേണം. അതിനൊപ്പം അടിയന്തരമായി ആരോഗ്യസുരക്ഷാ പദ്ധതികളും സാധ്യമാക്കണം. മരിച്ച കുട്ടികളുടെ കുടുംബത്തിന് അടിയന്തരമായി സാമ്പത്തികസഹായം അനുവദിക്കണം. കേരളത്തിലെ ഒരു ശതമാനംവരുന്ന ഗോത്രവർഗ ജനതയുടെ അതിജീവന പ്രശ്നം പരിഹരിക്കുകയെന്നതാവണം പൊതുമനസിന്റെയും സർക്കാരിന്റെയും മുഖ്യ അജണ്ട. കാരണം, ഗോത്ര വർഗജനതയുടെ ആദിമജീവിത പരിസരങ്ങളിലാണ് നമ്മുടെ പൈതൃകത്തിന്റെ വേര് നമുക്ക് കണ്ടെത്താനാവുന്നത്. 2022 വരെ ഗോത്രവർഗജനതയുടെ ദശകമായി ഐക്യരാഷ്ട്രസഭ ലോകമെമ്പാടും ആഘോഷിക്കുമ്പോൾ അട്ടപ്പാടിയിലെ താഴ്വാരങ്ങളിൽ നിന്നെത്തുന്ന നിശ്ശബ്ദ രോദനങ്ങൾക്ക് പരിഹാരം കാണുവാൻ പൊതുസമൂഹത്തിനും സർക്കാരിനും ബാധ്യതയുണ്ട്.

പട്ടിക ഒന്ന്

01-01-2013 മുതൽ 28-5-13 വരെ അട്ടപ്പാടിയിൽ നടന്ന പോഷകാഹാരക്കുറവ് മൂലമുള്ള ശിശുമരണങ്ങൾ

ക്രമ നം.	തീയതി	ഊര്	രക്ഷകർത്താക്കൾ	പ്രായം	മരിച്ച സ്ഥലം
1	1/1/2013	കൊളപ്പടി ഊര്	മുരുകി W/o. നഞ്ചൻ	9 മാസം	വീട്ടിൽ
2	1/14/2013	നെല്ലിപ്പതി ഊര്	രാമി W/o. മുരുകൻ	ഏഴര മാസം	വീട്ടിൽ
3	1/28/2013	പ്ലാമരച്ചോട്	വസന്ത W/o. മുരുകൻ	1 ദിവസം	വീട്ടിൽ
4	2/4/2013	വെച്ചപ്പതി ഊര്	പുഷ്പ W/o. മരുതാചലം	5 ദിവസം	കോയമ്പത്തൂർ മെഡിക്കൽ കോളേജ്
5	2/9/2013	കണ്ടിയൂർ ഊര്	നഞ്ചി W/o. സുഗുണൻ	ആണ്/പെണ്ണ് (ഇരട്ടകളിലൊന്ന്)	അഗളി പി എച്ച്സി
6	2/9/2013	കണ്ടിയൂർ ഊര്	നഞ്ചി W/o. സുഗുണൻ	ആണ്/പെണ്ണ് (ഇരട്ടകളിലൊന്ന്)	അഗളി പി എച്ച് സി
7	2/16/2013	പാലൂർ ഊര്	ലക്ഷ്മി W/o. കുമാർ	8 മാസം	ബഥനി - ആനക്കട്ടി
8	3/13/2013	വെള്ളകുളം	ചെല്ലി W/o. വേലൻ	8 മാസം (ഇരട്ടക്കുട്ടികളിലൊന്ന്)	വീട്ടിൽ
9	3/13/2013	വെള്ളകുളം	രങ്കി W/o. രാമൻ	6 മാസം	വീട്ടിൽ
10	3/14/2013	വെള്ളകുളം	ചെല്ലി W/o. വേലൻ	8 മാസം (ഇരട്ടക്കുട്ടികളിലൊന്ന്)	വീട്ടിൽ
11	3/21/2013	നെല്ലിപ്പതി ഊര്	ചിത്ര W/o. ബെയ്സിൽ	10 ദിവസം	ആനക്കട്ടി ആശുപത്രി
12	3/22/2013	യൂക്കാലിമട്ടം ഊര് (ഷോളയൂർ)	മുക്ത W/o. ശെന്തിൽകുമാർ	6-ാം മാസം	തൃശൂർ മെഡിക്കൽ കോളേജ്
13	3/23/2013	നെല്ലിപ്പതി ഊര്	പൊന്നമ്മ W/o. മരുതൻ	(ഇരട്ടക്കുട്ടികളിലൊന്ന്)	കോട്ടത്തറ ജി.ടി.എസ്. ഹോസ്പിറ്റൽ
14	3/24/2013	വടക്കേ കടമ്പാറ	മങ്കമ്മ W/o. ശെൽവൻ	മൂന്ന് മാസം	തൃശൂർ മെഡിക്കൽ കോളേജ്
15	3/25/2013	വെള്ളകുളം	വഞ്ചി W/o. വെള്ളിങ്കിരി	5 ദിവസം	തൃശൂർ മെഡിക്കൽ കോളേജ്

16	3/25/2013	നെല്ലിപ്പതി ഊര്	പൊന്നമ്മ W/o. മരുതൻ	(ഇരട്ടക്കുട്ടികളിലൊന്ന്)	കോട്ടത്തറ ജി ടി എസ് ഹോസ്പിറ്റൽ
17	3/30/2013	കോണംകുത്തി ഊര്	ശെൽവി W/o. മുരുകൻ		വീട്ടിൽ
18	4/2/2013	വണ്ണാന്തറ ഊര്	രുഗ്മിണി W/o. വേലൻ	5 മാസം	വീട്ടിൽ
19	4/5/2013	അറളിക്കോണം	മീന W/o. രാജേന്ദ്രൻ	11 മാസം	
20	4/12/2013	തെക്കേ കടമ്പാറ	വീരW/o. ശെൽവൻ	ആറര മാസം	കോട്ടത്തറ ജി ടി എസ് ഹോസ്പിറ്റൽ
21	4/16/2013	എടവാണി	മീനാക്ഷി W/o. നാഗൻ		കോട്ടത്തറ ജി ടി എസ് ഹോസ്പിറ്റൽ
22	5/9/2013	ഷോളയൂർ ഊര്	സലോമി W/o. കൃഷ്ണൻ	5 മിനിട്ട്	കോട്ടത്തറ ജി ടി എസ് ഹോസ്പിറ്റൽ
23	5/9/2013	കണ്ടിയൂർ ഊര്	പ്രിയ W/o. കൃഷ്ണൻകുട്ടി		തൃശൂർ മെഡിക്കൽ കോളേജ്
24	5/12/2013	പോത്തുപ്പാടി ഊര്	സിന്ധുW/o. മുരുകേശ്	3 മണിക്കൂർ	ആനക്കട്ടി ആശുപത്രി
25	5/13/2013	പട്ടിമാളം ഊര്	കവിത W/o. വിനോദ് കുമാർ	1 ദിവസം	കോട്ടത്തറ ജി ടി എസ് ഹോസ്പിറ്റൽ
26	5/18/2013	പാലൂർ ഊര്	സുമിത W/o. കൃഷ്ണൻ	2 വയസ്സ് 7 മാസം	കോഴിക്കോട് മെഡിക്കൽ കോളേജ്
27	5/23/2013	മേലെ മുള്ളി ഊര്	ശാരദ W/o. ദ്വരസ്വാമി	6 മാസം	കോട്ടത്തറ ജി ടി എസ് ഹോസ്പിറ്റൽ
28	5/24/2013	മേലെ അഗളി ഊര്	രാജമ്മ W/o. മുരുകേശൻ	6 മാസം	ബഥനി ആശുപത്രി ആനക്കട്ടി
29	5/25/2013	ചീരക്കടവ് ഊര്	പുഷ്പ W/o. മുരുകൻ	9 മാസം	കുപ്പുസ്വാമി ആശുപത്രി, ആനക്കട്ടി
30	5/28/2013	പലകയൂർ ഊര്	ലക്ഷ്മി W/o. വീരസ്വാമി	4 മാസം	വീട്ടിൽ

പട്ടിക 2

2012–ൽ അട്ടപ്പാടിയിൽ നടന്ന പോഷകാഹാരക്കുറവ് മൂലമുള്ള ശിശുമരണങ്ങൾ

ക്ര. നം.	തീയതി	ഊര്	രക്ഷകർത്താക്കൾ	പ്രായം	മരിച്ച സ്ഥലം
1	1/1/2012	മേലെ അഗളി ഊര്	പാപ്പ W/o.മുരുകൻ	7–ാം മാസം	തൃശൂർ മെഡിക്കൽ കോളേജ്
2	1/21/2012	ചിണ്ടക്കി ഊര്	ശ്രീദേവി W/o. കാളിമുത്തു		തൃശൂർ മെഡിക്കൽ കോളേജ്
3	1/27/2012	താവളം കൽപ്പെട്ടി ഊര്	വള്ളി W/o. അയ്യപ്പൻ		തൃശൂർ മെഡിക്കൽ കോളേജ്
4	2/10/2012	കൊളപ്പടി ഊര്	പാപ്പ W/o.രങ്കൻ	രണ്ടര മാസം	തൃശൂർ മെഡിക്കൽ കോളേജ്
5	9/30/2012	വട്ടലക്കി വി എഫ് എസ്	പരാശക്തി W/o. രങ്കസ്വാമി	1 മാസം	വീട്ടിൽ
6	10/23/2012	നെല്ലിപ്പതി ഊര്	മരുതി W/o.വെള്ളിങ്കിരി	8–ാം മാസം	പാലക്കാട് ആശുപത്രി
7	ഡിസം 12	ചെമ്പവട്ടക്കാട്	സരസ്വതി W/o.മണികണ്ഠൻ	45 ദിവസം	
8	2012	തൊടുക്കി	രങ്കി W/o. കോമൻ	7–ാം മാസം	വീട്ടിൽ
9	2012	കള്ളമല	ചിന്നമ്മ W/o. രമേഷ്	9–ാം മാസം	മണ്ണാർക്കാട് ആശുപത്രി
10	2012	നായ്ക്കർപ്പാടി	ജയ W/o. മുരുകേശ്	4–ാം മാസം	കുപ്പുസ്വാമി നായിഡു ആശുപത്രി
11	2012	വണ്ണാന്തറ	ലക്ഷ്മി W/o.അനിൽ കുമാർ	9–ാം മാസം	കുപ്പുസ്വാമി നായിഡു ആശുപത്രി
12	2012	വണ്ണാന്തറ	ശെൽവി W/o. രങ്കസ്വാമി	4–ാം ദിവസം	വീട്ടിൽ
13	2012	മൂലക്കൊമ്പ് ഊര്	വള്ളി W/o. ചന്ദ്രൻ	2 മാസം	ആശുപത്രിയിലേക്ക് കൊണ്ടുപോകുന്ന വഴിക്ക്
14	2012	കണ്ടിയൂർ ഊര്	ലക്ഷ്മി W/o. മുരുകൻ	9–ാം മാസം	വീട്ടിൽ
15	2012	കടുക്മണ്ണ് ഊര്	സിന്ധു W/o. ചന്ദ്രൻ		
16	2012	കടുക്മണ്ണ് ഊര്	വള്ളി W/o. ചെല്ലൻ		വീട്ടിൽ

ആരോഗ്യ സർവേ റിപ്പോർട്ട്

ഡോ. സത്യൻജി, ഡോ. കെ സേതു

ഗോത്രവർഗ കുട്ടികൾക്കിടയിൽ പ്രവർത്തിക്കുന്ന സംഘടനയായ തമ്പ് ആവശ്യപ്പെട്ട പ്രകാരം 2013 മെയ് 19 നും 20 നും അട്ടപ്പാടിയിലെ 187 ഊരുകളിൽനിന്നും തിരഞ്ഞെടുത്ത 41 ഊരുകളിലെ (6 വയസിന് താഴെ) 132 കുട്ടികളെയും അവരുടെ അമ്മമാരെയും പരിശോധിച്ചപ്പോൾ അവർക്ക് എല്ലാവർക്കും പോഷകാഹാരക്കുറവുമൂലം ഗണ്യമായ അളവിൽ ശാരീരികവളർച്ചാ മുരടിപ്പും മാനസിക വൈകല്യവും ഉള്ളതായി ബോധ്യപ്പെട്ടു. ആ കാഴ്ച വളരെ ദയനീയവും ദു:ഖകരവുമാണ്.

കുട്ടികളുടെ ഭാരം, പൊക്കം, തലയുടെ ചുറ്റളവ്, കൈയുടെ ചുറ്റളവ്, നെഞ്ചിന്റെ ചുറ്റളവ് എന്നിവ അളന്ന് തിട്ടപ്പെടുത്തി താരതമ്യപഠനത്തിന് വിധേയമാക്കിയതിനോടൊപ്പം കുട്ടിയുടെ വളർച്ചയുടെ ഓരോ ഘട്ടത്തിലേയും മാറ്റങ്ങൾ, പരിണാമങ്ങൾ എന്നിവ 62 ചോദ്യാവലി അടങ്ങിയ സ്ഥിതിവിവര പട്ടികയിലൂടെ മനസിലാക്കുകയും തുടർന്നുള്ള ദേഹപരിശോധനയിലൂടെയും അവരുടെ ഇടയിൽ ജനിതക വൈകല്യങ്ങൾ കൊണ്ടോ മറ്റു ജന്മനായുള്ള വൈകല്യങ്ങളോ രോഗങ്ങളോ ആർജിത ഗൗരവതരമായ രോഗങ്ങളോ കണ്ടിട്ടില്ല. എന്നാൽ 132 കുട്ടികളുടെ ഇടയിൽനിന്ന് അരിവാൾ വിളർച്ച രോഗമുള്ള രണ്ട് കുട്ടികളെയും ബുദ്ധി വികാസത്തിനു കുറവുള്ള ഒരു കുട്ടിയെയും കണ്ടിരുന്നു. ഇത് സൂചിപ്പിക്കുന്നത് അവരുടെ ഇടയിൽ കാണുന്ന വളർച്ചാമുരടിപ്പിനും മാനസിക വൈകല്യത്തിനും മാന്ദ്യതയ്ക്കും വിളർച്ചയ്ക്കും ഉള്ള അടിസ്ഥാന കാരണം പോഷകാഹാരക്കുറവാണ്. മറിച്ച്, ഏതെങ്കിലും രോഗങ്ങൾ മൂലം ഉണ്ടായതല്ലായെന്ന് വ്യക്തമാണ്.

1 മുതൽ 6 മാസം വരെയുള്ള കുട്ടികളിൽ പോഷകാഹാരക്കുറവ് അത്ര പ്രകടമല്ല. 4–6 മാസം വരെ അമ്മയുടെ മുലപ്പാൽ മാത്രം മതിയാവും.

കുട്ടിയുടെ വളർച്ചയ്ക്ക് പ്രസവത്തോടനുബന്ധിച്ച് എല്ലാ അമ്മമാർക്കും എന്താണെങ്കിലും ചുരുങ്ങിയ കാലയളവിൽ കിട്ടുന്ന പരിരക്ഷയും അതിനെ സ്വാധീനിക്കാം. ഗർഭം അലസിപ്പോകുന്നതും മാസം തികയാതെ ഭാരക്കുറവോടെ പ്രസവിക്കുന്നതും മരിച്ചു പ്രസവിക്കുന്നതും പ്രസവത്തിനുശേഷം മരണപ്പെടുന്നതും ഇവിടെ കൂടുതലാണ്. അമ്മമാരിലെ പോഷകാഹാരക്കുറവും വിളർച്ചയും (മറ്റ് പലവിധ കാരണങ്ങൾ ഉള്ളപ്പോഴും) ഇവയ്ക്ക് ഒരു പ്രധാന കാരണമാണ്.

പ്രസവസമയത്ത് കുട്ടികളുടെ ഭാരം താരതമ്യേന കുറവായിരുന്നു എന്ന് അവരുടെ അമ്മമാരിൽനിന്ന് മനസിലാക്കാൻ കഴിഞ്ഞു. മാസം തികയാതെയും ഭാരക്കുറവോടെയും പ്രസവിക്കുന്ന കുട്ടികൾക്ക് വളർച്ചാമുരടിപ്പും മാനസികവൈകല്യവും സാധാരണയിൽ കൂടുതലാണ്. അപ്പോൾപ്പിന്നെ ഭക്ഷണത്തിന്റെ കുറവുകൂടി ആയാലുള്ള അവസ്ഥ പറയേണ്ടതില്ല.

ദുരിതങ്ങളുടെ നടുവിലും കുട്ടികളെ മുലയൂട്ടുന്നതിലും അവരുടെ ആരോഗ്യപരിരക്ഷണത്തിലും ശ്രദ്ധാലുക്കളാണെന്നും, രണ്ട് പ്രസവങ്ങൾ തമ്മിലുള്ള ഇടവേള മിക്കതിലും കുറഞ്ഞത് 2 വർഷമായിട്ടും കാണുന്നുണ്ട്. ഒരുപക്ഷേ, ഭക്ഷണത്തിന്റെ ലഭ്യതക്കുറവുകൊണ്ടാവാം പല കുട്ടികളിലും മുലയൂട്ടൽ അനന്തമായി നാലും അഞ്ചും വർഷം വരെ നീളുന്നുമുണ്ട്. പോഷകാഹാരക്കുറവിന്റെ ലക്ഷണങ്ങളും വിളർച്ചയും പ്രത്യക്ഷത്തിൽത്തന്നെ അമ്മമാരിൽ പ്രകടമാണ്.

പ്രധാന പ്രാരാബ്ധം പട്ടിണിതന്നെ

ഈ അവസ്ഥയിൽ രോഗപ്രതിരോധശേഷി കുറഞ്ഞിരിക്കുന്നതുകൊണ്ട് സാംക്രമിക രോഗങ്ങൾ ഏതവസരത്തിലും അവരെ കടന്നാക്രമിക്കാനും മരണം വരെയുള്ള അപകടത്തിലേക്ക് നയിക്കാനും സാധ്യത കൂടുതലാണ്. അട്ടപ്പാടിപ്രദേശം മലമേടുകളും നിബിഡ വനങ്ങളും കാട്ടാറുകളും അരുവികളും നിറഞ്ഞ കാനനപ്രദേശമായിട്ടാണ് എല്ലാവരും പൊതുവെ കാണുന്നത്. എന്നാൽ അവിടെ കണ്ട കാഴ്ച മറിച്ചായിരുന്നു. അവിടെ പലയിടങ്ങളിലും നാട്ടിൻപുറങ്ങളിൽ കാണുന്നത്ര മരങ്ങളോ ചെടികളോപോലുമില്ല. പല പ്രദേശങ്ങളും മൊട്ടക്കുന്നുകൾ. ഫലഭൂയിഷ്ഠത നഷ്ടപ്പെട്ട് വന്ധ്യവൽക്കരിക്കപ്പെട്ട ഊഷരഭൂമികൾ. കാട്ടാറുകളിലും അരുവികളിലുംപോലും വെള്ളമില്ല. കാടിന്റെ മക്കൾക്ക് ഇതിൽപ്പരം എന്ത് ഗതികേടാണ് സംഭവിക്കാനുള്ളത്? കൃഷി ചെയ്യാൻ സ്വന്തമായി കൃഷിസ്ഥലമില്ല. തൊഴിലില്ല. മറ്റ് കൂലിവേലകളുമില്ല. വനങ്ങൾ നഷ്ടപ്പെട്ടതുകൊണ്ട് വനങ്ങളും അവരെ രക്ഷിക്കാനില്ല. നിഷ്കളങ്കരും നിരാശ്രയരും സാധുക്കളുമായ അവരുടെ സ്വന്തമായതെല്ലാം ഇന്ന് അന്യാധീനപ്പെട്ടിരിക്കുന്നു. ഈ ചുറ്റുപാടിൽ ചെറുപ്പക്കാരും മുതിർന്നവരും സ്ത്രീകൾപോലും മദ്യപാനത്തിനും, തമ്പാക്ക്, പാൻമസാല, മയക്കുമരുന്ന് തുടങ്ങിയ പലവിധ ലഹരിപദാർഥങ്ങൾക്കും അടിമപ്പെട്ട് സാമൂ

ഹ്യവിരുദ്ധ പ്രവർത്തനങ്ങളിൽ ചെന്നുചേരാനുള്ള പ്രവണത കൂടുതലാണ്. ഇത് ആരോഗ്യപ്രശ്നങ്ങൾ സൃഷ്ടിക്കുന്നുണ്ട്.

പരിഹാരമാർഗങ്ങൾ

പരിഹാരമെന്നനിലയിൽ നല്ല ഭക്ഷണത്തിനും വൈദ്യസഹായത്തിനും ഏർപ്പാടുണ്ടാക്കണം. വർദ്ധിച്ച തോതിലുള്ള വനനാശം അവരുടെ തനത് ഭക്ഷ്യവസ്തുക്കളുടെയും വനവിഭവങ്ങളുടെയും ലഭ്യതയില്ലാതാക്കിയിട്ടുണ്ട്. അതിനാൽ തനത് ഭക്ഷ്യവസ്തുക്കളുടെ ലഭ്യതയും വിതരണവും ഉറപ്പാക്കണം. ഭീകര പോഷകാഹാരക്കുറവ് കണ്ടെത്തിയ കുട്ടികളെ പ്രത്യേക പുനരധിവാസ കേന്ദ്രത്തിലേക്കുമാറ്റി പരിരക്ഷ ഉറപ്പുവരുത്തണം. പ്രാഥമികാരോഗ്യ കേന്ദ്രങ്ങളുടെ പ്രവർത്തനം കാര്യക്ഷമമാക്കണം. പ്രാഥമികാരോഗ്യ കേന്ദ്രങ്ങൾ മാതൃ-ശിശു-സൗഹൃദ കേന്ദ്രങ്ങളായി ഉയർത്തി ഗൈനക്കോളജിസ്റ്റ്, ന്യൂട്രിഷനിസ്റ്റ്, ശിശുരോഗവിദഗ്ധർ എന്നിവരുടെ സേവനം ലഭ്യമാക്കണം. അട്ടപ്പാടിയിലെ എല്ലാ മുലയൂട്ടുന്ന അമ്മമാരെയും ഗർഭിണികളായ സ്ത്രീകളെയും പുനരധിവസിപ്പിക്കുവാൻ പ്രത്യേക പുനരധിവാസ കേന്ദ്രങ്ങൾ ആരംഭിക്കണം. പി എച്ച് സികളെയും സബ് സെന്ററുകളെയും വിപുലപ്പെടുത്തുകയുമാവാം.

കൗമാരക്കാരായ പെൺകുട്ടികളെയും, അട്ടപ്പാടിയിലെ 6000 ത്തിൽ താഴെ വരുന്ന 6 വയസിന് താഴെ പ്രായമുള്ള കുട്ടികളെയും പ്രത്യേക പരിഗണന നൽകി പോഷകാഹാര പദ്ധതി ആരംഭിക്കണം. എങ്കിൽ ഭാവിയിലെ പ്രശ്നങ്ങൾക്ക് പരിഹാരം കാണാനാവും. അംഗൻവാടികളിലൂടെയുള്ള പോഷകാഹാര വിതരണം കൃത്യതയോടെ നടത്തുവാൻ ആവശ്യമായ നടപടി കൈക്കൊള്ളണം.

തനത് ഭൂപ്രകൃതിയും കാലാവസ്ഥയും ഉള്ള പ്രദേശം, അതേ രീതിയിൽ സംരക്ഷിക്കുന്ന കാടിന്റെ മക്കളും ശുശ്രൂഷകരും ആയ അവരെ തന്നെ തിരികെയേൽപ്പിക്കണം. അതവരുടെ നിലനിൽപ്പിനും ആവാസ വ്യവസ്ഥയെ സംരക്ഷിച്ച് ജൈവവൈവിധ്യം നിലനിർത്തുന്നതിനും ഉപകരിക്കും. കാടിന്റെ മാഹാത്മ്യം എന്തെന്ന് അറിയുമ്പോഴേ അതിനെ സംരക്ഷിക്കുന്ന അവരുടെ മഹത്വവും ആ പ്രദേശത്തെ അതേ രീതിയിൽ സംരക്ഷിക്കേണ്ടതിന്റെ പ്രാധാന്യവും എത്രമാത്രമുണ്ടെന്ന് മനസിലാകൂ. വനമേടുകളിലെ കാട്ടാറുകളിൽനിന്നും അരുവികളിൽനിന്നും ഒലിച്ചുവരുന്ന ജലവും മണ്ണും മൂലകങ്ങളുമെല്ലാമാണ് നമ്മുടെ മണ്ണിനെ ഫലഭൂയിഷ്ഠവും ജീവസുള്ളതും ആയി മാറ്റുന്നത്. വനങ്ങൾ ജൈവവൈവിധ്യത്തിന്റെ കലവറകളാണ്, സ്രോതസാണ്. എണ്ണിയാലൊടുങ്ങാത്ത ഔഷധസസ്യങ്ങൾ, നമ്മുടെ നിത്യജീവിതത്തിനു വേണ്ടിവരുന്ന പലതും അതിന്റെ പൂർണതയിൽ കലർപ്പില്ലാതെ ലഭിക്കുന്നതും അവിടങ്ങളിൽ നിന്നാണ്. ഏകവിള രീതിയേക്കാൾ ബഹുവിള രീതിയാണ് മണ്ണിന്റെ ഈർപ്പവും ജൈവാംശവും വിളകളുടെ പ്രതിരോധശേഷി നില

നിർത്താനും നല്ലതെന്നും വനത്തിലെ മരങ്ങളുടെയും ചെറുതും വലുതുമായ സസ്യങ്ങളുടെ വളർച്ചയും നിലനിൽപ്പും നമുക്ക് മനസിലാക്കി തരുന്നു.

വനവൽക്കരണത്തിലൂടെ അവിടുത്തെ മണ്ണിന്റെ ജൈവാവസ്ഥ വീണ്ടെടുത്ത് മണ്ണിൽ സുഷുപ്തിയിലായവയെ പുനഃസൃഷ്ടിക്കാവുന്നതിലൂടെ ജൈവവൈവിധ്യം നിലനിർത്തിക്കൊണ്ടുപോകാം. കുട്ടികൾക്ക് വിദ്യാഭ്യാസത്തിനും വിനോദത്തിനും അവസരം നൽകി അവരിലെ ഒളിഞ്ഞിരിക്കുന്ന വാസനകളെ പരിപോഷിപ്പിക്കണം. അവരുടെ ഇടയിലെ പാരമ്പര്യ കലകളും തനതായ ആയോധന രീതികളും പഠിപ്പിക്കണം.

മുതിർന്നവർക്ക്- സ്ത്രീകൾക്കും പുരുഷന്മാർക്കും അവിടുത്തെ ചുറ്റുപാടുകൾക്ക് യോജിച്ച കൃഷി ചെയ്യുന്നതിനും ഭൂമിയും അടിസ്ഥാന സൗകര്യങ്ങളും ലഭ്യമാക്കണം. നിത്യജീവിതത്തിൽ അത്യാവശ്യം വേണ്ട മേഖലകളിൽ തൊഴിൽ പരിശീലനവും തൊഴിലും തുടർവിദ്യാഭ്യാസവും ആരോഗ്യബോധവൽക്കരണവും നൽകണം. ആദിവാസികളുടെ നിലനിൽപ്പിനും വനസംരക്ഷണത്തിനും മുഖ്യപ്രാധാന്യം നൽകി ശാശ്വത പരിഹാരത്തിനായി അധികാരികൾ കാര്യക്ഷമമായി ഇടപെടണം.

അട്ടപ്പാടിയുടേത് ഉപജീവന പ്രതിസന്ധി

ഡോ. ടി എം തോമസ് ഐസക്

'അവികസനത്തിന്റെ വികസനം' എന്നത് അൻന്ദ്രെ ഗുന്തർ ഫ്രാങ്കിന്റെ പ്രസിദ്ധമായൊരു പരികൽപ്പനയാണ്. ഇതിന്റെ പൂർണ അർഥം മനസിലാകണമെങ്കിൽ അട്ടപ്പാടിയുടെ വികസന ചരിത്രം പഠിച്ചാൽ മതി. കേരളത്തിലെ ഏക ട്രൈബൽ ബ്ലോക്ക് ആയതിനാൽ പഞ്ചവത്സര പദ്ധതി പണം ഇങ്ങോട്ടൊഴുകി. വിക്സനത്തോടൊപ്പം കുടിയേറ്റക്കാരും വന്നു. നിനച്ചിരിക്കാതെ ആദിവാസികൾ കമ്പോളത്തിന്റെ കയങ്ങളിലേയ്ക്ക് എറിയപ്പെട്ടു. ആരെയാണോ വികസിപ്പിക്കാൻ സർക്കാർ ഇറങ്ങിപ്പുറപ്പെട്ടത്, അവർക്ക് ഭൂമിയും കാടും നഷ്ടപ്പെട്ടു. എസ് എം വിജയാനന്ദ് സെന്റർ ഫോർ ഡെവലപ്മെന്റ് സ്റ്റഡീസിൽ സമർപ്പിച്ച എം ഫിൽ പ്രബന്ധം ഈ അവികസനത്തിന്റെ ചരിത്രമാണ് പ്രതിപാദിക്കുന്നത്. സമീപകാലത്ത് സി ഡി എസിൽ തന്നെ നടന്നിട്ടുള്ള മറ്റൊരു പഠനമാണ് മറിയാമ്മ ജോസഫ് കളത്തിലിന്റെ ആദിവാസിഭൂമിയുടെ അന്യാധീനത്തെക്കുറിച്ചും അത് എങ്ങനെ ആദിവാസി സംസ്കാരത്തെയും ജീവിതത്തെയും ബാധിച്ചു എന്നതും.

അവികസന പ്രക്രിയ

1951 ൽ അട്ടപ്പാടിയിലെ ജനസംഖ്യ 11300 ആയിരുന്നു. ഇതിന്റെ 90.92 ശതമാനം ആദിവാസികളായിരുന്നു. വികസന പദ്ധതികളുടെ ഭാഗമായി ഗതാഗതസംവിധാനങ്ങൾ മെച്ചപ്പെട്ടതോടെ കുടിയേറ്റക്കാരുടെ പ്രവാഹമായി. 1981 ആയപ്പോഴേയ്ക്കും ജനസംഖ്യ 62246 ആയി ഉയർന്നു. പക്ഷേ, ആദിവാസികളുടെ എണ്ണം 33 ശതമാനമായി ചുരുങ്ങി. 1951–61 കാലത്ത് പ്രതിവർഷം 800 പേരാണ് അട്ടപ്പാടിയിലേയ്ക്കു കുടിയേറിയതെങ്കിൽ 1961–71 കാലത്ത് ഇത് 2000 ആയി ഉയർന്നു. പിന്നീടുള്ള

ദശകങ്ങളിൽ കുടിയേറ്റത്തിന്റെ തോതു കുറഞ്ഞു. ഇപ്പോൾ അട്ടപ്പാടിയിലെ ജനസംഖ്യയുടെ 41 ശതമാനം ആദിവാസികളാണ്. 50 കളിൽ അട്ടപ്പാടിയുടെ 82 ശതമാനം വനങ്ങളായിരുന്നു. 70കളായപ്പോൾ 74 ശതമാനമായി. 80 കളിൽ ഇത് 20 ശതമാനമായി കുറഞ്ഞു. ആദിവാസികളുടെ ആവാസവ്യവസ്ഥ നശിപ്പിക്കപ്പെട്ടു. മാത്രമല്ല, അട്ടപ്പാടിയിലെ മൂന്നിലൊന്നു ഭൂമിപോലും ആദിവാസികളുടെ കൈവശമുണ്ടാവില്ല. പലതും നിസ്സാരവിലയ്ക്ക് ആദിവാസികളെ കബളിപ്പിച്ച് ഭൂമി കൈവശപ്പെടുത്തുകയാണ് ഉണ്ടായത്. കൈയേറ്റക്കാരും കുറവായിരുന്നില്ല. ഭൂപരിഷ്കരണം മൂലം ആദിവാസികൾക്കു ഭൂമി ലഭിക്കുകയല്ല നഷ്ടപ്പെടുകയാണ് ഉണ്ടായത്. ആദിവാസിഭൂമി തിരിച്ചുനൽകണമെന്ന സുപ്രീംകോടതി വിധി നടപ്പാക്കാനായില്ല. ചെറുകിട കൃഷിക്കാരുടെ ഭൂമിക്ക് സംരക്ഷണം നൽകി വൻകിടക്കാരുടെ മിച്ചഭൂമി ഏറ്റെടുത്തു നൽകുന്നതിനുള്ള നിയമം പാസായെങ്കിലും അതും നടപ്പായില്ല. അട്ടപ്പാടിയിലെ ഏറ്റവും മോശം ഭൂമിയാണ് ഇന്ന് ആദിവാസികളുടെ കൈവശമുള്ളത്.

ഇതിന്റെ ഫലമായി സാക്ഷരതയിലും ആരോഗ്യസൂചികകളിലും മുന്നേറ്റമുണ്ടായെങ്കിലും ആദിവാസികളുടെ നില അട്ടപ്പാടിയിലെ പൊതുസമൂഹത്തെക്കാൾ വളരെ താഴെയാണ്. 2001 സെൻസസ് പ്രകാരം കേരളത്തിലെ സാക്ഷരത 91 ശതമാനമായിരുന്നപ്പോൾ അട്ടപ്പാടിയിലെ ആദിവാസികളുടെ സാക്ഷരത 54 ശതമാനം മാത്രമായിരുന്നു. ആദിവാസികളിൽ 81 ശതമാനം പേരും കൂലിവേലക്കാരാണ്. പത്തു ശതമാനത്തിൽ താഴെ മാത്രമേ സർക്കാർ അല്ലെങ്കിൽ സ്വകാര്യമേഖലയിലെ സ്ഥിരം ശമ്പളം/കൂലിവേല പണിക്കാരായുള്ളൂ. ചുരുക്കത്തിൽ ആദിവാസി സമ്പദ്ഘടനയുടെ സ്വഭാവം വെച്ചു പരിശോധിക്കുമ്പോൾ കൂലിവേലയെയാണ് ഉപജീവനത്തിന് പൂർണമായും ആശ്രയിക്കുന്നത് എന്നു കാണാം. മറ്റു സ്രോതസുകളിൽനിന്നുള്ള വരുമാനം തുച്ഛമാണ്.

അഹാഡ്സ്

അട്ടപ്പാടിയിൽ കഴിഞ്ഞ ദശകത്തിൽ നടന്ന ഏറ്റവും വലിയ വികസന ഇടപെടൽ ജപ്പാൻ ധനസഹായത്തോടെയുള്ള പരിസ്ഥിതി പുനഃസ്ഥാപന വികസനപദ്ധതിയാണ്. ഇതിനു നേതൃത്വം നൽകിയത് 'അട്ടപ്പാടി ഹിൽ ഡെവലപ്മെന്റ് സൊസൈറ്റി' അഥവാ 'അഹാഡ്സ്' എന്ന സ്ഥാപനമാണ്. 200 കോടിയിൽപ്പരം രൂപ ജപ്പാൻ ധനസഹായത്തോടെയുള്ള പരിസ്ഥിതി പുനഃസ്ഥാപന പദ്ധതി നടപ്പാക്കുന്നതിനാണ് കേരള സർക്കാർ അഹാഡ്സിനു രൂപംനൽകിയത്. സർക്കാർ സ്ഥാപനമാണെങ്കിലും സർക്കാർ മുറയിലല്ല അഹാഡ്സ് പ്രവർത്തിച്ചത്. ഊരു വികസന സമിതികൾ, സംയുക്ത വനമാനേജ്മെന്റ് സംഘങ്ങൾ, ഗുണഭോക്തൃസമിതികൾ, അമ്മക്കൂട്ടങ്ങൾ തുടങ്ങി ജനകീയ സമിതികൾ ജനങ്ങളെ ആവിഷ്കാരത്തിലും നടത്തിപ്പിലും പങ്കാളികളാക്കി. കോൺട്രാക്ടർ

രാജ് അവസാനിപ്പിച്ചു. പബ്ലിക് അക്കൗണ്ട്സ് കമ്മിറ്റി സന്ദർശിച്ചു പോയ ഊരുകളിലെല്ലാം എത്ര ആത്മവിശ്വാസത്തോടും തന്റേടത്തോടും കൂടിയാണ് സ്ത്രീകൾ അടക്കമുള്ള ആദിവാസികൾ ഞങ്ങളോടു സംവദിച്ചത്.

അതിന്റെ ഫലം, പണിതീർന്ന കെട്ടിടങ്ങളിലും ചാവടിയൂരിലേതു പോലുള്ള പാലങ്ങളിലുമെല്ലാം കാണാം. അഹാഡ്സിന്റെ നേതൃത്വത്തിൽ ഊരുവികസന സമിതികൾ പണിതീർത്ത രണ്ടായിരത്തോളം വീടുകൾ മാത്രം എടുത്താൽ മതി. ഞാനടങ്ങുന്ന പബ്ലിക് അക്കൗണ്ട്സ് കമ്മിറ്റി വയനാടിൽ കണ്ടതിന് നേർവിപരീതമായ ചിത്രമാണ് അട്ടപ്പാടിയിൽ കണ്ടത്. കഴിഞ്ഞ അഞ്ചുവർഷം വയനാട്ടിൽ ആദിവാസികൾക്ക് അനുവദിച്ച വീടുകളിൽ പത്തുശതമാനംപോലും പണിതീർന്നിട്ടില്ല. ഇടനിലക്കാരും കോൺട്രാക്ടർമാരും വിലസുന്നു. നല്ല വീടു പണിതാൽ ആദിവാസികൾ അവിടെ താമസിക്കില്ല തുടങ്ങിയ സിദ്ധാന്തങ്ങൾ പ്രചരിപ്പിക്കുന്നു. അട്ടപ്പാടിയിലെ ഊരുകളിൽ ചെല്ലുക. വയനാടുമായി യാതൊരു താരതമ്യവുമില്ല. ഓരോ ഊരുവികസന സമിതിയും കൂട്ടായി സാധന സാമഗ്രികൾ വാങ്ങുന്നു, വീടുകൾ വയ്ക്കുന്നു. വീടുകളുടെ വലിപ്പമാകട്ടെ, കുടുംബാംഗങ്ങളുടെ എണ്ണമനുസരിച്ച് ഏറിയും കുറഞ്ഞുമിരിക്കും. ആൾപ്പാർപ്പില്ലാത്ത ഒരു വീടുപോലും കണ്ടില്ല. അട്ടപ്പാടിയിൽ കണ്ടത് പുതിയൊരു ആദിവാസി വികസന അനുഭവമായിരുന്നു.

അഹാഡ്സിന്റെ നടത്തിപ്പു സംബന്ധിച്ച് ചീഫ് സെക്രട്ടറി കെ ജയകുമാർ യു ഡി എഫ് സർക്കാരിന് സമർപ്പിച്ച റിപ്പോർട്ടിൽ ഇങ്ങനെയാണ് വിലയിരുത്തിയിട്ടുള്ളത്,

> മൂന്ന് ആദിവാസി കോളനികൾ ഞാൻ സന്ദർശിച്ചിരുന്നു. വീടുകളിൽ കയറി സൗകര്യങ്ങൾ വിലയിരുത്തുകയും ചെയ്തു. അഹാഡ്സ് നിർമിച്ചു നൽകിയ ഭവനങ്ങളെക്കുറിച്ച് ആദിവാസികൾക്കും പട്ടികജാതിയിൽപ്പെട്ടവർക്കും വലിയ മതിപ്പാണ്. കാരണം ആ വീടുകൾ യാഥാർഥ്യബോധത്തോടെ രൂപകൽപ്പന ചെയ്യപ്പെട്ടിരിക്കുന്നു. കുടുംബത്തിലെ അംഗബലമനുസരിച്ച് മുറികളുടെ എണ്ണം വർദ്ധിപ്പിച്ചിരിക്കുന്നു. ഒരു വീടിനുപോലും ചോർച്ചയില്ല. ഒരു ചുമരിൽപ്പോലും ഈർപ്പമില്ല. സാധാരണയായി ആദിവാസികൾക്കു നിർമിച്ചു നൽകുന്ന വീടുകളിൽ അവർ താമസിക്കാറില്ലെന്നും സർക്കാർ നൽകുന്ന വീടുകൾക്കു പുറത്ത് പഴയതുപോലെ കുടിൽകെട്ടിയാണ് അവർ താമസിക്കാറുള്ളത് എന്നുമുള്ള നിരീക്ഷണങ്ങൾക്ക് അട്ടപ്പാടിയിൽ സാംഗത്യമില്ല.

വനങ്ങൾ പുനർജനിക്കുന്നു

അഹാഡ്സിന്റെ വികസനപദ്ധതി ആദിവാസികളുടെ സാമൂഹ്യക്ഷേമത്തെ നേരിട്ട് മെച്ചപ്പെടുത്തുന്നതിനെ ലക്ഷ്യമിട്ടുകൊണ്ടുള്ളതായിരുന്നില്ല. മറിച്ച് പ്രാഥമികമായും അത് പരിസ്ഥിതി പുനഃസ്ഥാപന

പ്രോജക്ടായിരുന്നു. ഇത് വൻവിജയമായിരുന്നു എന്നാണ് എന്റെ ബോധ്യം. നിയമസഭാ പബ്ലിക് അക്കൗണ്ട്സ് കമ്മിറ്റിയുടെ സന്ദർശനവേളയിൽ അട്ടപ്പാടിയിലെ വനവൽക്കരണത്തെക്കുറിച്ച് പഠിക്കാൻ ഞാൻ ശ്രമിച്ചു. ഞാനാദ്യമായാണ് കൃഷ്ണവനം സന്ദർശിച്ചത്. കമ്മിറ്റി കഴിഞ്ഞ് നേരം ഏറെ വൈകിയതുകൊണ്ട് വനത്തിനുള്ളിലേക്കു പോകേണ്ടെന്നു വെച്ചു. കുന്നുമുഴുവൻ ഇടതൂർന്നു മരങ്ങളും മുളകളും കുറ്റിച്ചെടികളുമുണ്ട്. പക്ഷേ, ഉണങ്ങി ഇലകൊഴിഞ്ഞ് തവിട്ടുനിറത്തിലായിരുന്നു. "വരണ്ട ഇല കൊഴിയും വനമാണ്. ജൂണിലെ മഴയോടെ വീണ്ടും പച്ചനിറമാകും;" കൂടെയുണ്ടായിരുന്ന അഹാഡ്സിലെ രാധാകൃഷ്ണനും ഷൈനും വിശദീകരിച്ചു. പക്ഷേ, കാട്ടുതീ തടയാനുള്ള ലൈനുകൾ വെട്ടിയിട്ടിട്ടില്ല. എപ്പോൾ വേണമെങ്കിലും തീപിടിക്കാം. "ഒരു തീനാമ്പു വീണാൽ അന്ത്യമാകു"മെന്നായിരുന്നു ഇതുസംബന്ധിച്ചുവന്ന ഒരു പത്രറിപ്പോർട്ടിന്റെ തലവാചകം. അഹാഡ്സ് ഇല്ലാതായതോടെ വാച്ചർമാരും ഇല്ല. തടിവെട്ടിനെക്കുറിച്ചും ചന്ദനമോഷണത്തെക്കുറിച്ചും നായാട്ടു സംഘങ്ങളെക്കുറിച്ചുമെല്ലാം പല പത്രറിപ്പോർട്ടുകളും കണ്ടു. എങ്കിലും കൃഷ്ണവനം ഇന്നും നിലനിൽക്കുന്നു.

കേരളത്തിലെ പരിസ്ഥിതി പ്രസ്ഥാനത്തിന്റെ ചരിത്രത്തിലെ അവിസ്മരണീയമായ ഒരേടാണ് കൃഷ്ണവനം. ബൊമ്മിയാംപടി ഊരിനു പിന്നിലെ "അങ്ങുമിങ്ങും വിറകൊണ്ടു നിൽക്കുന്ന മെലിഞ്ഞ മരങ്ങൾ" അടയാളമിട്ട "ഊഷരഭൂമി" എങ്ങനെ ഒരു സംഘം പരിസ്ഥിതി പ്രവർത്തകർ കൃഷ്ണവനമാക്കി മാറ്റിയെന്ന് അറിയണമെങ്കിൽ സുഗതകുമാരി ടീച്ചറിന്റെ *കാടിനു കാവൽ* വായിക്കുക.

"വരൾച്ചയും പൊടിക്കാറ്റും ജലക്ഷാമവുംകൊണ്ട് പൊറുതിമുട്ടിയ അട്ടപ്പാടി"യുടെ മുഖഛായ മാറ്റുന്നതിന് തുടക്കമിട്ടത് കൃഷ്ണവനമായിരുന്നു. കൃഷ്ണവനത്തിന്റെ അനുഭവത്തിൽനിന്ന് പഠിച്ചുകൊണ്ടാണ് അഹാഡ്സ് വനവൽക്കരണ പരിപാടിക്കു രൂപംനൽകിയത്. കൃഷ്ണവനം 130 ഏക്കറായിരുന്നെങ്കിൽ പുതിയ നൂറ്റാണ്ടിന്റെ ആരംഭവർഷങ്ങളിൽ നടന്ന പരിസ്ഥിതി പുനഃസ്ഥാപന പ്രവർത്തനത്തിന്റെ ഭാഗമായി നാലായിരം ഹെക്ടർ തരിശുവനപ്രദേശത്ത് ശാസ്ത്രീയ മണ്ണുജല സംരക്ഷണം നടത്തി വനമാക്കി. ശുഷ്കിച്ച കാടുകളുടെ 8000 ഹെക്ടർ പ്രദേശം വനസംരക്ഷണ പ്രവർത്തനങ്ങളിലൂടെ സ്വാഭാവിക പുനർജീവനത്തിനു വഴിയൊരുക്കി. കാടു വളർന്നപ്പോൾ ഉറവകൾ പൊട്ടി. ആനയും കരടിയും മാനും മയിലുമെല്ലാം തിരിച്ചെത്തി. 34 കിലോമീറ്റർ മഴനിഴൽ പ്രദേശമായ അട്ടപ്പാടിയിലൂടെ ഒഴുകി ശിരുവാണിപ്പുഴ വഴി ഭവാനിയിലേയ്ക്ക് ഒഴുകുന്ന കൊടങ്കരപ്പള്ളം പുനർജനിച്ചതിന്റെ ഇതിഹാസം മധു ഇറവങ്കര ഒരു ഡോക്യുമെന്ററിയാക്കിയിട്ടുണ്ട്. നദി പുനർജനിച്ചപ്പോൾ പുഴക്കരയിലെ ജീവിതം വീണ്ടും തളിർത്തതെങ്ങനെയെന്ന് സണ്ണി ജോസഫിന്റെ ഫ്രെയിമുകൾ പറഞ്ഞുതരും.

നീർത്തട വികസനാസൂത്രണം

ഒലിച്ചു സമുദ്രത്തിലേയ്ക്കിറങ്ങാനോ ആവിയായി പോകാനോ അനുവദിക്കാതെ കെട്ടിനിർത്തുകയാണെങ്കിൽ, സംസ്ഥാനത്തെ പത്തടി വെള്ളത്തിലാഴ്ത്താൻ വേണ്ട മഴവെള്ളം ഇവിടെ പെയ്യുന്നുണ്ട്. പണ്ടൊക്കെ പശ്ചിമഘട്ടത്തിൽ പെയ്യുന്ന മഴവെള്ളത്തിൽ നല്ലൊരു ഭാഗം വനാന്തരത്തിൽത്തന്നെ ശേഖരിക്കപ്പെടുമായിരുന്നു. കാട്ടിലെ ചവറും ദ്രവിച്ച ജൈവപദാർഥങ്ങളും പ്രകൃത്യായുള്ള ഒരു സ്പോഞ്ചുപോലെ ഈർപ്പം സംരക്ഷിച്ചു നിലനിർത്തുമായിരുന്നു. ഈ വെള്ളമാണ് വനമണ്ണിലൂടെ ഭൂമിക്കടിയിലേയ്ക്കു കിനിഞ്ഞിറങ്ങി ഉറവകളായി മാറി അരുവികളിൽ എത്തിയിരുന്നത്. മഴക്കാലം കഴിയുമ്പോൾ നദികളിലെ ജലപ്രവാഹത്തിന് ആശ്രയം ഇത്തരം ഉറവകളാണ്. ഒരു ഹെക്ടർ കാടിന് ഇപ്രകാരം 30000 ഘനമീറ്റർ മഴവെള്ളം സംഭരിച്ച് ക്രമേണയായി വിട്ടുകൊടുക്കാൻ ശേഷിയുണ്ടെന്നാണ് കണക്ക്. വനങ്ങൾ വെട്ടിവെളുപ്പിച്ചു. സമതലങ്ങളിലെ തോടുകളും കുളങ്ങളും തൂർന്നു. വയലുകൾ നികത്തി.

വനത്തിൽ മാത്രമല്ല സ്വകാര്യ ഭൂമികളിലും മണ്ണുജല സംരക്ഷണ പ്രവർത്തനങ്ങൾ നടപ്പിലാക്കി. നമ്മുടെ നാട് കുന്നും ചരിവുകളും താഴ്വരകളും നിറഞ്ഞതാണ്. താഴ്വരകളിലാണ് വയലുകൾ. പക്ഷെ, വയലുകളിലെ വെള്ളം അവിടെ പെയ്യുന്ന മഴവെള്ളം മാത്രമല്ലല്ലോ. കുന്നിൻചരിവുകളിൽ പെയ്യുന്ന മഴവെള്ളം ഏലായിലേയ്ക്ക് ഒലിച്ചുവരുന്നു. ഏലാവികസനത്തിന് ഏലയെ മാത്രം കണ്ടാൽപ്പോര. അങ്ങോട്ടു വെള്ളം ഒഴുക്കിയെത്തിക്കുന്ന കുന്നിൻചരിവുകളെയടക്കം ഒറ്റയൂണിറ്റായി കാണണം. കുന്നിൻചരിവിലെ വെള്ളം പരമാവധി അവിടെത്തന്നെ മണ്ണിലേക്കു കിനിഞ്ഞിറങ്ങാനുള്ള നടപടികൾ സ്വീകരിച്ചു. “ഓടുന്ന വെള്ളത്തെ നടത്തുക, നടക്കുന്ന വെള്ളത്തെ ഇരുത്തുക, ഇരിക്കുന്ന വെള്ളത്തെ ഇറക്കുക” എന്നതാണ് തത്വം. എങ്കിൽ വർഷം മുഴുവൻ ഉറവകളിലൂടെ താഴ്വരകളിൽ വെള്ളം ലഭിച്ചുകൊണ്ടിരിക്കും. താഴ്വരകളിൽ വെള്ളം പരമാവധി സംഭരിക്കുന്നതിനും മിച്ചം വരുന്നത് ഒഴുക്കിക്കളയുന്നതിനും നടപടികളുണ്ടാവണം. ഓരോ നീർത്തടത്തിനും എത്ര വെള്ളം ലഭിക്കുന്നു എന്നു കണക്കുണ്ടായാൽ മണ്ണിന്റെ സ്വഭാവവും കൂടി കണക്കിലെടുത്ത് അവിടെ എന്തെല്ലാം കൃഷി ചെയ്യാം എന്നു തീരുമാനിക്കാം. പിന്നെ കാർഷിക അനുബന്ധ പ്രവർത്തനങ്ങൾ ആസൂത്രണം ചെയ്യാം. ഇതാണ് നീർത്തടാസൂത്രണം.

1500 ഏക്കർ തരിശുഭൂമിയിൽ പുതുതായി നെൽകൃഷിയിറക്കി. 5000 ഏക്കറിൽ അഗ്രോ ഫോറസ്റ്ററി പ്ലാന്റേഷനുകൾ വളർന്നു. പുല്ലു വളർന്നപ്പോൾ കന്നുകാലികളും പെരുകി. കാടുണ്ടെങ്കിലേ നാടുള്ളൂ എന്ന് അട്ടപ്പാടി തിരിച്ചറിഞ്ഞു. പരിസ്ഥിതി പുനഃസ്ഥാപനമെങ്ങനെ നടപ്പാക്കാം എന്നതിന് അട്ടപ്പാടി ഒരു സാധനപാഠമാണ്.

വർദ്ധിച്ച തൊഴിലവസരങ്ങൾ

പക്ഷേ, നേരത്തെ സൂചിപ്പിച്ചതുപോലെ ഭൂമിയിൽ മൂന്നിൽ രണ്ടും ആദിവാസികളല്ലാത്തവരുടെ കൈവശമാണല്ലോ. നീർത്തടാസൂത്രിത വികസനത്തിന്റെ നേട്ടം സ്വാഭാവികമായും രണ്ടാമത്തെ വിഭാഗത്തിനാണ് ലഭിച്ചത്. കൂടുതൽ വെള്ളവും മറ്റും ലഭ്യമായതോടെ ആദിവാസികളുടെ ഭൂമിയിൽപ്പോലും പരമ്പരാഗതമായ പഞ്ഞപ്പുല്ലിനും പച്ചക്കറികൾക്കും പകരം കമ്പോളത്തെ ലക്ഷ്യമിട്ടുള്ള വിളകൾക്കായി പ്രാമുഖ്യം. ഇത് ആദിവാസികളുടെ ഭക്ഷ്യസുരക്ഷയെ പ്രതികൂലമായി ബാധിച്ചൊരു ഘടകമായിത്തീർന്നു. ഈ പരിമിതികൾ ഉണ്ടെങ്കിലും പരിസ്ഥിതി പുനഃസ്ഥാപന പദ്ധതിയുടെ ഭാഗമായി വലിയ തോതിലുള്ള തൊഴിലവസരങ്ങൾ സൃഷ്ടിച്ചിട്ടുണ്ട്. 2009 ൽ ആദിവാസി പുരുഷന് ആഴ്ചയിൽ 5.2 ദിവസവും സ്ത്രീകൾക്ക് 4.7 ദിവസവും വീതം പണി ലഭിച്ചു. 2010ലെ റിപ്പോർട്ടു പ്രകാരം മൊത്തം 35 ലക്ഷം പ്രവൃത്തിദിനങ്ങൾ ഈ പദ്ധതിയിലൂടെ സൃഷ്ടിക്കപ്പെട്ടു.

പുരുഷന് ശരാശരി 158 രൂപയും സ്ത്രീകൾക്ക് 118 രൂപയും കൂലിയും ലഭിച്ചിരുന്നു. പദ്ധതി ആരംഭിക്കുന്നതിനു മുമ്പ് അട്ടപ്പാടിയിലെ, പ്രത്യേകിച്ച് കിഴക്കൻ അട്ടപ്പാടിയിലെ കൂലി നിരക്ക് 30–50 രൂപയായിരുന്നു. തൊഴിലവസരങ്ങൾ വർദ്ധിക്കുക മാത്രമല്ല, കൂലി വർദ്ധിപ്പിക്കുന്നതിനും പദ്ധതി സഹായിച്ചു. 18 ശതമാനം ആദിവാസികൾക്കും വർഷത്തിൽ 200–ൽപ്പരം ജോലി ലഭിച്ചു. 65 ശതമാനം ആദിവാസികൾക്ക് 1500 രൂപയെക്കാൾ കൂടുതൽ മാസവരുമാനം ഉള്ളവരായി. മറ്റൊരു 21 ശതമാനം പേർക്ക് ആയിരത്തിനും ആയിരത്തഞ്ഞൂറിനും ഇടയ്ക്കു വരുമാനം ലഭിച്ചു. വരുമാനത്തിന്റെ 40 ശതമാനം ഭക്ഷണത്തിനാണ് ചെലവഴിച്ചത്.

പദ്ധതി ആരംഭിച്ചത് 1996–97 ൽ ആണെങ്കിലും 2005–06 വരെയുള്ള പത്തുവർഷക്കാലത്തിനിടയിൽ ആകെ ചെലവഴിച്ചത് 88 കോടി രൂപയാണ്. എന്നാൽ പിന്നീടുള്ള ഇടതുപക്ഷ ജനാധിപത്യ മുന്നണി സർക്കാരിന്റെ ആദ്യനാലു വർഷക്കാലത്തു മാത്രം 137 കോടി രൂപ ഈ പദ്ധതിയിൽനിന്ന് ചെലവാക്കുകയുണ്ടായി. ആനുപാതികമായ തൊഴിലവസര വർദ്ധനയുമുണ്ടായി. ഇത് ആദിവാസികളുടെ ഉപജീവന സുരക്ഷയിൽ പ്രകടമായ വ്യത്യാസം സൃഷ്ടിച്ചു.

1999 ൽ ചില പട്ടിണിമരണങ്ങൾ അട്ടപ്പാടിയിൽനിന്ന് റിപ്പോർട്ടു ചെയ്തതൊഴിച്ചാൽ പിന്നീടുള്ള കാലയളവിൽ അത്തരം റിപ്പോർട്ടുകൾ ശ്രദ്ധയിൽപ്പെട്ടിട്ടില്ല. 1991–ൽ 2500 കുടുംബങ്ങളിൽ നടത്തിയ സർവെ പ്രകാരം 437 പേർക്ക് ഗൗരവമായ അനീമിയ ഉണ്ടായിരുന്നു. തൊഴിലവസരങ്ങളില്ലാത്തതിനാൽ കേരളത്തിന്റെയും തമിഴ്നാടിന്റെയും വിവിധ മേഖലകളിലേക്കുള്ള ദേശാടനം തൊഴിൽരംഗത്തെ സവിശേഷതയായിരുന്നു. ഈ ദേശാടനം ഗണ്യമായി കുറഞ്ഞു.

ഉപജീവന സുരക്ഷിതത്വ തകർച്ച

പക്ഷേ, കഴിഞ്ഞ ഒരുവർഷത്തിലേറെയായി യു ഡി എഫ് സർക്കാർ അഹാഡ്സിന്റെ പ്രവർത്തനങ്ങൾ അവസാനിപ്പിച്ചു. അഹാഡ്സിനെ പരിസ്ഥിതി പുനഃസ്ഥാപന പ്രവർത്തനങ്ങൾക്കുള്ള ഒരു സ്വയംഭരണ സ്ഥാപനമായി രൂപാന്തരപ്പെടുത്താൻ പരിപാടിയുണ്ടായിരുന്നു. ആദിവാസി വാച്ചർമാരെ ഫോറസ്റ്റ് ഡിപ്പാർട്ട്മെന്റിനു കീഴിലേയ്ക്കു മാറ്റുന്നതിനും അട്ടപ്പാടിപോലൊരു പ്രോജക്ടിന് വയനാട്ടിൽ രൂപംനൽകുന്നതിനും കഴിഞ്ഞ എൽ ഡി എഫ് സർക്കാർ അംഗീകാരം നൽകിയിരുന്നു. ഒരു തുടർ പരിപാടിയായി അട്ടപ്പാടിയിൽ ഒരു കാർഷിക പാക്കേജും രൂപകൽപ്പന ചെയ്തിരുന്നു. ഇവയെല്ലാം ജലരേഖകളായി. അഹാഡ്സ് മുൻകൈയെടുത്ത് തയാറാക്കി കേന്ദ്രസർക്കാരിൽനിന്ന് അംഗീകാരം വാങ്ങിയ കാർഷിക പാക്കേജ് എന്തെന്ന് തങ്ങൾക്കറിയില്ല എന്ന് ഊരുകളിലെ സ്ത്രീകൾ ഞങ്ങളോടു പരാതിപ്പെട്ടു. ഊരുവികസന സമിതികളും സംയുക്ത വനമാനേജ്മെന്റ് സമിതികളും മറ്റും നിഷ്ക്രിയരായിക്കഴിഞ്ഞു. ജനകീയസമിതികൾക്കു വേണ്ടി ഓരോ പ്രദേശത്തും പണിത ഓഫീസ് കെട്ടിടങ്ങൾ പൂട്ടിക്കിടക്കുന്നു. കാടുകളുടെ സംരക്ഷണത്തിനായുള്ള 200ൽപ്പരം വാച്ചർമാർ എല്ലാവരും തന്നെ ആദിവാസികളാണ്. അവരെപ്പോലും പിരിച്ചുവിട്ടു. തടിവെട്ടുകാർ വീണ്ടും സജീവമായിട്ടുണ്ട്. ഒരു വിറകുലോറിയുടെ അകമ്പടിയോടെയാണ് ഞാൻ ചുരമിറങ്ങിയത്.

അഹാഡ്സിനു പകരം പുത്തൻകൂറ്റ് സന്നദ്ധ സംഘടനകൾ രംഗപ്രവേശം ചെയ്തുകഴിഞ്ഞു. തന്റെ റിപ്പോർട്ട് ചീഫ് സെക്രട്ടറി ഇങ്ങനെ ഉപസംഹരിക്കുന്നു;

1. അഹാഡ്സിന്റെ ഇതുവരെയുള്ള പ്രവർത്തനം ആദിവാസികളുടെ ജീവിതത്തെ ഗുണപരമായ മാറ്റങ്ങൾ വരുത്തി.
2. പെട്ടെന്ന് ഈ പദ്ധതി നിർത്തുന്നതിലൂടെ ആദിവാസികളായ ജീവനക്കാർക്ക് ജീവിതമാർഗം നഷ്ടപ്പെടുകയും ആദിവാസി ചൂഷണത്തിനുള്ള അവസരങ്ങളേറുകയും ചെയ്യും.
3. അഹാർഡ്സ് നിറവേറ്റിയിരുന്ന സാമൂഹ്യധർമങ്ങളും നേടിയെടുത്ത ശാക്തീകരണവും അവകാശബോധവും ഈ വിധം നിലനിർത്തിക്കൊണ്ടു പോകാൻ മറ്റൊരു ബദൽ സംവിധാനം ഇപ്പോൾ അട്ടപ്പാടിയിൽ ഇല്ല.

എന്നാൽ, ഈ റിപ്പോർട്ടിനുപോലും അഹാഡ്സിന് പുതുജീവൻ നൽകാൻ കഴിഞ്ഞില്ല. കാലാവധി കഴിഞ്ഞ പരിസ്ഥിതി പുനഃസ്ഥാപന പദ്ധതിയിലെ നഷ്ടപ്പെട്ട തൊഴിൽദിനങ്ങൾക്കു പകരം മറ്റു തൊഴിലവസരങ്ങൾ നൽകുന്നതിൽ ഭരണകൂടം പൂർണമായി പരാജയപ്പെട്ടു. മഹാത്മാ ഗാന്ധി ദേശീയ തൊഴിലുറപ്പു പദ്ധതിയിൽ സൃഷ്ടിക്കപ്പെട്ട തൊഴിൽ ദിനങ്ങൾ 2010–11 ൽ 4.16 ലക്ഷമുണ്ടായിരുന്നത് 2011–12 ൽ 3.76 ലക്ഷമായി കുറഞ്ഞു. 2012–13 ൽ അത് 5.7 ലക്ഷം തൊഴിൽദിനങ്ങളായി വർദ്ധിച്ചു

വെങ്കിലും മൊത്തത്തിലെടുത്താൽ അട്ടപ്പാടിയിലെ തൊഴിൽദിനങ്ങളിൽ ഗണ്യമായ ഇടിവുണ്ടായി എന്നു വ്യക്തം. ഇത്തരം സന്ദർഭങ്ങളിൽ പാവങ്ങൾക്കു താങ്ങാകേണ്ടുന്ന അംഗൻവാടികളും ആശുപത്രികളും മറ്റു സാമൂഹ്യസുരക്ഷാ സംവിധാനങ്ങളും പ്രവർത്തനക്ഷമമാക്കുന്നതിൽ സർക്കാർ അമ്പേ പരാജയപ്പെടുകയും ചെയ്തു. ഉപജീവന പ്രതിസന്ധിയാണ് ഭക്ഷ്യസുരക്ഷയെ തകർക്കുന്നതിലേയ്ക്കും പോഷകാഹാരക്കുറവു മൂലം കുഞ്ഞുങ്ങൾ മരണപ്പെടുന്നതിലേയ്ക്കും എത്തിച്ചത്.

അഹാഡ്സ്: നേട്ടങ്ങളും കോട്ടങ്ങളും

പി എസ് പത്മദാസ്

ഇന്ത്യയിൽ പങ്കാളിത്ത നീർത്തടാധിഷ്ഠിതവികസനം ജനാധിപത്യരീതിയിൽ കരാറുകാരെ ഒഴിവാക്കി നടപ്പാക്കിയ പദ്ധതിയാണ് 'അട്ടപ്പാടി പരിസ്ഥിതി പുനഃസ്ഥാപന പദ്ധതി'.

1996 നുമുമ്പ് അട്ടപ്പാടിയിൽ വനസംരക്ഷണത്തിനായി നിരവധി പദ്ധതികൾ നടപ്പാക്കിയിട്ടുണ്ട്. മൊട്ടക്കുന്നുകളിൽ വിദേശസഹായ (ലോകബാങ്ക്)ത്തോടെ വനവൽക്കരണപ്രവർത്തനങ്ങളാണ് അക്കാലത്ത് നടന്നത്. വനംവകുപ്പ് നടപ്പാക്കിയ ഈ പദ്ധതി സാമൂഹ്യവനവൽക്കരണം എന്ന പേരിലാണ് അറിയപ്പെട്ടത്. ഇവയൊന്നും മരുഭൂമിക്കു സമാനമായ അട്ടപ്പാടിയിലെ മൊട്ടുക്കുന്നുകളെ ഹരിതാഭമാക്കാൻ പര്യാപ്തമായിരുന്നില്ല. വനംവകുപ്പിലെ ഉന്നത ഉദ്യോഗസ്ഥരും ബിനാമി കരാറുകാരും തടിച്ചുകൊഴുക്കുകമാത്രമാണ് സാമൂഹ്യവനവൽക്കരണംകൊണ്ടുണ്ടായ നേട്ടം. തന്നെയുമല്ല, അട്ടപ്പാടിയിൽ പലയിടത്തായി നട്ടുവളർത്തിയ യൂക്കാലിയും അക്കേഷ്യയും ആരോഗ്യ-പാരിസ്ഥിതികപ്രശ്നങ്ങൾക്കു കാരണമാവുകയും ചെയ്തു.

1960 നുശേഷം വൻതോതിൽ വനശോഷണമുണ്ടായ പ്രദേശമാണ് അട്ടപ്പാടി. 60,729 ഹെക്ടർ വനമാണ് അന്നുണ്ടായിരുന്നത്. അതായത് 82 ശതമാനത്തോളം. 1961 ൽ ഇത് 54,664 (74 ശതമാനം)ആയും 1971 ൽ 20,949 (28 ശതമാനം)ഹെക്ടറായും കുറഞ്ഞു. 1976 ൽ 15,108 (20 ശതമാനം) വനംമാത്രമാണ് അവശേഷിച്ചത്. പശ്ചിമഘട്ടമലനിരകളിലെ അപൂർവ ജൈവസമ്പത്തുകളുടെ കലവറയായിരുന്നു 1960 വരെ അട്ടപ്പാടി. അപൂർവയിനം സസ്യങ്ങളും ജന്തുജാലങ്ങളും നിറഞ്ഞതാണ് ഈ പ്രദേശം. സൈലന്റ്‌വാലിയിലെ നിത്യഹരിതവനങ്ങളാണ് ഒരുഭാഗത്ത്. ജനസംഖ്യയിൽ ഭൂരിഭാഗവും ഗോത്രവിഭാഗം. 1960 വരെ ജനസംഖ്യയിൽ 90

ശതമാനവും ആദിവാസികളായിരുന്നു. 1960 നുശേഷം കേരളത്തിന്റെ മറ്റ് പ്രദേശങ്ങളിൽനിന്നുള്ള കുടിയേറ്റം ആരംഭിച്ചതോടെ ആദിവാസിക്ക് അപരിചിതമായ പുതിയ സംസ്കാരവും കടന്നുവന്നു. ജീവിതമാകെ മാറി. ആദിവാസികൾ ആടിയും പാടിയും വേട്ടയാടിയും കൃഷി ചെയ്തും ജീവിച്ച മലകളും താഴ്‌വരകളും മൊട്ടക്കുന്നുകളായി. നീർച്ചാലുകളും പുഴകളും അപ്രത്യക്ഷമായി. മരുഭൂമിക്കു സമാനമായ കിഴക്കൻപൊടി ക്കാറ്റ് വീശിയടിച്ചു. ആവാസവ്യവസ്ഥയാകെ തകിടംമറിഞ്ഞ ഭൂപ്രദേശ ത്താണ് അട്ടപ്പാടി ഹിൽസ് ഏരിയ ഡെവലപ്മെന്റ് സൊസൈറ്റി പ്രവർ ത്തനം ആരംഭിക്കുന്നത്. ജനകീയസമിതികളുടെ ആഭിമുഖ്യത്തിൽ നട ത്തുന്ന പങ്കാളിത്ത ഗ്രാമപഠനത്തിന്റെയും സർവെകളുടെയും അടിസ്ഥാ നത്തിൽ ഓരോ സൂക്ഷ്മനീർമറി പ്രദേശത്തിനും സൂക്ഷ്മമായ ആസൂ ത്രണരേഖ തയാറാക്കിയാണ് നിർവഹണഘട്ടം പിന്നിട്ടത്. നീരൊഴുക്കിനെ അടിസ്ഥാനമാക്കിയ പ്രകൃതിദത്തനീർത്തടങ്ങളെ അടിസ്ഥാന വികസന ഘടകങ്ങളായി എടുത്താണ് അട്ടപ്പാടി പുനഃസ്ഥാപനപദ്ധതി നടപ്പാക്കി യത്. അട്ടപ്പാടിയിൽ ലഭിക്കുന്ന മഴവെള്ളത്തിന്റെ 90ശതമാനവും ഭവാനി, ശിരുവാണി, കൊടുങ്ങരപ്പള്ളം, വരഗാർ എന്നീ നദികളിൽ ചെന്നുചേരു കയും കിഴക്കോട്ടൊഴുകി കാവേരിയിലെത്തുകയുമാണ് ചെയ്യുന്നത്. പടി ഞ്ഞാറൻ അട്ടപ്പാടിയിൽ ലഭിക്കുന്ന മഴവെള്ളം തോടുകളിലൂടെ കുന്തി പ്പുഴയിലെത്തി ഭാരതപ്പുഴയിലെത്തുന്നു. ഇതിന്റെ അടിസ്ഥാനത്തിലാണ് 745 ചതുരശ്ര കിലോമീറ്റർ വരുന്ന ഭൂപ്രദേശത്തെ 15 വികസനയൂണി റ്റുകളും 146 സൂക്ഷ്മനീർത്തടങ്ങളുമായി തിരിച്ച് പദ്ധതിക്ക് രൂപംനൽ കിയത്. അട്ടപ്പാടിയിലെ 4,4400 ഹെക്ടർ വനഭൂമിയിലെ 17,000 ഹെക്ടറിൽ വനസംരക്ഷണ-വനവൽക്കരണം ആവശ്യമാണെന്നുകണ്ടെത്തിയാണ് പദ്ധതി നടപ്പാക്കിയത്.

പുറമേനിന്നുള്ള ഇടപെടൽ ഒഴിവാക്കുന്നതിന് വേലികെട്ടി വനം സംരക്ഷിക്കൽ, കാട്ടുതീ തടയുന്നതിന് അഗ്നിരേഖ തെളിക്കൽ, നിലവി ലുള്ള 8,059 ഹെക്ടർ സ്വാഭാവികവനത്തിന്റെ സംരക്ഷണം, വനവൽ ക്കരണവും തോട്ടങ്ങളുടെ സംരക്ഷണവും വനവൽക്കരണത്തിന് ആവശ്യ മായ വനനഴ്സറികൾ സ്ഥാപിക്കൽ, പാതയോരത്തും സർക്കാർ തരിശു ഭൂമിയിലുമുള്ള ഹരിതവൽക്കരണം മണ്ണ്-ജല സംരക്ഷണം, സ്വകാര്യ തരിശുഭൂമിയിലെ മണ്ണ്-ജലസംരക്ഷണം, മൺകൈയാലകൾ നിർമിച്ച് ഉപരിതല ജലപ്രവാഹം തടയൽ, മണ്ണൊലിപ്പു തടയാൻ കല്ലുകൈയാ ലകളുടെ സംരക്ഷണം എന്നിങ്ങനെയാണ് 'അഹാഡ്സ്' രൂപപ്പെടുത്തിയ ആദ്യകാല പ്രവർത്തനം. ഇതിൽ സർക്കാർവനഭൂമിയിലെ പ്രവർത്തനം 90ശതമാനവും വിജയിച്ചു. സ്വകാര്യ തരിശുഭൂമികളിലെ പ്രവർത്തനം പൂർണമായും പരാജയപ്പെടുകയും ചെയ്തു.

1990 കളിൽ അട്ടപ്പാടിയിൽ ദുരിതപൂർണമായ ജീവിതസാഹചര്യ മായിരുന്നു. ജപ്പാൻസഹായത്തോടെ 219കോടി രൂപ ഒരു പ്രദേശത്ത് ചെലവഴിക്കുമ്പോൾ അവിടത്തെ അന്തേവാസികളുടെ ജീവിതത്തിൽ ഒരു

ചലനവും ഉണ്ടാക്കാതെയാണ് 'അഹാഡ്സി'ന്റെ പ്രവർത്തനം തുടക്കത്തിൽ മുന്നോട്ടുപോയത്. ആദ്യഘട്ടത്തിൽ ആദിവാസികളുടെയും കർഷകരുടെയും ജീവിതത്തിൽ ഒരു ചലനവുമുണ്ടാക്കിയില്ല.

എൽ ഡി എഫ് സർക്കാർ ശക്തമായി ഇടപെട്ടതോടെയാണ് അഹാഡ്സിന്റെ പ്രവർത്തനം മാറ്റിമറിച്ചത്. തുടർന്നുള്ള പ്രവർത്തനം അന്താരാഷ്ട്രതലത്തിൽ ശ്രദ്ധ നേടാനും സഹായിച്ചു. 2000 ഏപ്രിലിൽ മാറ്റംവരുത്തിയ പദ്ധതിയുടെ നിർവഹണഘട്ടം പാലോളി മുഹമ്മദ്കുട്ടി ഉദ്ഘാടനം ചെയ്തു. സാമൂഹ്യവികസനഘടകങ്ങൾ ഉൾക്കൊള്ളിച്ച പുനർഘടനാനിർദേശം അന്താരാഷ്ട്ര ഏജൻസിയും ജെ ബി ഐ സിയും 2002 ആഗസ്തിൽ അംഗീകരിച്ചു. ഇതോടെ പരിസ്ഥിതി പുനഃസ്ഥാപനം ചൂൽപ്പുല്ല്കൃഷിയും ആദിവാസികളുടെ വരുമാനദായകപ്രവർത്തനം തുവരപ്പരിപ്പ് ഉൽപ്പാദനവുമാണെന്ന ഉദ്യോഗസ്ഥസങ്കൽപ്പത്തിനു മാറ്റംവന്നു. ആദിവാസി ഊരുകളുടെ നിർമാണം റോഡുകൾ, പാലങ്ങൾ, സ്കൂൾ, ആശുപത്രി, സാംസ്കാരികകേന്ദ്രങ്ങൾ എന്നിവയെല്ലാം പദ്ധതിയുടെ ഭാഗമായി. 56 ഊരുകളിലെ 2,358 വീടുകൾ 'അഹാഡ്സ്' സമ്പൂർണ ഊരു വികസനപരിപാടിയിൽ ഏറ്റെടുത്തു. 2002 നവംബറിൽ സമ്പൂർണ ഊരുവികസനപദ്ധതി രാഷ്ട്രപതി എ പി ജെ അബ്ദുൾകലാം ഉദ്ഘാടനം ചെയ്തു. മുൻകാലങ്ങളിൽനിന്ന് വ്യത്യസ്തമായി ഒരോ കുടുംബത്തിലെയും അംഗസംഖ്യക്ക് അനുസൃതമായി മനോഹരമായ കോൺക്രീറ്റ്വീടുകളാണ് 'അഹാഡ്സ്' നിർമിച്ചുനൽകിയത്. ഒന്നരമുതൽ നാലുലക്ഷംരൂപവരെ വീടുകളോരോന്നിനും ചെലവായി. കരാറുകാരെ ഒഴിവാക്കി ഊരുവികസനസമിതിവഴി നടപ്പാക്കിയ പദ്ധതി ഇന്ത്യക്കാകെ മാതൃകയായി. കൂടാതെ മഴക്കാലമായാൽ ഒറ്റപ്പെട്ടുപോകുന്ന പുതൂർ പഞ്ചായത്തിലേക്ക് ചാവടിയൂർ പാലം, അഗളി പഞ്ചായത്തിൽ 8.5 കോടി രൂപ ചെലവിൽ കുടിവെള്ളപദ്ധതി, ആരോഗ്യവിദ്യാഭ്യാസമേഖലയിലെ അടിസ്ഥാന സൗകര്യവികസനം എന്നിങ്ങനെ നിരവധി പദ്ധതികൾ 'അഹാഡ്സ്' വഴി നിർവഹിക്കപ്പെട്ടു.

2005 ൽ കാലാവധി അവസാനിക്കുമായിരുന്ന പദ്ധതി 2010 വരെ എൽ ഡി എഫ് സർക്കാർ നീട്ടി. 'അഹാഡ്സി'ന്റെ കാലാവധി അവസാനിക്കുന്നതിനൊപ്പം വയനാട്ടിൽ ജപ്പാൻസഹായത്തോടെ 1000 കോടിരുപയുടെ പദ്ധതിക്ക് എൽ ഡി എഫ് സർക്കാർ പ്രാഥമികനടപടി തുടങ്ങുകയും ചെയ്തു. തുടർന്നുവന്ന യു ഡി എഫ് സർക്കാർ നടപടിയുമായി മുന്നോട്ടുപോകാത്തതിനാൽ തുടങ്ങിയിടത്തുതന്നെ അത് നിലച്ചു. 2012 മാർച്ചിൽ യു ഡി എഫ് സർക്കാർ 'അഹാഡ്സി'ന്റെ എല്ലാ പ്രവർത്തനങ്ങളും അവസാനിപ്പിച്ചു ഉത്തരവിറക്കി. ആദിവാസികളുടെ ജീവിതത്തിൽ വൻതോതിൽ സ്വാധീനം ചെലുത്തിയ പദ്ധതി അവസാനിപ്പിക്കുമ്പോൾ എടുക്കേണ്ട മുൻകരുതലൊന്നും എടുക്കാതെയായിരുന്നു അവസാനിപ്പിച്ചത്. 'അഹാഡ്സി'ന്റെ ആസ്ഥാനത്തുമാത്രം 300 ലധികം പേർ ജോലി ചെയ്തിരുന്നു. കൂടാതെ ഊരുവികസനസമിതികൾ,

ഗുണഭോക്തൃസംഘങ്ങൾ, സംയുക്ത വനപരിപാലനസമിതികൾ എന്നിവയെ ആശ്രയിച്ച് ഒന്നരപ്പതിറ്റാണ്ടുകാലം ജീവിച്ചവർക്ക് ഒരു സുപ്രഭാതം മുതൽ തൊഴിലില്ലാതായി. ഈ മൂന്നു സമിതികളിലെ ഭരണസമിതി അംഗങ്ങൾമാത്രം 3109 വരും. കൂടാതെ ഓരോ സമിതികളും നടത്തുന്ന വികസനപദ്ധതികളിൽ തൊഴിൽ എടുത്തു കുടുംബം പുലർത്തുന്ന ആയിരക്കണക്കിന് കുടുംബങ്ങൾ വേറെയും. ഇവരിൽ 70 ശതമാനവും ആദിവാസികളായിരുന്നു. കരാർ– ഉദ്യോഗസ്ഥ ലോബിയെ ഒഴിവാക്കി ഗുണഭോക്തൃസമിതി നടത്തിയ പദ്ധതിയിലൂടെ ലക്ഷക്കണക്കിനു രൂപയാണ് പ്രതിമാസം ഓരോ സംഘങ്ങളും കൈകാര്യം ചെയ്തത്. ഇത് ക്രയവിക്രയങ്ങളിലൂടെ സമൂഹത്തിന്റെ താഴേത്തട്ടുവരെയെത്തി. പ്രത്യക്ഷമായി പദ്ധതിയുടെ ഗുണം അനുഭവിച്ചവരേക്കാൾ പതിന്മടങ്ങ് ആളുകൾ അട്ടപ്പാടിയിൽ 'അഹാഡ്സി'ന്റെ ഗുണഭോക്താക്കളായി ഉണ്ടായിരുന്നു. 'അഹാഡ്സി'ന്റെ പ്രവർത്തനം നിലച്ചതോടെ പ്രകൃതിദുരന്തംപോലെയാണ് അട്ടപ്പാടിയിലെ സാധാരണക്കാർക്ക് അനുഭവപ്പെട്ടത്.

1996 ഫെബ്രുവരി 11 നാണ് അട്ടപ്പാടി പരിസ്ഥിതി പുനഃസ്ഥാപന പദ്ധതിക്ക് തുടക്കമായത്. നാശോന്മുഖമായ അട്ടപ്പാടിയുടെ പരിസ്ഥിതി പുനഃസ്ഥാപിക്കുക, ഭാവിയിൽ ഉണ്ടായേക്കാവുന്ന നാശംതടയുക, ജനപങ്കാളിത്തത്തിൽ അധിഷ്ഠിതമായ പരിസ്ഥിതിപ്രവർത്തനങ്ങളിൽ അനുകരണീയമാതൃക വികസിപ്പിക്കുക, അട്ടപ്പാടിക്ക് ഇണങ്ങുന്ന സുസ്ഥിര ജീവനോപാധികൾ തദ്ദേശീയ സമൂഹത്തിന് വേണ്ടി നടപ്പാക്കുക എന്നിവയായിരുന്നു പദ്ധതിയുടെ ലക്ഷ്യം. അട്ടപ്പാടി തരിശുഭൂമി സമഗ്ര പരിസ്ഥിതി സംരക്ഷണ പദ്ധതിയാണ് അട്ടപ്പാടി പരിസ്ഥിതി പുനഃസ്ഥാപനപദ്ധതി എന്ന ചുരുക്കപ്പേരിൽ അറിയപ്പെട്ടത്. ഗ്രാമവികസനവകുപ്പിന്റെ കീഴിൽ രൂപംകൊടുത്ത പദ്ധതി നടപ്പാക്കുന്നതിന് അട്ടപ്പാടി ഹിൽസ് ഏരിയ ഡെവലപ്മെന്റ് സൊസൈറ്റി (അഹാഡ്സ്) രൂപീകരിച്ചു. മുഖ്യമന്ത്രി ചെയർമാനായുള്ള ഉന്നതാധികാരസമിതിയും ഗ്രാമവികസനവകുപ്പ് സെക്രട്ടറി ചെയർമാനായ ഗവേണിങ്ബോഡിയുമാണ് നയപരവും ഭരണപരവുമായ കാര്യങ്ങൾ നിയന്ത്രിച്ചിരുന്നത്. ദൈനംദിന കാര്യങ്ങൾ പ്രോജക്ട് ഡയറക്ടറുടെ നിയന്ത്രണത്തിലുമായിരുന്നു.

745 ചതുരശ്ര കിലോമീറ്റർ വിസ്തൃതിയുള്ള ഈ ഭൂപ്രദേശത്തെ നീർത്തടങ്ങളുടെ അടിസ്ഥാനത്തിൽ 15 വികസന യൂണിറ്റുകളായി വിഭജിച്ചാണ് പദ്ധതി താഴേത്തലത്തിലേക്കു നടപ്പാക്കിയത്. ഇതിനായി വിവിധ ജനകീയസമിതികൾക്ക് രൂപംനൽകി. ഗുണഭോക്തൃസംഘങ്ങൾ 93, ഊരുവികസനസമിതികൾ 166, സംയുക്ത വനപരിപാലനസമിതികൾ 54, തായ്ക്കുലസംഘം 111, വരുമാനദായകസംഘം 209 എന്നിങ്ങനെയായിരുന്നു ജനകീയസമിതികൾ. ഒരു സൂക്ഷ്മനീർമതി പ്രദേശത്തെ മുഴുവൻ ഗുണഭോക്താക്കൾക്കും സമിതികളിൽ പങ്കാളിത്തമുണ്ട്. നിർവഹണപ്രവർത്തനങ്ങൾ നടത്തുന്നതിന് ഇവരിൽനിന്ന് വോട്ടെടുപ്പിലൂടെ ഒമ്പത് അംഗ ഭരണസമിതിയെ തെരഞ്ഞെടുക്കും. ആദിവാസി ഊരുകളു

മായി ബന്ധപ്പെട്ട പ്രവർത്തനങ്ങൾക്കാണ് ഊരുസമിതികൾ രൂപീകരിച്ചത്. ഊരുകളിൽനിന്ന് തെരഞ്ഞെടുക്കപ്പെടുന്ന 13 അംഗ ഭരണസമിതി (ആറ്വനിതകൾ) കളാണ് വികസന പ്രവർത്തനം നടത്തുന്നത്. വനവൽക്കരണ–സംരക്ഷണപ്രവർത്തനങ്ങളാണ് സംയുക്ത വനപരിപാലനസമിതി നടപ്പാക്കിയത്. ഈ സമിതിക്ക് ഒമ്പതംഗ ഭരണസമിതിയുണ്ട്. മദ്യം, മയക്കുമരുന്ന്, സ്ത്രീകൾക്കെതിരെയുള്ള ആക്രമണം എന്നിവ തടയുന്നതിനാണ് ഊരുകൾ കേന്ദ്രീകരിച്ച് തായ്ക്കുലസംഘം രൂപീകരിച്ചത്. ഇതിനു പുറമേയാണ് 209 അംഗങ്ങളുള്ള നായകസംഘങ്ങൾ.

ആദിവാസി ഘടകപദ്ധതിയുടെ ആവിർഭാവം

ഡോ. ജോസ് ചാത്തുകുളം

കേരളത്തിലെ ആദിവാസി ഘടകപദ്ധതിയുടെ ആവിർഭാവവും പ്രസ്തുത പദ്ധതിക്കുവേണ്ടിയുള്ള സാമ്പത്തിക സ്രോതസും, ഈ പദ്ധതിനടത്തിപ്പിൽ വികേന്ദ്രീകൃത ആസൂത്രണത്തിനും, തദ്ദേശ സ്വയംഭരണസ്ഥാപനങ്ങളുടെ പങ്കിനുള്ള പ്രസക്തിയുമാണ് ഈ കുറിപ്പിൽ പ്രതിപാദിക്കുന്നത്.

ആദിവാസി ഘടകപദ്ധതി

ഒന്നാം പഞ്ചവത്സര പദ്ധതിക്കാലത്ത് ആദിവാസി ജനതയുടെ ആവശ്യങ്ങൾ നിറവേറ്റിയിരുന്നത് പൊതുവികസന ഫണ്ട് ഉപയോഗിച്ചായിരുന്നു. എന്നാൽ രണ്ടാം പഞ്ചവത്സരപദ്ധതിക്കാലത്ത് ആദിവാസി മേഖലകളിൽ ആദിവാസികളുടെ ആവശ്യങ്ങൾ നിറവേറ്റുന്നതിലേക്കായി ആദിവാസി വികസന ബ്ലോക്കുകൾക്ക് രൂപംനൽകുകയുണ്ടായി. ഇത്തരത്തിലുള്ള ആദിവാസി വികസന ബ്ലോക്കുകൾക്ക് ആദിവാസി മേഖലകൾക്ക് പുറത്തും രൂപംനൽകാവുന്നതാണ്. പ്രസ്തുത പ്രദേശത്തെ ജനസംഖ്യയിൽ 66 ശതമാനമോ അതിൽ കൂടതലോ ആദിവാസി വിഭാഗത്തിൽപ്പെട്ടവരാണെങ്കിൽ ആ പ്രദേശം ആദിവാസി വികസനബ്ലോക്ക് ആയി പ്രഖ്യാപിക്കാവുന്നതാണ്. അഞ്ചാം പഞ്ചവത്സരപദ്ധതി മുതലാണ് പ്രത്യേക ആദിവാസി ഘടകപദ്ധതിനിലവിൽ വന്നത്. പട്ടികജാതി ഘടകപദ്ധതിയുടെ ചുവട് പിടിച്ചാണ് ആദിവാസി ഘടകപദ്ധതിക്കും സർക്കാർ രൂപം നൽകിയത്. ഈ പദ്ധതി അനുസരിച്ച് ആദിവാസി ജനസമൂഹത്തിന്റെ ആവാസ വ്യവസ്ഥയും, സാംസ്കാരികപരമായ പ്രത്യേകതകളും, കൂട്ടമായി ജീവിക്കുന്നതിനുള്ള വാസനയും, വനവും വനവിഭവങ്ങളോടുള്ള ആഭിമുഖ്യവും പദ്ധതി നടപ്പിലാക്കുമ്പോൾ പ്രത്യേകം കണക്കിലെടു

ക്കേണ്ടതാണ്. ഈ ഘടകപദ്ധതി നടത്തിപ്പിൽ പ്രധാനമായും രണ്ടുതരത്തിലുള്ള തന്ത്രങ്ങളാണ് ഉപയോഗിക്കുന്നത്. ആദിവാസി ജനവിഭാഗങ്ങളുടെ സംരക്ഷണവും അവരുടെ വികസനവുമാണ് ഈ പദ്ധതിയുടെ പ്രധാന ഊന്നൽ. ഇതിലേക്കുള്ള ആദ്യപടിയായി നിയമങ്ങളിലും ചട്ടങ്ങളിലും ആദിവാസി ജനതയുടെ താൽപ്പര്യങ്ങൾ സംരക്ഷിക്കുന്നതിനാവശ്യമായ ഭേദഗതികൾ വരുത്തുകയുണ്ടായി. ഇത് അനുസരിച്ച് മധ്യവർത്തികളുടെ ചൂഷണത്തിൽനിന്നും ആദിവാസി സമൂഹത്തെ സംരക്ഷിക്കുന്നതിന് വനത്തിലും വനഭൂമിയിലും അവർക്കുള്ള അവകാശങ്ങൾ വകവെച്ച് കൊടുക്കുകയുണ്ടായി.

ആദിവാസി മേഖലയുടെ വികസനത്തിനായി നടപ്പാക്കുന്ന ഈ പദ്ധതിയിലേക്ക് വിവിധ വിഭാഗങ്ങൾക്ക് അനുവദിച്ചിട്ടുള്ള ഫണ്ടാണ് പ്രധാനമായും ഉപയോഗിക്കുന്നത്. പ്രധാനമായും സംസ്ഥാന പഞ്ചവത്സര പദ്ധതിയിൽനിന്നുള്ള ഫണ്ട്, കേന്ദ്രാവിഷ്കൃത പദ്ധതികളിൽനിന്നുമുള്ള ഫണ്ട്, കേന്ദ്രസർക്കാരിൽനിന്നുള്ള പ്രത്യേക സഹായം കൂടാതെ വിവിധ ധനകാര്യസ്ഥാപനങ്ങളിൽനിന്നുമുള്ള സാമ്പത്തിക സഹായം എന്നിവയാണ് പ്രധാന സാമ്പത്തിക സ്രോതസുകൾ.

പ്രധാനമായും നാലുതരത്തിലാണ് ആദിവാസി ഘടക പദ്ധതി നടപ്പിലാക്കേണ്ടത്.

1. **പ്രാദേശിക വികസന സമീപനം:** ജനസംഖ്യയുടെ ഭൂരിഭാഗവും പട്ടികവർഗക്കാർ വരുന്ന പ്രദേശങ്ങളിലാണ് ഇത്തരത്തിലുള്ള സമീപനം സ്വീകരിക്കേണ്ടത്.

2. **പരിഷ്കരിച്ച പ്രാദേശിക വികസനസമീപനം:** ആദിവാസി ജനസംഖ്യ പതിനായിരമോ അതിലധികമോ വരുന്ന പ്രദേശവും, ആദിവാസി ജനവിഭാഗം ഒറ്റപ്പെട്ട് കഴിയുന്ന സ്ഥലങ്ങളിലുമാണ് ഈ സമീപനം പദ്ധതി നിർവഹണത്തിൽ സ്വീകരിക്കേണ്ടത്.

3. **ക്ലസ്റ്റർ സമീപനം:** ആദിവാസി വിഭാഗങ്ങൾ കൂട്ടമായി വസിക്കുന്ന പ്രദേശങ്ങളിലാണ് ഈ സമീപനം സ്വീകരിക്കേണ്ടത്.

4. **പ്രത്യേക പദ്ധതികൾ:** ആദിവാസി സമൂഹത്തിൽ സാമൂഹ്യമായി അടിച്ചമർത്തപ്പെട്ടവരുടെ ഉന്നമനത്തിനായി ആവിഷ്കരിച്ച് നടപ്പാക്കേണ്ടവ.

മുകളിൽ പറഞ്ഞിരിക്കുന്ന തരത്തിലുള്ള സമീപനമാണ് ആദിവാസി ഘടകപദ്ധതിയുടെ നടത്തിപ്പിൽ കേരളം അഞ്ചാം പദ്ധതിക്കാലം മുതൽ അനുവർത്തിച്ചുവരുന്നത്. പദ്ധതി നടത്തിപ്പിനായി 1975 ജൂലൈയിൽ തന്നെ കേരളത്തിൽ ആദിവാസി ക്ഷേമവകുപ്പിന് രൂപംനൽകുകയുണ്ടായി. സംസ്ഥാന സർക്കാർ തന്നെ ആദിവാസി മേഖലകൾ കണ്ടെത്തുന്നതിന് മുൻകൈ എടുക്കുകയും സംസ്ഥാനത്ത് ഒട്ടാകെ അഞ്ച് ആദിവാസി വികസന ബ്ലോക്കുകൾക്ക് രൂപംനൽകുകയും ഉണ്ടായി. അതിനനുസ

രിച്ച് വയനാട്, നിലമ്പൂർ, അട്ടപ്പാടി, ഇടുക്കി, പുനലൂർ എന്നീ അഞ്ച് ബ്ലോക്കുകളിൽ സംയോജിച്ച ആദിവാസി വികസന പദ്ധതിക്ക് തുടക്കം കുറിച്ചു. എന്നാൽ പദ്ധതി നിർവഹണത്തിൽ ധാരാളം വൈകല്യങ്ങൾ കടന്നുകൂടുകയുണ്ടായി. ഇതിന്റെ പ്രധാന കാരണങ്ങളിലൊന്ന് ആദിവാസി മേഖല സംബന്ധിച്ച നിർവചനമായിരുന്നു. പദ്ധതി നിർവഹണത്തിനായി തിരഞ്ഞെടുത്ത മേഖലകൾ പ്രധാനമായും ആദിവാസികൾക്ക് പ്രാമുഖ്യമുള്ള പ്രദേശങ്ങൾ ആയിരുന്നു. എന്നാൽ പ്രസ്തുത ബ്ലോക്കുകളുടെ അതിർവരമ്പ് നിശ്ചയിച്ചത് വനംവകുപ്പിന്റെ ഡിവിഷനെ ആസ്പദമാക്കി ആയിരുന്നു. ഇത്തരത്തിൽ ബ്ലോക്കുകളുടെ അതിർവരമ്പ് നിശ്ചയിച്ചത് പദ്ധതി നടത്തിപ്പിന് ഭരണപരമായി ധാരാളം പ്രായോഗിക അസൗകര്യങ്ങൾ സൃഷ്ടിക്കുകയുണ്ടായി. പ്രധാനമായും ആകെയുള്ള ആദിവാസി ജനസംഖ്യയുടെ 40 ശതമാനം മാത്രമാണ് പദ്ധതി പ്രദേശങ്ങളിൽ ഉൾപ്പെട്ടിരുന്നത്. അതുകൊണ്ടുതന്നെ പദ്ധതി പ്രദേശങ്ങളുടെ അതിർവരമ്പ് നിശ്ചയിച്ചതിൽ വനംവകുപ്പിന്റെ ഡിവിഷനെ ആസ്പദമാക്കിയത് പുനഃപരിശോധിക്കുന്നത് ഉചിതമായിരിക്കും.

ആദിവാസി ഘടകപദ്ധതിക്കുള്ള പ്രത്യേക ധനസഹായം

ആദിവാസി ഘടകപദ്ധതി ആരംഭിച്ച 1974–75 മുതൽ തന്നെ പദ്ധതി നടത്തിപ്പിനായി കേന്ദ്രസർക്കാർ പ്രത്യേക ധനസഹായം അനുവദിച്ചു വരുന്നു. ആദിവാസി ജനതയുടെ സാമ്പത്തിക ഉന്നമനത്തിനായുള്ള പദ്ധതികൾ നടപ്പാക്കുന്നതിന് വേണ്ടിയാണ് പ്രധാനമായും ധനസഹായം അനുവദിച്ചിരുന്നത്. പദ്ധതിയുടെ മാർഗ നിർദേശകരേഖ അനുസരിച്ച് മൊത്തം തുകയുടെ 25 ശതമാനം തുക അടിസ്ഥാന സൗകര്യ വികസനത്തിനായി വിനിയോഗിക്കാവുന്നതാണ്. 1974–75 മുതൽ 1996–97 വരെ 2104.93 ലക്ഷം രൂപ കേന്ദ്ര സർക്കാർ പദ്ധതി നടത്തിപ്പിനായി അനുവദിക്കുകയുണ്ടായി. ഇതിന്റെ 99.73 ശതമാനം തുക (2099.40 ലക്ഷം) പദ്ധതി നടത്തിപ്പിനായി ചെലവഴിക്കുകയുണ്ടായി. 1983–84 മുതൽ പദ്ധതി നടത്തിപ്പിന്റെ ചുമതല ജില്ലകളെ ഏൽപ്പിക്കുകയുണ്ടായി. പദ്ധതിയുടെ സുഗമമായ നടത്തിപ്പിനായി ജില്ലാ കളക്ടർമാർ ചെയർമാൻമാരായും ജില്ലാ പ്ലാനിങ് ഓഫീസർമാർ സെക്രട്ടറിമാരായും ഓരോ ജില്ലയിലും ഒരു വർക്കിങ് കമ്മിറ്റിക്ക് രൂപംനൽകുകയുണ്ടായി. ഈ കമ്മിറ്റിയിൽ പദ്ധതി നടത്തിപ്പുമായി ബന്ധപ്പെട്ട എല്ലാ ജില്ലാതല ഓഫീസർമാരും അംഗങ്ങളായിരുന്നു. ആദിവാസി ഘടകപദ്ധതിയിൽ വരുന്ന പദ്ധതി നിർദേശങ്ങൾ ഉൾപ്പെടെ എല്ലാ പദ്ധതികളും ഈ കമ്മിറ്റിയിൽ ചർച്ച ചെയ്തതിനുശേഷമാണ് ജില്ലാ കളക്ടമാർ അംഗീകാരം നൽകിയിരുന്നത്.

ആദിവാസി ഘടകപദ്ധതി അധികാരവികേന്ദ്രീകരണത്തിന് ശേഷം

ആദിവാസി ഘടകപദ്ധതി ആവിഷ്കരിച്ച് നടപ്പാക്കുന്നതിനുള്ള ഉത്തരവാദിത്വം തദ്ദേശസ്വയംഭരണ സ്ഥാപനങ്ങളെ കേരളത്തിൽ ഏൽപ്പിക്കുകയുണ്ടായി. പദ്ധതി നടത്തിപ്പിനായി മൊത്തം അടങ്കലിന്റെ 40 ശതമാനം തുക തദ്ദേശസ്വയംഭരണ സ്ഥാപനങ്ങൾക്ക് നൽകിവരുന്നു. പദ്ധതി നിർദേശങ്ങൾ പൊതുജനങ്ങളിൽനിന്ന് ഗ്രാമസഭയിലൂടെ ശേഖരിച്ച് അവ ക്രോഡീകരിച്ചാണ് പദ്ധതികൾക്ക് രൂപംനൽകുന്നതും നടപ്പാക്കുന്നതും. ഇതിനെ ജനകീയാസൂത്രണത്തിന്റെ ഭാഗമാക്കി രൂപപ്പെടുത്തി.

ജനകീയ പങ്കാളിത്തത്തോടുകൂടി പദ്ധതികൾ ആവിഷ്കരിച്ച് നടപ്പിലാക്കുവാൻ തുടങ്ങിയതോടുകൂടി പ്രത്യേക ഘടകപദ്ധതിയുടെയും ആദിവാസി ഘടകപദ്ധതിയുടെയും നടത്തിപ്പ് ഒരു പരിധിവരെ മെച്ചപ്പെട്ടതായി കാണുവാൻ കഴിയും. ഇത്തരത്തിൽ പദ്ധതികൾ ആവിഷ്കരിച്ച് നടപ്പാക്കുന്നതിലൂടെ കേന്ദ്രീകൃത ആസൂത്രണത്തിൽനിന്നും വികേന്ദ്രീകൃത ആസൂത്രണത്തിലേക്കുള്ള നിർണായകമായ ചുവടുമാറ്റം ആണ് ഉണ്ടായിരിക്കുന്നത് എന്ന് കാണുവാൻ കഴിയും.

തദ്ദേശ സ്വയംഭരണ സ്ഥാപനങ്ങൾക്ക് പദ്ധതി ആസൂത്രണം ചെയ്ത് നടപ്പാക്കുന്നതിന് അനുവദിക്കുന്ന 40 ശതമാനം തുക പ്രധാനമായും ധനസഹായമായാണ് അനുവദിക്കപ്പെടുന്നത്. 2009–10 ൽ 1863 കോടി രൂപയാണ് തദ്ദേശ സ്വയംഭരണസ്ഥാപനങ്ങൾക്ക് പദ്ധതി വിഹിതമായി അനുവദിക്കപ്പെട്ടത്. 2010–11 ലാകട്ടെ 2049.98 കോടി രൂപയാണ് ഈ ഇനത്തിൽ അനുവദിച്ചത്. ഏതാണ് 10 ശതമാനം തുകയാണ് 2009–10 നെ അപേക്ഷിച്ച് 2010–11 ൽ കൂടുതലായി പദ്ധതി വിഹിതമായി അനുവദിക്കപ്പെട്ടത്.

താഴെക്കാണുന്ന പട്ടികയിൽ 2009–10 ലെയും 2010–11 ലെയും തദ്ദേശസ്വയംഭരണ സ്ഥാപനങ്ങൾക്കുള്ള പദ്ധതിവിഹിതത്തിന്റെ വിശദാംശങ്ങളാണ് കൊടുത്തിരിക്കുന്നത്.

തരം	എണ്ണം	ജനറൽ	റ്റി എസ് പി	എസ് സി പി	ആകെ
ഗ്രാമപഞ്ചായത്ത്	978	724.21	39.80	284.33	1048.37
ബ്ലോക്ക് പഞ്ചായത്ത്	152	155.19	15.92	94.89	266.00
ജില്ലാപഞ്ചായത്ത്	14	155.19	23.88	94.89	273.96
മുനിസിപ്പാലിറ്റി	60	118.07	0.91	33.26	152.24
കോർപ്പറേഷൻ	5	93.84	0.00	28.30	122.14
ആകെ	**1209**	**1246.49**	**80.5**	**535.99**	**1863.00**

അവലംബം: *ഇക്കണോമിക്ക് റിവ്യു* 2010 – സ്റ്റേറ്റ് പ്ലാനിങ് ബോർഡ് തിരുവനന്തപുരം

തദ്ദേശസ്വയം ഭരണ സ്ഥാപനങ്ങൾക്കുള്ള പദ്ധതിവിഹിതം 2010–2011 (രൂപ കോടികളിൽ)

തരം	എണ്ണം	ജനറൽ	റ്റി എസ് പി	എസ് സി പി	ആകെ
ഗ്രാമപഞ്ചായത്ത്	978	797.31	43.75	313.10	1154.16
ബ്ലോക്ക് പഞ്ചായത്ത്	152	170.69	17.48	104.36	292.53
ജില്ലാപഞ്ചായത്ത്	14	170.69	26.24	104.36	301.29
മുനിസിപ്പാലിറ്റി	60	130.15	0.98	36.56	167.69
കോർപ്പറേഷൻ	5	103.20	0.00	31.11	134.31
ആകെ	**1209**	**1372.04**	**88.45**	**589.46**	**2049.98**

മുകളിൽ കാണുന്ന പട്ടികയിൽനിന്നും ഒരു കാര്യം വളരെ വ്യക്തമാണ്. അഞ്ചാം പഞ്ചവത്സരപദ്ധതിക്കാലത്ത് ആരംഭിച്ച പ്രത്യേക ഘടകപദ്ധതിയുടെയും ആദിവാസി ഘടകപദ്ധതിയുടെയും നടത്തിപ്പിൽ നിലവിൽ ഒട്ടനവധി മാറ്റങ്ങൾ വന്നിട്ടുണ്ട്. കേന്ദ്രസർക്കാർ 2011 ൽ പുറത്തിറക്കിയ മാർഗനിർദേശക രേഖയുടെ അന്ത:സത്ത ഉൾക്കൊണ്ടുകൊണ്ടാണോ കേരളത്തിൽ ആദിവാസി ഘടകപദ്ധതി നടപ്പാക്കി വരുന്നത് എന്ന് പരിശോധിക്കേണ്ടിയിരിക്കുന്നു. ഈ സാഹചര്യത്തിൽ കേരളത്തിലെ ആദിവാസി ഘടകപദ്ധതിയുടെ നടത്തിപ്പിലുള്ള ജനകീയ സഹകരണവും സുതാര്യവും ആഴത്തിൽ പഠനവിധേയമാക്കേണ്ടിയിരിക്കുന്നു.

അട്ടപ്പാടിയിൽ ചെയ്യേണ്ടിയിരുന്നത്

പി എൻ ഉണ്ണികൃഷ്ണൻ

അട്ടപ്പാടിയുടെ യഥാർഥ പ്രശ്നം ഉൽപ്പാദനക്ഷമമല്ലാത്ത ലാന്റ് സ്കേപ്പാണ്. ആദിവാസികളും പാവപ്പെട്ട കർഷകരും മലഞ്ചെരിവുകളിലാണ് താമസിക്കുന്നത്. ജലസ്രോതസുകളോടടുത്ത ഭൂമി നഷ്ടപ്പെട്ട് അവർ കുന്നുകളുടെ മുകളിലേക്ക് നീങ്ങി. വെള്ളം, വഴി ഇവയ്ക്കു സമീപമുള്ള ഭൂമി ആദിവാസി ഇതരരുടേതായി മാറി. അട്ടപ്പാടിയിൽ വികസനം എന്നുപറയുന്നത് വഴി, വെള്ളം, വെളിച്ചം എന്നിവ ആദിവാസി ഇതരർക്ക് പ്രയോജനപ്പെടുന്നതായി. അട്ടപ്പാടിക്ക് പുറത്തുനിന്നുള്ളവർ പുഴകളുടെ സമീപമുള്ള ഭൂമി സ്വന്തമാക്കി. അട്ടപ്പാടിയുടെ ഭൂപ്രകൃതിയിൽ നിരന്നപ്രദേശം, വയലുകൾ ഇവ വളരെ കുറവാണ്. ആദിവാസികളും സാധാരണക്കാരും താമസിക്കുന്ന ചെരിവുകളിൽ വെള്ളം ലഭിക്കുന്ന സ്ഥലങ്ങൾ കുറവ്. വെള്ളം കെട്ടിനിൽക്കുന്ന സ്ഥലങ്ങൾ അട്ടപ്പാടിയിൽ വളരെ കുറവ്.

ഹിമാലയത്തിലും മറ്റും ടെറസ് ഫാമിങാണ്. പതിറ്റാണ്ടുകൾ കൊണ്ടാണ് അത് രൂപപ്പെടുത്തിയത്. തട്ട് തിരിച്ചുള്ള കൃഷി അട്ടപ്പാടിയിൽ ഇല്ല. അതിനുവേണ്ടി ലാന്റ്സ്കേപ്പ് മാറ്റിയെടുത്തിട്ടുമില്ല. തട്ടു തിരിച്ചുള്ള കൃഷി അട്ടപ്പാടിയിൽ നടപ്പാക്കണമെങ്കിൽ വളരെക്കാലം വേണ്ടിവരും.

അട്ടപ്പാടിക്ക് അനുയോജ്യമായത് ഡ്രൈലാന്റ് ഫാമിങാണ്. വെള്ളത്തിന്റെ ലഭ്യത കുറഞ്ഞ ഉത്തരേന്ത്യയിലും കർണാടകത്തിലും മൈസൂരിലും ജലസേചനം നടത്തി കൃഷിചെയ്യുന്ന രീതിയാണ്. ധാർവാഡ് തുടങ്ങിയ ഇടങ്ങളിലൊക്കെ ഈ രീതിയാണ് പിന്തുടരുന്നത്. നെല്ല്, കരിമ്പ് എന്നിങ്ങനെ വെള്ളം കൂടുതൽ ഉപയോഗിക്കുന്ന കൃഷികൾക്കു പകരം വെള്ളം കുറച്ചുമാത്രം വേണ്ടിവരുന്ന പയറുവർഗങ്ങൾ, റാഗി, ചോളം

എന്നിവയാണ് ഇങ്ങനെ കൃഷിചെയ്യുന്നത്.

അട്ടപ്പാടിയിലെ ആദിവാസികൾ ഉപയോഗിച്ചിരുന്നത് ഡ്രൈലാന്റ് കൃഷി രീതികൾ ആയിരുന്നു. അട്ടപ്പാടിയിൽ വന്ന തമിഴരും ആദ്യകാലത്ത് അങ്ങനെയായിരുന്നിരിക്കാം. അട്ടപ്പാടിയുടെ ഭൂപ്രകൃതിക്കും ഇതാണ് അനുയോജ്യം. മാത്രവുമല്ല, വിവിധ ഇനങ്ങൾ ഒന്നിച്ച് വിതയ്ക്കുന്ന സമ്മിശ്രകൃഷി (Mixed Farming) യായിരുന്നു അട്ടപ്പാടിയുടെ ആദിവാസി കൃഷിരീതിയുടെ പ്രത്യേകത. അട്ടപ്പാടിയിലെ ആദിവാസികൾ കർഷകരായിരുന്നു. 400–500 വർഷം മുൻപ് തമിഴ്നാട്ടിൽനിന്ന് വന്നവരാണ് ഇരുളർ. ഉൾവനത്തിൽ പാർക്കുന്ന കുറുമ്പരും കർഷകർ തന്നെയാണ്.

മരുഭൂമിയായിക്കൊണ്ടിരുന്ന അട്ടപ്പാടിയുടെ പരിസ്ഥിതി പുനഃസ്ഥാപനം എന്നാൽ കാടുകൾ തിരിച്ചുകൊണ്ടു വരുന്നതുമാത്രമല്ല, കാരണം കാടിനെ ആശ്രയിക്കുന്നവർ 10 ശതമാനം മാത്രമാണിവിടെ. അതുകൊണ്ട് പരിസ്ഥിതി പുനഃസ്ഥാപനം യഥാർഥത്തിൽ നടക്കണമെങ്കിൽ, മുഖ്യ സമൂഹത്തിന്റെ പങ്കാളിത്തം ഉണ്ടാകണമെങ്കിൽ, കൃഷിയിലൂടെ മാത്രമേ പറ്റൂ. ആദിവാസികളുടെയും സാധാരണ കർഷകരുടെയും മുഴുവൻ പങ്കാളിത്തം കിട്ടണമെങ്കിൽ പദ്ധതിയുടെ ഇടപെടൽ കൃഷിയാകണം. റാഗി, ചോളം, തിന തുടങ്ങി വരണ്ടപ്രദേശത്ത് ചെയ്തിരുന്ന കൃഷി അട്ടപ്പാടിയിൽ പരമ്പരാഗതമായി ഉണ്ടായിരുന്നു. പിന്നെ എള്ള് തുടങ്ങിയവയും. കർണാടകത്തിലെ ധാർവാഡിലും മറ്റും ഇവിടത്തേതിലും കുറഞ്ഞ മഴയേയുള്ളൂ. 400–500 മി മീറ്റർ. 3–4 മാസംകൊണ്ട് വിളവെടുക്കുന്ന വിളയും അട്ടപ്പാടിയിൽ കൃഷി ചെയ്യും.

ഡ്രൈലാന്റ് ഫാമിങ്ങാണ് ഇവരുടെയെല്ലാം പങ്കാളിത്തത്തോടെ അഹാഡ്സ് ചെയ്യേണ്ടിയിരുന്നത്. നശിച്ചുകൊണ്ടിരുന്ന വിത്തുകൾ പുനരുജ്ജീവിപ്പിക്കാം. ഒപ്പം അട്ടപ്പാടിക്ക് അനുയോജ്യമായ മാവ് പോലുള്ള മരങ്ങളും വെച്ചുപിടിപ്പിക്കാം. ഹോർട്ടി കൾച്ചറിന്റെ സാധ്യതകൾ ഉപയോഗിച്ചുകൊണ്ടുള്ള ആധുനികവൽക്കരണം. അങ്ങനെ കൃഷിയുടെ പുനഃസ്ഥാപനത്തിലൂടെ മരങ്ങളും കാടും തിരിച്ചുകൊണ്ടുവരാനാകും. അട്ടപ്പാടിയിലെ പ്രബല ശക്തിയായ കർഷകരുടെ ഊർജം ടാപ്പു ചെയ്തു കൊണ്ടേ അതിന് കഴിയൂ.

കൃഷിയിലൂടെ വെള്ളം സംഭരിക്കുന്ന മാർഗമാണ് വേണ്ടിയിരുന്നത്. നാട്ടിലെ പാരമ്പര്യ കൃഷിയുടെ സങ്കൽപ്പം തന്നെ. എന്നാൽ, അഹാഡ്സ് പദ്ധതിക്കായി സി ഡബ്ല്യു ആർ ഡി എം (CWRDM) തയാറാക്കിയ പദ്ധതിരേഖയിൽ വെള്ളം സംരക്ഷിച്ച് ചെയ്ത് കൃഷി ചെയ്യാനാണ് വിഭാവനം ചെയ്തിരുന്നത്. നേരെ തലതിരിഞ്ഞ രീതി. അവർ സ്പെഷ്യലൈസ് ചെയ്യുന്നത് ജല സംരക്ഷണം എന്നതിലായതുകൊണ്ടാകാം ഇത്. ഇത് ഒരു പൊതുരീതിയുമാണ്; ജലസേചനത്തിലൂടെ കൃഷി സാധ്യമാക്കുക എന്നത്. ഇറിഗേറ്റഡ് അഗ്രികൾച്ചർ എന്ന സങ്കൽപ്പമാണ് നാട്ടിൽ പൊതുവെ മിക്കവരും ഉള്ളിൽ കൊണ്ടുനടക്കുന്നത്. എന്നാൽ, കൃഷിയി

ലൂടെ ജലസംഭരണം എന്നതിലേക്കു പോയിരുന്നെങ്കിൽ ഇവിടത്തെ പ്രശ്നങ്ങളേയും മണ്ണിനേയും അഭിസംബോധന ചെയ്യാൻ കഴിയുമായിരുന്നു.

അട്ടപ്പാടി പ്രദേശത്തെ സൂക്ഷ്മനീർമറി പ്രദേശങ്ങളായി (micro watersheds) തിരിച്ച് ജലസംരക്ഷണത്തിനുള്ള യൂണിറ്റുകളായി പരിഗണിക്കുകയാണ് സിഡബ്ല്യുആർഡിഎം ചെയ്തത്. കുന്നുകളിൽ പലതരം ചെറിയ ചെക്ഡാമുകൾ, താഴെ വള്ളം സംഭരിക്കുന്ന വലിയ ചെക്ഡാമുകൾ – അങ്ങനെ ജലസംരക്ഷണ പദ്ധതിയാണ് അഹാഡ്സിന്റെ പ്രാരംഭരൂപം. അതുതന്നെ അട്ടപ്പാടിക്ക് ജോജിച്ചതല്ല. അത് ആദിവാസികളുടെ ആശയമല്ല, ആദിവാസികൾക്ക് പറ്റിയതുമല്ല.

സിഡബ്ല്യുആർഡിഎം തയാറാക്കിയ ഈ പദ്ധതിവെച്ചാണ് അഹാഡ്സ് തുടങ്ങുന്നത്. എങ്കിലും ഉള്ളിൽനിന്ന് പതുക്കെപ്പതുക്കെ മാറ്റിയെടുക്കാൻ കഴിയുമായിരുന്നു. കൺസൾട്ടൻസിയായ നിപ്പോൺ കോയിക്ക് ഇക്കാര്യത്തിൽ കാര്യമായൊന്നും ചെയ്യാനാകുമായിരുന്നില്ല. അവർക്ക് ഷിപ്പിങ്ങും ആധുനിക ജപ്പാൻ വികസന രീതികളുമാണ് പരിചയം.

മൊട്ടക്കുന്നുകളായിരുന്ന വനഭൂമിയിൽ പച്ചപ്പ് തിരിച്ചുകൊണ്ടുവരാനും നീർച്ചോലകൾ പുനരുജ്ജീവിപ്പിക്കാനും അഹാഡ്സിന് കഴിഞ്ഞിട്ടുണ്ടല്ലോ എന്ന് പറയാറുണ്ട്. എന്നാൽ പരിസ്ഥിതി പുനഃസ്ഥാപനം എന്താണ് എന്ന് ആദ്യം പറയേണ്ടിയിരിക്കുന്നു. പരിസ്ഥിതി പുനഃസ്ഥാപനം എന്നാൽ കാടിനെ പുനഃസ്ഥാപിക്കുകയാണെന്ന ധാരണയാണ് ഉള്ളതെങ്കിൽ വനംവകുപ്പാണ് അത് ചെയ്യേണ്ടിയിരുന്നത്. കാടുകൾ തിരിച്ചുകൊണ്ടുവരുന്നതുകൊണ്ടുമാത്രം അട്ടപ്പാടിക്ക് നിലനിൽപ്പില്ല. കാടിനെ പൂർണമായും ആശ്രയിച്ചുകഴിയുന്ന സമൂഹങ്ങളല്ല ഇവിടെയുള്ളത്.

അഹാഡ്സ് വനവൽക്കരണം നടത്തിയിട്ടുണ്ട്. ഇന്ന് പച്ചപ്പുതപ്പുണ്ട്. അട്ടപ്പാടിയിൽ കാട് തിരിച്ചു വന്നിട്ടുണ്ട്. എന്നാൽ കമ്യൂണിറ്റി അതിനെ സ്വന്തമാക്കുന്ന സ്ഥിതി ഉണ്ടായിട്ടുണ്ടോ? ഇവിടെ കൃഷിക്കാരുടെ കമ്യൂണിറ്റിയാണുള്ളത്. കാട്ടിൽനിന്ന് വളത്തിന് ആവശ്യമായ പച്ചിലകളും മറ്റും എടുക്കുക തുടങ്ങി എടുക്കലും കൊടുക്കലും ഉണ്ടായെങ്കിൽ മാത്രമേ കാട് സംരക്ഷിക്കാൻ അവർ തയാറാകൂ. 'പങ്കാളിത്ത വനപരിപാലന' ത്തിൽ ഇതുണ്ട്. പക്ഷേ, വനംവകുപ്പ് ഉള്ളപ്പോൾ അഹാഡ്സിന് മരം വെച്ചുപിടിപ്പിക്കാൻ മാത്രമേ കഴിയൂ. വനത്തിൽനിന്ന് എന്തെങ്കിലും എടുക്കണമെങ്കിൽ വനംവകുപ്പും അഹാഡ്സും കമ്യൂണിറ്റിയും ചേർന്ന് തീരുമാനമെടുത്താലേ പറ്റൂ. അഹാഡ്സിന്റെ കാലാവധിക്കു ശേഷം വനമേഖല തിരിച്ചു കൈമാറിയിട്ടും ഇത്തരത്തിൽ തീരുമാനത്തിലെത്താൻ, പല കാരണങ്ങൾ കൊണ്ടുമാകാം, കഴിഞ്ഞിട്ടുമില്ല.

ഇപ്പോൾ കൃഷിക്കാരോട്, നിങ്ങൾക്ക് പുരോഗതി ഉണ്ടായിട്ടുണ്ടോ എന്നു ചോദിച്ചാൽ ഇല്ല എന്നാണ് അവരുടെ മറുപടി. കാട് മൃഗങ്ങൾക്ക് വന്നുനിൽക്കാനുള്ള ഒരു സ്ഥലമായാണ് അവർ കരുതുന്നത്. കൃഷി

ക്കാണ് പ്രാധാന്യം നൽകിയിരുന്നത് എങ്കിൽ ഇങ്ങനെ സംഭവിക്കില്ലായിരുന്നു. വെള്ളം സംരക്ഷിക്കുക, കാട് സംരക്ഷിക്കുക എന്ന് അഹാഡ്സ് പറയുമ്പോൾ കാർഷികസമൂഹം വേണ്ടത്ര ശ്രദ്ധ കൊടുക്കില്ല. കുടിവെള്ളമാണെങ്കിൽ അവർ ആലോചിക്കും. അഹാഡ്സാണെങ്കിൽ ജലസംരക്ഷണം എന്ന ലക്ഷ്യത്തിൽനിന്നുതന്നെ പിന്നിലേക്കു പോകുകയും നിർമാണ കമ്പനിയാകുകയും ചെയ്തു. വീട് നിർമാണം, പാലം നിർമാണം – ഇവയൊന്നും ആദ്യത്തെ ഉദ്ദേശ്യലക്ഷ്യങ്ങളിൽ ഉണ്ടായിരുന്നതല്ല.

അട്ടപ്പാടിയിൽ കേരളത്തിലെ മറ്റു ഭാഗങ്ങളിൽനിന്ന് വ്യത്യസ്തമായി നിലനിന്നിരുന്ന തുച്ഛമായ കൂലി വർദ്ധിച്ചത്, പ്രത്യേകിച്ചും ആദിവാസി വിഭാഗക്കാർ തൊഴിൽ തേടി നടത്തിയിരുന്ന ദേശാടനം അവസാനിച്ചത്, സാമൂഹിക ശേഷിയിലുണ്ടായ ഉണർവ്വ് എന്നിവ അഹാഡ്സിന്റെ പ്രവർത്തനത്താൽ ഉണ്ടായ ഗുണപരമായ മാറ്റങ്ങളല്ലേ? ഇപ്പോൾ ഇത്തരം സമൂഹിക പ്രശ്നങ്ങളും മദ്യം, കഞ്ചാവ് ലോബികളും തിരിച്ചു വന്ന് തുടങ്ങിയിരിക്കുകയുമാണ് എന്നു പറയുന്നത് ശരിയാകാം. പക്ഷേ, അത് ഒരു ദീർഘകാലാടിസ്ഥാനത്തിൽ കാണണം. ഉയർന്ന ഉൽപ്പാദനക്ഷമതയുള്ള കൃഷിഭൂമിയാണെങ്കിൽ മാത്രമേ കൃഷിയിൽനിന്നുള്ള വരുമാനം കൊണ്ടുമാത്രം മാനേജ് ചെയ്യാനാകൂ. കൃഷിയിൽ സമൂഹത്തിന് അത്യാവശ്യമായ സാധനങ്ങളുടെ ഉൽപ്പാദനമാണ് നടക്കുന്നത്. ഗവണ്മെന്റ് ഒന്നുകിൽ വലിയ സബ്സിഡി നൽകി കൃഷിയെ സംരക്ഷിക്കണം. കൃഷിക്കാർ ഉണ്ടാക്കുന്ന സാധനങ്ങൾക്ക് നല്ല വില കൊടുക്കുന്ന സംവിധാനം ഉണ്ടാക്കിയാൽത്തന്നെയേ കൃഷി നിലനിൽക്കൂ. കൃഷിക്കാരെ തുണയ്ക്കുന്ന മാർക്കറ്റിങ് സംവിധാനം ഉണ്ടാക്കണം. അതുകൊണ്ട് അഹാഡ്സ് ഉണ്ടാക്കിയ മാറ്റങ്ങൾ സുസ്ഥിരമല്ല.

അട്ടപ്പാടിയിൽ കുറെയേറെ നല്ല പ്രവർത്തനങ്ങൾ നടത്താൻ അഹാഡ്സിന് കഴിഞ്ഞിട്ടുണ്ട്. എന്നാൽ, പുറത്തുനിന്ന് വരുന്ന പണത്തെ സമൂഹത്തിന്റെ വരുമാനമാക്കി മാറ്റാൻ കഴിഞ്ഞിട്ടുണ്ടോ എന്നാണ് നോക്കേണ്ടത്. അത് കൃഷി, സംസ്കാരം, സംഘടനാശേഷി ഇങ്ങനെ പല മേഖലകളിലാകാം. അങ്ങനെ നടന്നിട്ടില്ലെങ്കിൽ ആ പണം പുറത്തേക്കുതന്നെ ഒഴുകുകയും ലക്ഷ്യമിട്ടവർക്ക് പ്രയോജനപ്പെടാതെ ദുരുപയോഗം നടക്കുകയും ചെയ്യും. ഇതു തടയാൻ അഹാഡ്സിന്റെ ജനകീയ സമിതികൾക്ക് കഴിഞ്ഞിട്ടുണ്ടെങ്കിൽ, മുന്നോട്ടുള്ള വഴിയിലേക്കു തന്നെയാണ് അട്ടപ്പാടി. അല്ലെങ്കിൽ അത് ദുഷ്ടശക്തികളുടെ കയ്യിൽ അകപ്പെടും. മദ്യവും മറ്റും തിരിച്ചു വന്ന് പ്രബലശക്തികളായി മാറും.

സർക്കാർ ഇടപെടലിലൂടെ വിഘടിക്കപ്പെട്ട സമൂഹമാണ് അട്ടപ്പാടിയിലേത്. സമൂഹശക്തി വീണ്ടെടുക്കുക എന്നത് 1960 കൾ മുതൽ ഒരു പദ്ധതിയിലും ഉണ്ടായിട്ടില്ല. ഗവണ്മെന്റ് ആദിവാസി മൂപ്പന്മാരെയൊക്കെ ചേർത്ത് 'മൂപ്പൻസ് കൗൺസിൽ' ഉണ്ടാക്കിയിട്ടുണ്ടെന്നല്ലാതെ മറ്റൊന്നുമുണ്ടായില്ല.

അഹാഡ്സിന്റെ സൂക്ഷ്മ നീർമറി യൂണിറ്റുകളെ പുനഃസംഘടിപ്പിച്ച്

ഒരു കൃഷിപാക്കേജ് ആലോചിക്കാവുന്നതാണ്. കോ–ഓർഡിനേഷന് ഹെഡ്ക്വാർട്ടേഴ്സിൽ കുറച്ച് ഉദ്യോഗസ്ഥരെ മാത്രം നിർത്തിക്കൊണ്ടും ബാക്കിയെല്ലാം ജനകീയസമിതികളുടെ തലത്തിലുമായിരിക്കണം നടക്കേണ്ടത്. അതിനുള്ള എനർജി എവിടെനിന്ന് കിട്ടും? ഹെഡ്ക്വാർട്ടേഴ്സിൽ സമരം ചെയ്തതുകൊണ്ട് കാര്യമില്ല. ജനകീയ തലത്തിൽ നീങ്ങണം.

കൃഷിവകുപ്പ് മാത്രം വിചാരിച്ചാൽ നടക്കുന്ന കാര്യങ്ങളല്ല ഇത്. പ്രാദേശികമായി വിദഗ്ധരെ ഉണ്ടാക്കിയെടുക്കണം. ഡ്രൈലാന്റ് കൃഷിരീതി വികസിപ്പിക്കാൻ പറ്റും. ജൈവ കൃഷിരീതി അവലംബിക്കണം.

അട്ടപ്പാടിയിലെ പുതിയ തലമുറ അങ്ങനെയുള്ള സംവിധാനം കണ്ടു വളരണം. 30–40 കൊല്ലത്തോളം ഈ നേതൃശേഷിയുള്ള സമൂഹത്തെ നിലനിർത്തിക്കൊണ്ടുപോയാൽ ആ സമൂഹം സുസ്ഥിരതയുള്ളതായി മാറും, അട്ടപ്പാടിയും.

(*പാഠഭേദം* മാസിക, ജൂൺ 2013 ലക്കത്തിൽ പ്രസിദ്ധീകരിച്ചത്)

അനുബന്ധം 1

അട്ടപ്പാടി ഒറ്റനോട്ടത്തിൽ

(2013 ഏപ്രിൽ അവസാനത്തെ സ്ഥിതി)

വിസ്തൃതി: 745 ചതുരശ്ര കിലോമീറ്റർ, ജനസംഖ്യ: 70,000. ആദിവാസി കുടുംബങ്ങൾ 10,200 (ജനസംഖ്യയുടെ 40 ശതമാനം) 1960 ൽ ജനസംഖ്യയുടെ 90 ശതമാനം ആദിവാസികളായിരുന്നു. കുടിയേറ്റം വർധിച്ചതോടെ ആദിവാസികളുടെ എണ്ണം കുറഞ്ഞു.

ആദിവാസികൾ: ഇരുളർ (തമിഴ്നാട്ടിലും കേരളത്തിലുമുണ്ട്), മുഡുഗർ (കർണാടകയിലും കേരളത്തിലും), കുറുമ്പർ (പ്രാക്തന ഗോത്രവിഭാഗം, 19 ഊരുകളിൽ മാത്രം, കാടിനെ ആശ്രയിച്ചു ജീവിക്കുന്നവർ).

പഞ്ചായത്തുകൾ: പുതൂർ, ഷോളയൂർ, അഗളി (മൂന്നും യു ഡി എഫ് ഭരണത്തിൻ കീഴിൽ). ആദിവാസികളുടെ ക്ഷേമത്തിന് ഉപയോഗിക്കേണ്ട പത്തുലക്ഷം രൂപയോളം വിനിയോഗിക്കാതെ പാഴാക്കി.

പ്ലാൻ ഫണ്ട് വിനിയോഗം: ഷോളയൂർ–39 ശതമാനം, പുതൂർ–56 ശതമാനം, അഗളി–59 ശതമാനം.

കുട്ടികളുടെ മരണം: ആകെ 38 (ഈ വർഷം 20, കഴിഞ്ഞ വർഷം 18. 2013 ഏപ്രിൽ അവസാനം വരെ). കൂടുതൽ കുട്ടികൾ മരിച്ചത് പുതൂർ, ഷോളയൂർ പഞ്ചായത്ത് പ്രദേശങ്ങളിൽ. സ്ത്രീകളിലും കുട്ടികളിലും പോഷകാഹാരക്കുറവും സിക്കിൾസെൽ അനീമിയ, കുട്ടികളിൽ പ്രമേഹം എന്നിവയും കാണപ്പെടുന്നു. നവജാത ശിശുക്കൾക്കു ഭാരക്കുറവ്, ഭാരത്തോടെ പ്രസവിച്ച കുട്ടികൾ പിന്നീട് പോഷകാഹാരക്കുറവു മൂലം ഭാരം കുറയുന്ന പ്രവണത.

പ്രധാന പ്രശ്നങ്ങൾ

ഊരുകളിൽ രൂക്ഷമായ കുടിവെള്ളക്ഷാമം. പ്രധാന ജലസ്രോതസായ ശിരുവാണി, ഭാവനി പുഴകൾ വറ്റി. പുഴകളിലേക്കുള്ള കൈവഴികളിലെ നീരൊഴുക്കും നിലച്ചു. ഷോളയൂരിലെ 19 ഊരുകളിലും വെള്ളം കിട്ടാനില്ല. പുതൂർ പഞ്ചായത്തിലും ഇതുതന്നെയാണ് അവസ്ഥ. കിലോമീറ്ററുകൾ താണ്ടി പുഴകളിൽ കുഴി കുത്തിയാണ് വെള്ളമെടുക്കുന്നത്. കോട്ടത്തറ ട്രൈബൽ ആശുപത്രിയിലും വെള്ളക്ഷാമം രൂക്ഷം. പുഴയിൽനിന്നുള്ള വെള്ളം ശുദ്ധീകരിക്കാതെ വിതരണം ചെയ്യുകയാണ്. പരിഹാരമൊന്നും സർക്കാർ ഇതുവരെ ചെയ്തിട്ടില്ല.

കുട്ടികൾക്കും സ്ത്രീകൾക്കും പോഷകാഹാരക്കുറവ്

അംഗൻവാടികളിൽ വേണ്ടത്ര പരിചരണമില്ലായ്മ, 172 അംഗൻവാടികൾക്കായി ഒരു സൂപ്പർവൈസർ മാത്രമായിരുന്നു ഉണ്ടായിരുന്നത് (ഇപ്പോൾ 5 പേരെ നിയമിച്ചു).

കുറുമ്പ പാക്കേജ്

എൽ ഡി എഫ് സർക്കാരിന്റെ ഭരണകാലത്ത് എ കെ ബാലൻ മന്ത്രിയായിരുന്നപ്പോൾ നേടിയെടുത്ത 146 കോടിയുടെ കേന്ദ്രാവിഷ്കൃത പദ്ധതി. പാലക്കാട് ജില്ലയ്ക്ക് 25 കോടിയും അതിൽനിന്ന് അട്ടപ്പാടിക്ക് 16 കോടിയും അനുവദിച്ചു. ഇതുവരെ ഒന്നും ചെയ്തിട്ടില്ല. ഇപ്പോൾ സർക്കാർ പ്രഖ്യാപിച്ച പാക്കേജിൽ ഉൾപ്പെടുത്തിയിട്ടുണ്ട്.

തൊഴിൽ

അട്ടപ്പാടിയിലെ ആദിവാസികൾക്ക് ഇപ്പോൾ കൃത്യമായ ജോലിയില്ല. പുരുഷന്മാർ കൂലിപ്പണിക്കു പോയാണ് കുടുംബം പോറ്റുന്നത്. അഹാഡ്സ് പ്രവൃത്തി നിലച്ചതോടെ മറ്റു പ്രവൃത്തികൾ മുഴുവൻ നിലച്ചു. തൊഴിലുറപ്പു പദ്ധതിയും നിലച്ചിട്ട് രണ്ടു മാസമായി. തൊഴിലുറപ്പു പ്രകാരം ജോലി ചെയ്തവർക്കുള്ള പണവും മാസങ്ങളായി നൽകുന്നില്ല. ഈയിനത്തിൽ തൊഴിലാളികൾക്ക് 25 ലക്ഷത്തോളം രൂപ ലഭിക്കാനുണ്ട്.

മദ്യം

മദ്യം നിരോധിച്ച പ്രദേശമാണ് അട്ടപ്പാടി. എന്നാൽ, തമിഴ്നാട്ടിൽനിന്ന് യഥേഷ്ടം ലഭിക്കുന്നു. പുരുഷന്മാരിൽ ഭൂരിപക്ഷവും മദ്യത്തിന് അടിമയാണ്. എക്സൈസ് വകുപ്പിന്റെ കാര്യക്ഷമമായ നടപടിയുണ്ടായാൽ മാത്രമേ പരിഹാരമുണ്ടാകൂ.

ഒന്നര വർഷത്തിനിടയിലെ ജനന-മരണ നിരക്ക് (1-1-2011 മുതൽ 30-6-2012 വരെ)			
ഷോളയൂർ ഗ്രാമപഞ്ചായത്ത്			
ജനനം		**മരണം**	
ആൺകുട്ടി	24	പുരുഷൻ	117
പെൺകുട്ടി	25	സ്ത്രീ	61
		ആൺകുട്ടി	2
		പെൺകുട്ടി	2
ആകെ	**49**	**ആകെ**	**182**
പുതൂർ ഗ്രാമപഞ്ചായത്ത്			
ജനനം		**മരണം**	
ആൺകുട്ടി	54	പുരുഷൻ	124
പെൺകുട്ടി	49	സ്ത്രീ	39
		ശിശുമരണം	1
ആകെ	**103**	**ആകെ**	**164**
അഗളി ഗ്രാമപഞ്ചായത്ത്			
ജനനം		**മരണം**	
ആൺകുട്ടി	184	പുരുഷൻ	271
പെൺകുട്ടി	183	സ്ത്രീ	153
		ശിശുമരണം	6
ആകെ	**367**	**ആകെ**	**430**

അനുബന്ധം 2

(ശിശുമരണങ്ങളെത്തുടർന്ന് ഏപ്രിൽ 15, 2013 ന് ആശുപത്രികളുടെയും അംഗൻവാടികളുടെയും അപര്യാപ്തതകളെ സംബന്ധിച്ച് ഐ ടി ഡി പി പ്രോജക്ട് ഓഫീസർ, പട്ടികവർഗ വികസനവകുപ്പ് ഡയറക്ടർക്ക് അയച്ച കത്ത്. ഇതിന്മേൽ യാതൊരു നടപടിയും അധികൃതർ സ്വീകരിച്ചില്ല)

തീയതി: 15-4-2013
പ്രേഷിതൻ

പ്രോജക്ട് ഓഫീസർ, ഐ ടി ഡി പി ഓഫീസ്,
അട്ടപ്പാടി അഗളി (പി ഒ)

സ്വീകർത്താവ്

ഡയറക്ടർ, പട്ടികവർഗ വികസനവകുപ്പ്,
തിരുവനന്തപുരം

സർ,

വിഷയം : അട്ടപ്പാടി ഐ ടി ഡി പി - പോഷകാഹാരക്കുറവു മൂലം കുഞ്ഞ് മരണപ്പെട്ടത് - റിപ്പോർട്ട് സംബന്ധിച്ച്.

സൂചന : ബഹു. പട്ടികവർഗ യുവജനക്ഷേമ വകുപ്പുമന്ത്രിയുടെ 4.4.2013 ലെ നിർദേശം.

സൂചനയിലേക്ക് അങ്ങയുടെ ശ്രദ്ധ ക്ഷണിക്കുന്നു. ഷോളയൂർ ഗ്രാമപഞ്ചായത്തിലെ വടക്കെ കടമ്പാറ ഊരിലെ രങ്കമ്മ, ശെൽവൻ എന്നിവരുടെ രണ്ടര മാസം പ്രായമുള്ള കുഞ്ഞിനെ 22-3-2013ന് കോട്ടത്തറ ട്രൈബൽ സ്പെഷ്യാലിറ്റി ആശുപത്രിയിൽ പ്രവേശിപ്പിക്കുകയുണ്ടായി. രണ്ടു കി ഗ്രാം തൂക്കമുണ്ടായിരുന്ന കുഞ്ഞിനെ രക്തക്കുറവും പോഷകാഹാരക്കുറവും മൂലമാണ് ആശുപത്രിയിൽ പ്രവേശിപ്പിച്ചത്. തുടർന്ന് കുട്ടിയെ തൃശൂർ മെഡിക്കൽ കോളേജ് ആശുപത്രിയിലേക്ക് ഐ ടി ഡി പി

യുടെ ആംബുലൻസിൽ കൊണ്ടുപോകുകയും അവിടെവച്ച് മരണപ്പെടുകയുമാണ് ഉണ്ടായത്. കുഞ്ഞിന് ജന്മനാ പോഷകങ്ങൾ ആഗിരണം ചെയ്യുന്നതിനുള്ള കഴിവില്ലാത്തതാണോ എന്നുള്ള സംശയംകൊണ്ട് കൂടുതൽ പരിശോധനയ്ക്കായി തൃശൂർ മെഡിക്കൽ കോളേജ് ആശുപത്രിയിലേക്ക് റഫർ ചെയ്യുകയായിരുന്നുവെന്ന് ആശുപത്രി സൂപ്രണ്ട് അറിയിക്കുകയുണ്ടായി.

തെക്കേ കടമ്പാറ ഊരിൽനിന്നുള്ള നാലര മാസം പ്രായമുള്ള കാളിയമ്മ d/o ശെൽവൻ എന്ന കുട്ടിയേയും 22-3-2013-ന് കോട്ടത്തറ ട്രൈബൽ സ്പെഷ്യാലിറ്റി ആശുപത്രിയിൽ പ്രവേശിപ്പിക്കുകയുണ്ടായി. രക്തക്കുറവും ആരോഗ്യക്കുറവും മൂലം പ്രവേശിപ്പിച്ച കുട്ടിയുടെ നില മെച്ചപ്പെട്ടുവരുന്നുണ്ട്. കുട്ടിക്ക് പോഷകമൂല്യമുള്ള ഭക്ഷണം, മരുന്നുകൾ എന്നിവ നൽകിവരുന്നതായും ആരോഗ്യസ്ഥിതി സാധാരണ നിലയിലാകുന്നതുവരെ ആശുപത്രിയിൽത്തന്നെ ചികിത്സിക്കുന്നതാണെന്നും ഡോക്ടർ അറിയിക്കുകയുണ്ടായി.

വടക്കെ കടമ്പാറ ഊരിലെ ശരവണവേൽ s/o വിജയ എന്ന കുട്ടിയേയും അസുഖം മൂലം 26-3-2013 ന് ആശുപത്രിയിൽ പ്രവേശിപ്പിക്കുകയുണ്ടായി. വയറിളക്കവും ന്യൂമോണിയയും മൂലം അവശനിലയിലാണ് കുട്ടിയെ ആശുപത്രിയിൽ എത്തിച്ചത്. രക്തക്കുറവുള്ള കുട്ടിക്ക് നിലവിൽ ന്യൂമോണിയ രോഗത്തിനുള്ള ചികിത്സയാണു നടത്തുന്നതെന്നും കുട്ടിയുടെ നില ഏറെ മെച്ചപ്പെട്ടിട്ടുണ്ടെന്നും ഡോക്ടർ അറിയിക്കുകയുണ്ടായി.

പാലൂർ ഊരിലെ ശ്രീമതി ലക്ഷ്മി, കുമാർ (22 വയസ്സ്) എന്നിവരുടെ കുഞ്ഞ് ആനക്കട്ടിയിലുള്ള ബഥനി ആശുപത്രിയിൽവച്ച് 15-2-2013ന് മരണമടയുകയുണ്ടായി. എട്ടുമാസം ഗർഭാവസ്ഥയിൽ സിസേറിയനിലൂടെയാണ് കുഞ്ഞ് ജനിച്ചത്. 900 ഗ്രാം മാത്രം തൂക്കമുണ്ടായിരുന്ന കുഞ്ഞ് പ്രസവത്തോടുകൂടി മരണപ്പെടുകയാണ് ഉണ്ടായത്.

അഗളി ഗ്രാമപഞ്ചായത്തിലെ നെല്ലിപ്പതി ഊരിലെ ശ്രീമതി പൊന്നമ്മ, മരുതൻ എന്നിവരുടെ ഇരട്ടക്കുഞ്ഞുങ്ങൾ മാർച്ച് അവസാന വാരം പ്രസവത്തോടനുബന്ധിച്ച് മരണപ്പെടുകയുണ്ടായി. ഏഴു മാസം ഗർഭം ഉണ്ടായപ്പോഴാണ് ശ്രീമതി പൊന്നമ്മ അഗളി കമ്യൂണിറ്റി ഹെൽത്ത് സെന്ററിൽ വച്ചു പ്രസവിച്ചത്. കുഞ്ഞുങ്ങൾക്ക് 1045 ഗ്രാം, 640 ഗ്രാം ഭാരമുണ്ടായിരുന്നു. ആദ്യത്തെ കുഞ്ഞ് 24 മണിക്കൂറിനകം മരണപ്പെടുകയുണ്ടായി. രണ്ടാമത്തെ കുട്ടിയും ഏഴാമത്തെ ദിവസം മരണപ്പെട്ടു. രക്തക്കുറവും ശാരീരിക അവയവങ്ങളുടെ വളർച്ച പൂർത്തിയാകാത്തതുമാണ് മരണകാരണമെന്ന് ഡോക്ടർമാർ അറിയിച്ചു.

തെക്കെ കടമ്പാറ ഊരിലെ ശ്രീമതി ആണ്ടിച്ചി w/o വളക്കാൻ (75 വയസ്സ്) എന്നിവർ പ്രായാധിക്യം മൂലമുള്ള അസുഖങ്ങൾകൊണ്ട് കിടപ്പിലായിരുന്നു. ടിയാളെ കുപ്പുസ്വാമി നായിഡു ആശുപത്രിയിൽ കൊണ്ടുപോയി ചികിത്സിച്ചിരുന്നു. കൂടാതെ, ഷോളയൂർ പ്രാഥമിക ആരോഗ്യകേന്ദ്രത്തിലെ ഉദ്യോഗസ്ഥർ പരിശോധിച്ച് മരുന്നു നൽകിയിരുന്നുവെങ്കിലും രോഗം മൂർച്ഛിച്ച് മരണപ്പെടുകയാണുണ്ടായത്.

അട്ടപ്പാടിയിൽ ആരോഗ്യവകുപ്പിനു കീഴിൽ പ്രവർത്തിക്കുന്ന ആശുപത്രികൾ

1. ട്രൈബൽ സ്പെഷ്യാലിറ്റി ആശുപത്രി, കോട്ടത്തറ
2. കമ്യൂണിറ്റി ഹെൽത്ത് സെന്റർ, അഗളി
3. പ്രാഥമിക ആരോഗ്യകേന്ദ്രം ഷോളയൂർ
4. പ്രാഥമിക ആരോഗ്യകേന്ദ്രം, വട്ടലക്കി

ഇതു കൂടാതെ ആരോഗ്യവകുപ്പിനു കീഴിൽ മൂന്ന് മൊബൈൽ മെഡിക്കൽ യൂണിറ്റുകളും 28 സബ് സെന്ററുകളും പ്രവർത്തിച്ചുവരുന്നു. ഇതിനു പുറമെ അട്ടപ്പാടി ഐ ടി ഡി പി ഓഫീസിന്റെ കീഴിൽ രണ്ട് ഒ പി ക്ലിനിക്കുകൾ പ്രവർത്തിച്ചുവരുന്നുണ്ട്. (ഇലച്ചിവഴി, പാടവയൽ). ഇതുകൂടാതെ പട്ടികവർഗക്കാരായ രോഗികളെ ഊരുകളിൽനിന്ന് ആശുപത്രികളിൽ എത്തിക്കുന്നതിനും വിദഗ്ധ ചികിത്സയ്ക്കായി പാലക്കാട് ജില്ലാ ആശുപത്രി / മെഡിക്കൽ കോളേജ് ആശുപത്രികൾ എന്നിവിടങ്ങളിൽ എത്തിക്കുന്നതിനും ഐ ടി ഡി പി യിൽ സൗജന്യമായി വാഹനസൗകര്യങ്ങൾ ഏർപ്പെടുത്തിയിട്ടുണ്ട്.

പ്രശ്നങ്ങൾ

1. അട്ടപ്പാടിയിലെ ആരോഗ്യവകുപ്പിനു കീഴിലുള്ള സബ്സെന്ററുകളോടനുബന്ധിച്ചുള്ള ആരോഗ്യവകുപ്പിലെ വാർഡ് തല ഉദ്യോഗസ്ഥർ/ ആശാ വർക്കർമാരുടെ പ്രവർത്തനം പൊതുവെ കാര്യക്ഷമമല്ല.
2. പുതൂർ/ഷോളയൂർ/വട്ടലക്കി എന്നിവിടങ്ങളിൽനിന്നുള്ള പ്രാഥമിക ആരോഗ്യകേന്ദ്രങ്ങളുടെ പ്രവർത്തനവും പൊതുവെ കാര്യക്ഷമമല്ല.
3. അട്ടപ്പാടിയിൽ ആരോഗ്യവകുപ്പിനു കീഴിൽ പ്രവർത്തിക്കുന്ന മൂന്ന് മൊബൈൽ മെഡിക്കൽ യൂണിറ്റുകളുടെ പ്രവർത്തനം സജീവമല്ല.
4. സാമൂഹ്യക്ഷേമ വകുപ്പിന്റെ കീഴിലുള്ള അംഗൻവാടിയോടനുബന്ധിച്ചുള്ള പൂരക പോഷകാഹാര പരിപാടി ഫലപ്രദമായി നടക്കുന്നില്ല. മാത്രവുമല്ല ഗോതമ്പ്-ഉപ്പുമാവ്, ചെറുപയർ എന്നിവ മാത്രമാണ് ഇപ്പോൾ അംഗൻവാടികളിലൂടെ വിതരണം ചെയ്തുവരുന്നത്.

പോഷകമൂല്യമുള്ള പാൽ, മുട്ട, നേന്ത്രപ്പഴം എന്നിവ അംഗൻവാടി മുഖേന നൽകുന്നില്ല. ഗർഭിണികൾ, മുലയൂട്ടുന്ന അമ്മമാർ, 6 വയസിനു താഴെയുള്ള കുട്ടികൾ, കൗമാരപ്രായത്തിലുള്ള പെൺകുട്ടികൾ എന്നിവർക്ക് അംഗൻവാടിയിലൂടെ പോഷകാഹാരം, വൈദ്യസഹായം എന്നിവയെല്ലാം ചെയ്യേണ്ടതാണെങ്കിലും ആയത് ഫലപ്രദമായി നടക്കുന്നില്ല.

5. അട്ടപ്പാടി ഐ ടി ഡി പി ഓഫീസിന്റെ കീഴിലുള്ള രണ്ട് ഒ പി ക്ലിനിക്കുകളിൽ രണ്ട് ഡോക്ടർമാർ വേണ്ടിടത്ത് കരാർ വ്യവസ്ഥയിൽ ഒരു ഡോക്ടർ മാത്രമാണ് നിലവിലുള്ളത്. തുച്ഛമായ ശമ്പളം നൽകുന്നതുകൊണ്ട് ഡോക്ടർ തസ്തികയിൽ ആളെ ലഭിക്കുന്നില്ല.

6. എസ് റ്റി പ്രമോട്ടർമാർക്ക് ആരോഗ്യകാര്യങ്ങളിൽ വേണ്ടത്ര അറിവില്ലാത്തതുകൊണ്ട് വേണ്ട ബോധവൽക്കരണ പ്രവർത്തനങ്ങൾ എസ് റ്റി പ്രൊമോട്ടർമാരുടെ ഭാഗത്തുനിന്നും ഉണ്ടാകുന്നില്ല.

പരിഹാര നിർദേശങ്ങൾ

1. ആരോഗ്യവകുപ്പിന്റെ ഫീൽഡ്തല പ്രവർത്തനം, മൊബൈൽ യൂണിറ്റുകളുടെ പ്രവർത്തനം, പുതൂർ/ഷോളയൂർ/വട്ടലക്കി എന്നീ പ്രാഥമിക ആരോഗ്യകേന്ദ്രങ്ങളുടെ പ്രവർത്തനം എന്നിവ കാര്യക്ഷമമാക്കുന്നതിനുള്ള നടപടികൾ സ്വീകരിക്കുക.
2. കോട്ടത്തറ ട്രൈബൽ സ്പെഷ്യാലിറ്റി ആശുപത്രിയുടെ സൗകര്യങ്ങൾ വർധിപ്പിച്ച് പരമാവധി ചികിത്സാസൗകര്യങ്ങൾ അട്ടപ്പാടിയിൽത്തന്നെ ലഭിക്കുന്നതിനുള്ള നടപടികൾ സ്വീകരിക്കുക.
3. സാമൂഹ്യക്ഷേമ വകുപ്പിന്റെ കീഴിലുള്ള പൂരക പോഷകാഹാര പരിപാടി കാര്യക്ഷമമായും ഫലപ്രദമായും നടപ്പിലാക്കുന്നതിനുള്ള നടപടികൾ സ്വീകരിക്കുക.
4. അട്ടപ്പാടി ഐ ടി ഡി പി യുടെ കീഴിൽ നേരത്തെ രണ്ട് ആംബുലൻസുകൾ ഉണ്ടായിരുന്നുവെങ്കിലും നിലവിൽ ഒന്നു മാത്രമാണ് പ്രവർത്തിച്ചുവരുന്നത്. ഒരു ആംബുലൻസ് കണ്ടം ചെയ്തിരുന്നുവെങ്കിലും പകരം ആംബുലൻസ് ഇതുവരെ ലഭ്യമായിട്ടില്ല. അടിയന്തരമായി ഒരു ആംബുലൻസ് അനുവദിക്കുന്നതിനുള്ള നടപടികൾ സ്വീകരിക്കുക.
5. ഐ ടി ഡി പി യുടെ കീഴിലുള്ള ഒ പി ക്ലിനിക്കുകളിൽ കരാർ വ്യവസ്ഥയിൽ നിയമിക്കുന്ന ഡോക്ടർമാർക്ക് നിലവിൽ അനുവദിക്കുന്ന വേതനം പ്രതിമാസം 25,000 രൂപയിൽനിന്നും 40,000 രൂപയായി വർധിപ്പിക്കുന്നതിനുള്ള നടപടികൾ സ്വീകരിക്കുക.
6. പുതിയതായി തെരഞ്ഞെടുക്കുന്ന എസ് റ്റി പ്രൊമോട്ടർമാർക്ക്

ആരോഗ്യ സംരക്ഷണ പ്രവർത്തനങ്ങൾ ഉൾപ്പെടെയുള്ള വിഷയങ്ങളിൽ സമഗ്ര പരിശീലനം നൽകുക.

7. ആരോഗ്യവകുപ്പ് / സാമൂഹ്യക്ഷേമ വകുപ്പ് / പട്ടികവർഗ വികസന വകുപ്പ് എന്നീ വകുപ്പുകളുടെ ഈ രംഗത്തുള്ള പ്രവർത്തനം വിലയിരുത്തുന്നതിന് മൂന്നു മാസത്തിലൊരിക്കൽ സംയുക്ത യോഗം ചേരുന്നതിനുള്ള നടപടികൾ സ്വീകരിക്കുക.
8. അഗളി ഗ്രാമപഞ്ചായത്തിൽ പ്രവർത്തിക്കുന്ന ആയുർവേദ ആശുപത്രിയിൽ കിടത്തി ചികിത്സ ആരംഭിക്കുക.

വിശ്വസ്തതയോടെ,
പ്രോജക്ട് ഓഫീസർ

അനുബന്ധം 3

അട്ടപ്പാടിയിലെ ആദിവാസികളുടെ ആരോഗ്യപ്രശ്നങ്ങളും പരിഹാരങ്ങളും

(കോട്ടത്തറ ട്രൈബൽ സ്പെഷ്യാലിറ്റി ആശുപത്രി ജീവനക്കാർ തയാറാക്കിയത്)

I. ഇപ്പോഴത്തെ അവസ്ഥ: ഇപ്പോൾ റിപ്പോർട്ട് ചെയ്യപ്പെട്ടിരിക്കുന്ന മരണങ്ങൾ അധികമായി ഉണ്ടായതല്ല. മുൻപ് എട്ടു ഡോക്ടർമാർ ഉണ്ടായിരുന്ന അട്ടപ്പാടിയിൽ ഇപ്പോൾ പുതുതായി ഇരുപതോളം ഡോക്ടർമാർ എത്തിയപ്പോൾ രോഗികൾ കൂടുതലായി ആശുപത്രിയിലേക്ക് എത്താൻ തുടങ്ങുകയും അങ്ങനെ മരണം പുറംലോകം അറിയാൻ തുടങ്ങുകയും ചെയ്തതാണ്.

II. ആരോഗ്യപ്രവർത്തകരുമായുള്ള അകൽച്ച: ആദിവാസികൾക്കു പരിചയക്കുറവുള്ള ആളുകളുമായി ബന്ധപ്പെടാൻ ബുദ്ധിമുട്ടാണ്. ഇതിന് ഒരു പരിഹാരമാകേണ്ട ട്രൈബൽ പ്രൊമോട്ടർമാരും ഐ സി ഡി എസ് മെമ്പർമാരും മൊബൈൽ ക്യാമ്പുകളിൽനിന്നും അകന്നു നിൽക്കുകയാണ്.

പരിഹാരം

1. പ്രൊമോട്ടർമാരെയും ഐ സി ഡി എസ് മെമ്പർമാരെയും അതാത് ഊരുകളിൽനിന്നു നിയമിക്കണം.
2. മദ്യപാനികളെ പ്രൊമോട്ടർമാരാക്കുന്നത് ഒഴിവാക്കണം.
3. പ്രൊമോട്ടർമാരെ ക്യാമ്പുകളിലും ആരോഗ്യ റിവ്യൂ മീറ്റിങ്ങിലും പങ്കെടുപ്പിക്കണം.
4. കൂടുതൽ ക്ലാസുകൾ സംഘടിപ്പിക്കുക.

III. അനീമിയ: ആദിവാസി ഊരുകളിലെ 80 ശതമാനം പേർക്ക് അനീമിയയും 26 ശതമാനം പേർക്ക് അരിവാൾ രോഗവും ഉള്ളതായി കാണുന്നു. പ്രായം തികയാതെ പ്രസവിക്കുന്ന ഒട്ടുമിക്ക ഗർഭിണികൾക്കും അനീമിയ ഉണ്ടായിരുന്നു. അരിവാൾ രോഗികളുടെ ഫാമിലി ഡേറ്റാ ബാങ്ക്

ഉണ്ടാക്കിയിട്ടില്ല. അയൺ ഗുളിക കിട്ടിയ ഗർഭിണികൾക്കുപോലും അനീമിയ ഉണ്ടായിരുന്നു.

പരിഹാരം

1. അയൺ ഗുളികയുടെ ഡോസ് വർധിപ്പിച്ച് 200 mg ആക്കുക.
2. ഗർഭിണികളിന്മേലുള്ള ശ്രദ്ധ വർധിപ്പിക്കുക.
3. അരിവാൾ രോഗം സംബന്ധിച്ച് ടെക്നീഷ്യന്മാരും സോഷ്യൽ വർക്കറും പുതിയ ഡേറ്റാബാങ്ക് സ്ഥാപിക്കുക.
4. ആറുമാസത്തിലൊരിക്കൽ വിരഗുളിക നൽകുക.

IV സ്പെഷ്യലിസ്റ്റ് ഡോക്ടർമാരുടെ അഭാവം

കോട്ടത്തറ ആശുപത്രിയിൽ സ്പെഷ്യലിസ്റ്റ് ഡോക്ടർമാരുടെ നാല് ഒഴിവുകളുണ്ട്. എത്തിച്ചേരുന്നതിനുള്ള ബുദ്ധിമുട്ട്, താമസസൗകര്യം ഇല്ലായ്മ, പ്രൈവറ്റ് പ്രാക്ടീസിന്റെ അഭാവം, കുടിവെള്ളത്തിന്റെ ലഭ്യതയില്ലായ്മ തുടങ്ങിയവയാണ് ഇതിനു കാരണം. രണ്ടുവർഷത്തിൽ കൂടുതൽ ആരുംതന്നെ ഇവിടെ നിൽക്കുന്നില്ല. കഴിഞ്ഞ രണ്ടു കൗൺസിലിങ്ങിലും പുതുതായി ഡോക്ടർമാർ എത്തുന്നില്ല.

പരിഹാരം

1. താമസസ്ഥലം ഒരുക്കുക.
2. കാസർഗോഡ് മാതൃകയിൽ അട്ടപ്പാടിയിലെ ഡോക്ടർമാർക്ക് 20,000 രൂപ ഇൻസെന്റീവ് നൽകുക.
3. നഴ്സുമാർക്കും പാരാമെഡിക്കൽ ജീവനക്കാർക്കും സ്പെഷൽ റൂറൽ അലവൻസ് പരിഗണന നൽകുക.

V കോട്ടത്തറ ആശുപത്രിയിലെ ക്വാർട്ടേഴ്സ് പണി പൂർത്തിയായിട്ടില്ല.

പരിഹാരം

1. ട്രൈബൽ വകുപ്പിൽ സമ്മർദം ചെലുത്തുക.
2. അഗളി ക്വാർട്ടേഴ്സ് റിപ്പയറിങ്ങിനായി പണം അനുവദിക്കുക.

VI രോഗികളെ എത്തിക്കാനുള്ള വാഹനങ്ങളുടെ അഭാവം

ട്രൈബൽ വകുപ്പിനു കീഴിൽ ഒരു ആംബുലൻസും മൂന്നു T O മാരും മാത്രമാണുള്ളത്. രോഗികൾ സ്വകാര്യ വാഹനങ്ങളെയാണ് പ്രധാനമായും ആശ്രയിക്കുന്നത്. ഇതിനു കഴിയാത്തവരാണ് കൂടുതലും. ആംബുലൻസിനായി 43 ലക്ഷം രൂപ നൽകി.

പരിഹാരം

1. ഓരോ T O മാർക്കും കീഴിൽ ഓരോ ആംബുലൻസ് നൽകുക.

VII റോഡുകളുടെ ശോചനീയാവസ്ഥ

ഒട്ടുമിക്ക റോഡുകളും പൊട്ടിപ്പൊളിഞ്ഞിരിക്കുകയാണ്. മണ്ണാർക്കാടുനിന്നും ഇവിടെയെത്താൻ ബസിന് രണ്ടു മണിക്കൂർ വേണം. ഇത് പോക്കുവരവ് ദുഷ്കരമാക്കുന്നു. മൊബൈൽ ക്യാമ്പ് കഴിഞ്ഞെത്തുന്നവർ പുറംവേദന മൂലം ബുദ്ധിമുട്ടുകയാണ്.

പരിഹാരം

1. പ്രധാനപ്പെട്ട റോഡുകളെങ്കിൽ മലപ്പുറം മാതൃകയിൽ നവീകരിക്കുക.
2. രാവിലെയും വൈകിട്ടും മണ്ണാർക്കാടുനിന്നും നോൺ സ്റ്റോപ്പ് ബസുകൾ ആരംഭിക്കുക.

VIII സ്റ്റാഫിന്റെ അഭാവം

ഫീൽഡ് സ്റ്റാഫിന്റെ നാല് ഒഴിവുണ്ട്. പദ്ധതികൾ എഴുതിത്തയാറാക്കേണ്ട ക്ലാർക്കുമാർ കോട്ടത്തറയിലില്ല. സ്ഥിരമായ ഒരു ഫാർമസിസ്റ്റും ഇവിടെയില്ല. ഇത് മരുന്നുകളുടെ അഭാവം സമയത്ത് റിപ്പോർട്ട് ചെയ്യുന്നതിനു തടസമാകുന്നു. നഴ്സുമാരും കുറവാണ്.

പരിഹാരം

1. ക്ലാർക്കിനെയും ഫീൽഡ് സ്റ്റാഫിനെയും നിയമിക്കുക.
2. കോട്ടത്തറ ആശുപത്രിയിലെ സ്റ്റാഫ് പാറ്റേണിൽ ഫാർമസിസ്റ്റിനെ ഉൾപ്പെടുത്തി പുനർനിർണയിക്കുക.

IX മദ്യപാനം, പുകവലി, മുറുക്ക് (ഇത് പോഷകാഹാരക്കുറവിന് മുഖ്യകാരണമാണ്)

1. കോട്ടത്തറയിൽ ഒരു ഡി അഡിക്ഷൻ യൂണിറ്റ് തുടങ്ങുക.
2. മദ്യനിരോധനം പരിഗണിക്കുക.
3. എക്സൈസ് വകുപ്പിന്റെ പ്രവർത്തനം ശക്തമാക്കുക.

X. ഫണ്ടുകളുടെ അഭാവം

കോട്ടത്തറയിലെ കുടിവെള്ളപദ്ധതിക്ക് ട്രൈബൽ വകുപ്പിനോട് അപേക്ഷിച്ചിരുന്നു. പല പദ്ധതികളും ഫയലുകളും ദീർഘതാമസം നേരിടുകയാണ്.

അനുബന്ധം 4

അട്ടപ്പാടിക്കുള്ള സംസ്ഥാന സർക്കാർ പാക്കേജ്

ആരോഗ്യം

- അട്ടപ്പാടി മേഖലയിലെ മൂന്ന് ആശുപത്രികളിലായി 75 ജീവനക്കാരെ നിയമിക്കും. കോട്ടത്തറയിൽ 38 ഉം അഗളി സാമൂഹികാരോഗ്യകേന്ദ്രത്തിൽ 23 ഉം പുതൂർ പ്രാഥമിക ആരോഗ്യകേന്ദ്രത്തിൽ 14 ഉം ജീവനക്കാരെയാണ് നിയമിക്കുക. ഈ ആശുപത്രികളിൽ കിടത്തി ചികിത്സ ആരംഭിക്കും.
- കോട്ടത്തറയിൽ 5 ഡോക്ടർമാരുടെയും 22 സ്റ്റാഫ് നഴ്സുമാരുടെയും തസ്തികകളാണ് സൃഷ്ടിക്കുക. മറ്റു തസ്തികകൾ: ഫാർമസിസ്റ്റ്–3, ലാബ് ടെക്നീഷ്യൻ–2, റേഡിയോഗ്രാഫർ–2, ജെ പി എച്ച് എൽ–1, ജെ എച്ച് ഐ–1, ഡ്രൈവർ–1.
- അഗളി സാമൂഹികാരോഗ്യകേന്ദ്രം: ഡോക്ടർമാർ–4, സ്റ്റാഫ് നഴ്സ്–14, ഫാർമസിസ്റ്റ്, ലാബ് അസിസ്റ്റന്റ്– ഓരോ തസ്തികകൾ.
- പുതൂർ പ്രാഥമികാരോഗ്യകേന്ദ്രം: ഡോക്ടർ–3, സ്റ്റാഫ് നഴ്സ്–9, ഡ്രൈവർ–1.
- ഗ്രാമീണ അടിസ്ഥാനസൗകര്യ വികസന ഫണ്ട് ഉപയോഗിച്ച് പ്രാഥമികാരോഗ്യ കേന്ദ്രങ്ങൾക്കൊപ്പം പത്ത് സബ്സെന്ററുകളും നവീകരിക്കും.
- കോട്ടത്തറയിൽ ന്യൂട്രീഷ്യൻ റിഹാബിലിറ്റേഷൻ ലഹരിമുക്തി കേന്ദ്രവും തുടങ്ങും.
- ഡോക്ടർമാർക്കായി ക്വാർട്ടേഴ്സുകളുടെ നിർമാണം ഉടൻ പൂർത്തിയാക്കും.
- 28 ലക്ഷം രൂപ ചെലവിൽ ആശുപത്രികളിൽ കുടിവെള്ളപദ്ധതി.
- രക്തം ശേഖരിച്ചു സൂക്ഷിക്കാൻ പ്രത്യേക കേന്ദ്രം.

- ഗൈനക്കോളജിസ്റ്റിന്റെ സേവനം ഉറപ്പാക്കും. നിയമനം ഉടൻ.
- അയൺ ഗുളിക വിതരണം ചെയ്യും.
- ആദിവാസി ഊരുകളിൽ മെഡിക്കൽ ക്യാമ്പുകൾ. ക്യാമ്പിലെത്തുന്നവർക്ക് അംഗൻവാടികൾ വഴി ഭക്ഷണം.
- അട്ടപ്പാടിയിൽ ജോലിചെയ്യുന്ന ഡോക്ടർമാർക്ക് 20,000 രൂപയുടെ അധികവേതനം. മറ്റു ജീവനക്കാർക്ക് അടിസ്ഥാനശമ്പളത്തിന്റെ 20 ശതമാനം അധികം.
- 172 അംഗൻവാടി വർക്കർമാർ, 140 ട്രൈബൽ പ്രൊമോട്ടർമാർ, 170 ആശാ വർക്കർമാർ എന്നിവരുടെ പ്രവർത്തനം വിലയിരുത്തി ഇൻസെന്റീവ്.
- അട്ടപ്പാടി ഊരുകളിലെ ആദിവാസികളുടെ ആരോഗ്യപ്രശ്നം ഏകീകരിച്ച് പരിഹാരം നിർദേശിക്കുന്നതിന് ഡോ. പ്രഭുദാസിനു ചുമതല.

കൃഷി

- പ്രസിഷൻ ഫാമിങ്ങിലൂടെ വിളവ് വർധിപ്പിക്കാൻ ഹോർട്ടികൾച്ചർ മിഷന്റെ സഹായത്തോടെ 7.84 കോടിയുടെ കാർഷിക പാക്കേജ്.
- 157 ഊരുകളിൽ മുഡുക, ഇരുള വർഗക്കാർക്ക് പ്രയോജനം, പദ്ധതി നടപ്പാക്കുന്നത് നല്ലശിങ്കയിൽ.

സാമൂഹ്യനീതി

- കൗമാരക്കാർക്കായി 25 ലക്ഷം ചെലവിൽ അട്ടപ്പാടിയിൽ മെഡിക്കൽ അംഗൻവാടി.
- 172 അംഗൻവാടികളിൽ 25 എണ്ണം ഉടൻ പുതുക്കിപ്പണിയും. നിർമാണത്തിന് ആദിവാസി തൊഴിലാളികൾ മാത്രം.
- 5 സെന്റ് സ്ഥലം നൽകുന്ന പഞ്ചായത്തുകളിൽ പുതിയ അംഗൻവാടികൾ.
- അംഗൻവാടി വർക്കർ, ഹെൽപ്പർ തസ്തികകളിൽ ആദിവാസി സ്ത്രീകൾക്കു നിയമനം.
- സ്കൂളുകളിൽ രണ്ട് കൗൺസിലർമാരെ നിയമിക്കും.
- അംഗൻവാടികൾ വഴി വിതരണം ചെയ്യുന്ന അമൃത പൊടിക്കു പകരം റാഗിയും ചോളവും ചേർത്ത് ആദിവാസി രുചിയിൽ പുതിയ പൊടി വിതരണം.
- ആദിവാസികളിൽനിന്നും യോഗ്യരായ രണ്ടുപേർക്ക് സൂപ്പർവൈസർമാരായി നിയമനം.
- പഞ്ചായത്ത് സ്ഥലം നൽകിയാൽ വർക്കിങ്ങ് വിമൻസ് ഹോസ്റ്റൽ നിർമിച്ചു നൽകും.
- അട്ടപ്പാടിയിൽ ലഹരിവിമുക്ത കേന്ദ്രം.
- പോഷകാഹാരക്കുറവുള്ളവർക്ക് പ്രത്യേക പോഷകാഹാരം.

പട്ടികവർഗ ക്ഷേമം

- ജനനി ജന്മരക്ഷാ പദ്ധതിക്ക് അട്ടപ്പാടിയിൽ തുടക്കം. ഗർഭിണിയായാൽ മൂന്നു മാസം മുതൽ കുഞ്ഞിന് ഒരു വയസ്സ് പ്രായമാകുന്നതുവരെ അമ്മയ്ക്ക് പ്രതിമാസം 1000 രൂപയുടെ ധനസഹായം നൽകുന്നതാണ് പദ്ധതി. സമഗ്ര ആരോഗ്യപദ്ധതി നടപ്പാക്കാനായി കോട്ടത്തറ പഞ്ചയാത്ത് 10 ലക്ഷം രൂപ.
- മൂന്നു പഞ്ചായത്തുകളിൽ സമഗ്ര ആരോഗ്യസർവെ.
- പ്രൊമോട്ടർമാരുടെ പ്രവർത്തനം വിലയിരുത്താൻ എം എസ് ഡബ്ല്യു യോഗ്യതയുള്ളവരെ പഞ്ചായത്തുകളിൽ നിയമിക്കും.
- കുറുമ്പ പാക്കേജ് കാര്യക്ഷമമാക്കും.
- ആംബുലൻസ് ലഭ്യമാക്കും.

എക്സൈസ്

- വ്യാജമദ്യം തടയാൻ ഒരു സി ഐ യുടെ നേതൃത്വത്തിൽ 15 പേരുടെ പുതിയ സംഘം. ഇതിനായി 15 തസ്തികകൾ സൃഷ്ടിക്കും.

സർക്കാർ പാക്കേജിനെതിരെ ആദിവാസികളിൽ പ്രതിഷേധം

സർക്കാർ പ്രഖ്യാപിച്ച പാക്കേജിനെതിരെ പ്രതിഷേധമുണ്ട്. അടിയന്തരമായി സ്വീകരിക്കേണ്ട നടപടിയൊന്നും സ്വീകരിച്ചിട്ടില്ല. അട്ടപ്പാടിയിൽ വേണ്ടത് ചികിത്സയും മരുന്നും മാത്രമല്ല, ഭക്ഷണവും വെള്ളവുമാണ്. അട്ടപ്പാടിയിലെ 10,200 ആദിവാസി കുടുംബങ്ങൾക്ക് 10 കിലോ അരിയും രണ്ടു കിലോ പയറും നൽകുമെന്ന് മന്ത്രിമാർ പ്രഖ്യാപിച്ചിരുന്നു. പാക്കേജിൽ അതില്ല. അംഗൻവാടികളിൽ പോഷകാഹാരം വിതരണം ചെയ്യാനുള്ള നടപടിയില്ല. കുടിവെള്ള വിതരണവുമില്ല. അഹാഡ്സിനെ ഒഴിവാക്കി അട്ടപ്പാടി മേഖലയിൽ നടപ്പാക്കാനുദ്ദേശിക്കുന്ന കാർഷിക പാക്കേജിനെതിരേയും കടുത്ത എതിർപ്പുണ്ട്. ചിറ്റൂരിലെ ഒരു സഹകരണസംഘം ഹോർട്ടികൾച്ചർ മിഷനുമായി ചേർന്നു നടപ്പാക്കുന്ന കാർഷിക പദ്ധതിയാണ് കാർഷിക പാക്കേജായി അവതരിപ്പിച്ചത്.

കാറ്റാടിക്കമ്പനിയുടെ ഭൂമിയായ നല്ലശിങ്കത്ത് 7.84 കോടി രൂപ ചെലവിൽ 157 കുടുംബങ്ങൾക്കു മാത്രമായി നടത്തുന്ന പദ്ധതിയാണിത്. 'അഹാഡ്സ്' മാതൃകയിൽ പദ്ധതികൾ ഊര് വികസനസമിതി മുഖേന നടപ്പാക്കിയാൽ മാത്രമേ ആദിവാസികൾക്കു ഗുണം ലഭിക്കൂ. അതിനു പകരം പുറത്തുള്ളവരെക്കൂടി ഉൾപ്പെടുത്തി പുതിയ സംവിധാനം ഒരുക്കുമെന്നാണ് പ്രഖ്യാപനത്തിൽ പറഞ്ഞത്. അഹാഡ്സിൽ ജോലി നഷ്ടപ്പെട്ടവരെ വാച്ച്മാന്മാരായും ഹോം ഗാർഡുമാരായും നിയമിക്കുമെന്ന പ്രഖ്യാപനത്തിലും പ്രതിഷേധമുണ്ട്. എസ് എസ് എൽ സി ക്കുമുകളിൽ വിദ്യാഭ്യാസയോഗ്യതയുള്ള ആദിവാസി പ്രവർത്തകരെയും വാച്ചർമാരായി നിയമിക്കുമെന്നാണു വാഗ്ദാനം.

നിരവധി ധാന്യങ്ങൾ ഒരുപോലെ കൃഷിചെയ്തിരുന്ന ആദിവാസി കൃഷിരീതിയെ തിരിച്ചുകൊണ്ടുവരാനുള്ള സഹായമൊന്നും പാക്കേജ് മുന്നോട്ടുവയ്ക്കുന്നില്ല. ആദിവാസികളുടെ ഭൂമി ആദിവാസികൾക്കുതന്നെ തിരിച്ചുകൊടുക്കാൻ നടപടി സ്വീകരിക്കണമെന്നും, കൃഷിയിറക്കാൻ ധന സഹായവും അതിലുപരി വെള്ളവും ലഭ്യമാക്കണമെന്നും ആവശ്യപ്പെടുന്നു.

അനുബന്ധം 5

കേന്ദ്ര സർക്കാർ പാക്കേജ്

നൂറ്റിപ്പന്ത്രണ്ട് കോടി രൂപയുടെ പദ്ധതിയാണ് 6–6–13 ന് അഗളി അഹാഡ്സ് കമ്യൂണിറ്റി ഹാളിൽ നടന്ന ജനപ്രതിനിധികളും ഉദ്യോഗസ്ഥരുമായുള്ള ചർച്ചയ്ക്കുശേഷം കേന്ദ്ര ഗ്രാമവികസന വകുപ്പ് മന്ത്രി ജയറാം രമേശ് പ്രഖ്യാപിച്ചത്.

സ്വന്തമായി ഭൂമിയുള്ള ആദിവാസികൾക്ക് അവർ സ്വന്തം ഭൂമിയിൽ നടത്തുന്ന കൃഷിപ്പണികൾ തൊഴിലുറപ്പ് പദ്ധതിയുടെ കീഴിൽപ്പെടുത്തി ദിവസക്കൂലി നൽകും.

അട്ടപ്പാടിയിൽ കുടുംബശ്രീ വ്യാപകമാക്കുവാൻ 50 കോടി രൂപ അനുവദിക്കും.

സ്ത്രീശാക്തീകരണം- കാർഷിക പദ്ധതികൾക്കായി 50 കോടിയും വീടില്ലാത്ത ആദിവാസികൾക്കായി 2000 വീട് പണിതുകൊടുക്കുന്നതിനായി 12 കോടി രൂപയും അനുവദിക്കും.

വീടില്ലാത്ത കുടംബങ്ങൾക്ക് ഇന്ദിര ആവാസ് യോജന പദ്ധതിയിൽപ്പെടുത്തി വീടുകൾ അനുവദിക്കും.

പോഷകാഹാരം ലഭ്യമാക്കുന്നതിനായി കമ്യൂണിറ്റി ന്യൂട്രിഷൻ സെന്റർ സ്ഥാപിക്കൽ,സ്വന്തമായി ഭൂമിയും ജലസേചന സൗകര്യവുമുള്ള ആദിവാസികർഷകരെ ദേശീയ തൊഴിലുറപ്പ് പദ്ധതിയിൽ ഉൾപ്പെടുത്തൽ, 500 യുവാക്കളെ തെരഞ്ഞെടുത്ത് തൊഴിൽ പരിശീലനം നൽകി രാജ്യത്തെ പ്രധാന നഗരങ്ങളിൽ ജോലി ലഭ്യമാക്കുന്ന പദ്ധതി, അട്ടപ്പാടിയിലെ മൂന്നു പഞ്ചായത്തുകളിൽ 65.55 കിലോമീറ്റർ റോഡുകൾ നിർമിക്കുന്നതിന് പ്രധാനമന്ത്രി ഗ്രാമസഡക് യോജന എന്നിവയും പാക്കേജിൽപ്പെടുത്തിയിട്ടുണ്ട്.

അട്ടപ്പാടിക്കായി പ്രത്യേക കുടിവെള്ളപദ്ധതി, സമഗ്ര ആരോഗ്യ

പദ്ധതി എന്നിവയ്ക്ക് വേണ്ടി പ്രത്യേക പ്രോജക്റ്റ് തയാറാക്കി നൽകുവാൻ ജയറാം രമേശ് മുഖ്യമന്ത്രിക്ക് നിർദേശം നൽകി.

വരുന്ന 5 വർഷംകൊണ്ട് അട്ടപ്പാടിയിലെ പതിനായിരത്തിൽ താഴെ വരുന്ന ആദിവാസി കുടുംബങ്ങളുടെ പ്രശ്നങ്ങൾ പരിഹരിക്കപ്പെടണം. അതിനായി സമയബന്ധിതമായി പദ്ധതികൾ നടപ്പിലാക്കും.

ഗ്രാമവികസന മന്ത്രാലയത്തിന് കീഴിലെ നാഷണൽ റൂറൽ ലൈവ്‌ലിഹുഡിലെ ഉദ്യോഗസ്ഥ സീമ ഭാസ്കരനെയാണ് അട്ടപ്പാടിയിലേക്ക് നിയോഗിച്ചത്. പദ്ധതികൾ പൂർത്തിയാകുന്നതുവരെ പ്രതിനിധി അട്ടപ്പാടിയിലുണ്ടാവുമെന്ന് ജയറാം രമേശ് അറിയിച്ചു.

പദ്ധതി പ്രവർത്തനങ്ങൾ ഏകോപിപ്പിക്കുവാൻ സന്ദർശന വേളയിൽ പ്രഖ്യാപിച്ചതുപോലെ കേന്ദ്ര ഗ്രാമവികസന സെക്രട്ടറിയും മലയാളിയുമായ എസ് എം വിജയാനന്ദിന്റെ നേതൃത്വത്തിൽ പ്രത്യേക കർമ സേനയ്ക്ക് രൂപംനൽകി. ജൂൺ 24 ന് കർമസേനയുടെ ആദ്യയോഗം ഡൽഹിയിൽ നടന്നു. കേന്ദ്രത്തിന്റെ വിവിധ വകുപ്പുകളായ ഗ്രാമവികസനം, സാമൂഹ്യനീതി, ആദിവാസി ക്ഷേമം, ആരോഗ്യം എന്നീ വകുപ്പുകളുടെ പ്രതിനിധികൾ കർമസമിതിയിൽ അംഗങ്ങളാണ്.

അനുബന്ധം 6

യൂണിസെഫ് ടീം 2013 മെയ് 28, 29 തീയതികളിൽ അട്ടപ്പാടിയിൽ നടത്തിയ പഠനത്തിന്റെ റിപ്പോർട്ട്

Problem: Increased infant/ child deaths reported from Attappady Block, Palakkad District

Steps for Problem Assessment, Investigation and Diagnosis:

1. Formation of Field Visit team:

a. UNICEF team members:
   i. Health Specialist.
   ii. Nutrition Specialist.
   iii. Water, Sanitation and Hygiene Specialist

b. District Officials, Palakkad
   i. Project Manager, KILA.
   ii. NRHM MIS documentation officer.
   iii. MSW Gender based Violence Co-ordinator.

c. Attappady Block officials.
   i. Nodal Medical Officer, Government Tribal Specialty Hospital Kottathara.
   ii. Block CDPO.

2. Field Visit:

a. Places Visited:
   i. District Programme Manager Office, NRHM, Palakkad.
   ii. Government Tribal Specialty Hospital (GTSH) –Kottathara.

iii. CHC Agali.
iv. Subcentre Naykampatti.
v. Anganwadi Pattimalam.
vi. Home Visits for in-depth understanding of two deaths in two Tribal Hamlets - Neliyampatti and Pattimalam.

b. Persons Interviewed:

i. District officials Palakkad: Dr. Srihari (NRHM), Ms. Seena (MIS documentation officer NRHM), Ms. Shobhana (PO, ICDS), Dr. Venugopalan (DMO), Mr. Anil Kumar (Project Manager, Suchitwa Mission), Ms.Anu (Gender Based Violence Co-ordinator)
ii. Block Officials : Dr. Prabhudas (Deputy District MO-Nodal officer, GTSH tribal hospital Attappady), Dr. Ibrahim Kutty-Pediatrician (GTSH), Dr.Sharif (MO CHC Agali), Ms. Bindu Govinda (CDPO Attappadi), Mr.Prashanth (PRO, GTSH), Ms.Thargy Thomas (Head Nurse), Ms. Keramadevi (Lady Health Supervisor), Ambulance Driver (GTSH), MO Incharge (Agali CHC), JPHN- Naykampatti Subcentre), Anganwadi Worker (Pattimalam Anganwadi), Other Staff and Beneficiaries at all facilities.

The field visits were carried out by the Investigation Team on May 28th and 29th, 2013

Palakkad Administrative Unit:

Talukas-5 (Alathur, Chittur, Mannarkad, Ottappalam & Palakkad

Panchayats-91, Community Development Blocks-13, District panchayat-1, Revenue Villages-163, Block Panchayats-13, Municipal Councils-4, Population Census 2001: 2617072.

Attappady Block Profile:

Panchayaths-3(Puthur, Sholayur, Agali), Tribal Hamlets-186, Tribes-3 (Irular-105 Hamlets, Mudugar-61 and Kurumba-20), Households -- 8589 (Irular-7279, Mudugar-764, and Kurumba-543), Total population-74,000, Tribal population-30,460, Males-15050, Females-15410, Sex ratio-1067 females to 1000 males, Literacy 88.49%.

3. Records – Analysis

Day 1: 28th May 2013:

Infant Death Records reviewed shared by District officials: A total of 39 deaths have been reported from April 2012 to May 2013. All deaths are equally distributed across the 3 PHC areas of Sholayur, Puthur and Agali.

Table 1:
Geographical distribution of infant deaths

Period of Deaths	Total Deaths	Sholayur	Pudur	Agali
Apr 12 - Dec 2012	16	5	4	3
Jan - Mar 2013	17	4	6	3
April - May 2013	6	2		5
Total	**39**	**11**	**10**	**11**

Place of death was not recorded in 8 cases. However, according to local officials, Agali had reported more deaths.

Location of deaths and Facilities- Out of the total 39 deaths reported: 25 of them have taken place at a facility for maternal and newborn care either in public sector or private sector. 10 have taken place at home. 1 on the way to the hospital and 3 deaths were not recorded.

Out of the total 25 deaths in the facility: 9 have taken place in the Government Tribal Specialty Hospital(GTSH). 6 at Bethany Hospital. 5 at Medical College Hospital Thrissur. 1 MCH Coimbatore. 1 in District Hospital Palakkad. 1 in Alma hospital and 2 in EMS hospital.

Age at Death: Out of the 39 cases 7 cases recorded as age at death within 0-3 days, 7 cases 4-7 days of age, 4 cases 8 to 14 days age, 3 cases 15to 30 days and 8 deaths in infants more than 30 days of age while in 10 cases age at death was not recorded. Among the 8 young infants who died in age group more than 30 days, 7 of them were of age more than 130 days.

Cause of Deaths: The cause of death was recorded for 33 out of 39 cases in the district reporting formats for all cases. Major causes include Asphyxia, ARDS, Aspiration and Apnoea, Preterm and Low birth weight, Development growth delay and Intra uterine Growth Retardation(IUGR), Congenital heart disease, pneumonia and meningitis.

Based on the preliminary reports and information from NRHM, the team decided to visit Government Tribal Speciality Hospital (GTSH)-Kottathara.

Infant Death Records reviewed in Facility- at Government Tribal Speciality Hospital Kottathara

The death records from Government Hospital Kottathara were investigated. 5 deaths were recorded by the officials from February 2012 to May 2013 as against the 9 deaths reported out of 25 facility level deaths.

- Out of the 5 reported cases 3 were from Agali, one from Sholayur and one from Puthur PHC area. All were normal vaginal deliveries. Three of the infants were males and 2 females, including twin siblings.
- All had reported preterm low birth weight; one had IUGR and birth asphyxia. Birth weight ranged from 800 gms to 2.2 Kg.
- One infant the cause of death was recorded as IUGR with Asphyxia, one preterm with congenital heart disease, one bronchopneumonia with cardio pulmonary disease.
- The mothers age at current pregnancy ranged from 19 years to 27 years. One mother was a Primi-gravida and rest were all higher order births Gravida 4 and 3 with previous history of pregnancy wastage in terms of still births, spontaneous abortions and neo-natal deaths.
- Weight of the mothers at the delivery ranged from 39 to 45 Kgs.
- The Hemoglobin reported was 6.1 to 8.9 gms percent.
- Out of the 5 cases 2 delivered at GTSH Kottathara 2 at CHC Agali (Twins) and one at Bethany Hospital. 3 of the mothers reported history of blood transfusion just before the delivery

date either at Kottathara or Bethany Hospital. Out of the 5 deaths 4 were early neo- natal deaths, (the age group 0-7 days) and one was in 13 month old young child.

- All infants and new-borns reported as breast fed within first hour of delivery.

Infrastructure, Supplies and HR Gaps- GTSH Kottathara

- Lack of standard protocols and MCH registers for antenatal care.
- All Medical officers and Staff nurses including newly appointed Obstetricians and Pediatricians not trained on Standard Emergency & Essential Maternal obstetric and New born Care (EMONC) skills with focus on New born resuscitation skills, since last two years.
- No Iron and Folic Acid supplies since the last two years.
- Lack of supplies for Mesoprestol, Magsulf, Nifedepine.
- New born care and labour room, infection control practices to be improved.
- New born care equipment to be reviewed in light of standard protocols and down time to be recorded and reduced.
- Sanitation facilities, hygiene and infection control, drinking water facilities need to be improved.
- No protocol available for Injection Iron Sucrose IV to control and treat severe anemia among pregnant mothers.
- Perinatal transport ambulance under repair since last two years.
- Need of alternate transport mechanisms for the mothers to reach the GTSH hospital.
- Labour room and New born corners and SNCU not connected to generator back up.
- NRHM has planned to fill vacancy of 4 junior consultants in Anesthesiology and surgery and Casualty unit with 4 CMO post needs to be implemented urgently.
- There are 18 MOs & staff nurses since 2 years. OBGY has joined only 2 months ago.

Pediatricians are in place. The post for 22 staff nurses, 3 pharmacists, 2 laboratory technicians, 2 drivers, 2 radiographer, JPHN grade 1 and 2 and 4 nursing assistants and attenders grade 2 are planned by NRHM.

Day 2: 29/05/13 -

Visit to CHC Agali- Review of Delivery records Infrastructure, MIS and HR gaps : CHC Agali: Antenatal, Intrapartum, Post Natal Care.

- No separate ANC OPD.
- No examination table for ANC OPD.
- General OPD for all age groups.
- General lab for CBC, Malaria, Dengue, Chikungunya, Lepto, AFB sputum tests available- No ICTC available.
- New born corner has phototherapy unit and warmer but intermittent power supply.
- Generator not installed for labour room and new born corner.
- No power supply at time of visit to review functional equipment.
- Need to improve stocks of Iron Folic Acid(IFA) tablets.
- No Post Natal Care protocol at facility level or home based level.
- No USG scan Radiology services.
- The telemedicine unit sanctioned is not functional.
- No separate MCH register for ANC OPD.
- 8 MBBS Doctors & 9 Staff nurses- Not trained in Emergency Maternal Obstetric and new born care (EMONC) skills.
- The district action plan has mentioned that they will add Specialty cadre for OBGY and Pediatrics in CHC and 4 CMOs and 14 staff nurse, 2 pharmacists, lab techs , 4 nursing assistant will be created under the state PIP for CHC Agali.
- No Obstetrician, Gynaecologist and Pediatrician posted.
- Vacancy of one Assistant Surgeon and One civil surgeon to be filled up.

Conclusions based on field observations:

The common major causes for infant and child deaths reported in Attappady Block recorded in the facilities are - Asphyxia and respiratory distress (31%), Preterm and Low Birth Weight (23%), Congenital Heart Disease (13%), Development growth delay and Intra uterine Growth Retardation (10%) and Pneumonia (5%). These causes could be attributed to lack of essential new born and Intrapartum care at the facility level.

Possible Contributing Factors:

A. Facility Level:

- Most Infant Deaths reported and recorded are due to poor perinatal, Intrapartum and neo natal services at the facility level as well as poor quality of antenatal services.
- Type 2 delay is reported from community due to delayed access to facility based care lack of adequate peri-natal transport facility.
- Lack of training of Human Resources at CHC Agali and GTSH Kottahtara on standard protocols of Essential and Emergency Maternal and New Born Care (EMONC).
- Need for operationalizing the Specialized New Born Care Units (SNCUs).
- Lack of essential drug supplies like IFA during ANC and Mesoprestol and Magsulf for Intrapartum care.
- Need for improved maternal and newborn records and mother and child tracking system through MCH registers.

B. Community Level:

- Delayed registration of mothers for Antenatal Care at the facility level, Anemia in pregnant mothers and inadequate nutrition among pregnant mothers.
- There is availability of Mobile Medical Unit, However, their functions and microplans need to be revised to provide quality out-reach services to the most vulnerable hamlets.
- District action plan developed for Agali CHC and GTSH Kottahtara to be urgently put into action and evaluated quarterly.

- Need for regular surveillance and monitoring to prevent recurrence of such events.

Recommendations: Facility Based Care: Antenatal

- Need for Standard protocols for Antenatal Care in CHC Agali and GTSH Kottathara
- Need for early registration of Antenatal Care for weight management of mother to prevent Low birth weight and Intra Uterine Growth Retardation.
- Prevent and treat Anemia in pregnancy- IFA supplies and discuss IV Iron Sucrose Protocol at state level. Need community assessment and screening for anemia and haemoglobinopathies.
- Improve Community out-reach services to identify high risk mothers for facility referral.

Peri-natal Transport and Intrapartum Care:

- Improve access to facility care by strengthening peri-natal transport to avoid type 2 delays.
- Skills based training of Facility based staff on Emergency & Essential Maternal Obstretic and New born Care(EMONC)
- Strengthen Essential drug supplies – IFA, Mesoprestol, Magsulf, Nifedepine.
- Urgent need to recruit and strengthen SNCUs staff and operationalize the SNCU using the Regional Collaborative Centre- Institute of Child Health (ICH) Chennai sanctioned by Government of India.
- Link Facility of labour room and new born care corner to Generator and alternative power supply.
- Maintain and review all essential new born resuscitation equipment.
- Strengthen sanitation facilities, infection control and hygiene management practices in labour room , wards and new born corner.
- Improve mother and child health tracking data records.

- Improved Surveillance and sentinel surveillance to prevent recurrence of similar infant deaths.

Post Natal Care: Facility:

- Ensure post natal 48 hours stay with standard care protocols for post natal care for first 48 hours.
- Implement Facility based IMNCI guidelines- Women and Child friendly hospital.
- Conduct Regular Infant Death Reviews using Verbal autopsy formats at facility, block and district level (and community level).

Out-reach- Home and Community:

- Implement community based IMNCI through strengthened post natal care home based visits using standard protocols for Integrated Maternal and New born Child Illnesses (IMNCI).
- Access to post natal IUCD and spacing methods to prevent higher order births.
- Need to recruit and train tribal promoters for enhancing Community out-reach services and linkages to facility care.

Community awareness and mobilization for :

- Early registration of pregnancy.
- Birth spacing and family planning to prevent higher order births.
- Improved dietary practices for pregnant women and lactating mothers.
- Improved Breast feeding practices.
- Prevention of anemia among adolescent girls and pregnant mothers.
- Improved hygiene management and hand washing practices.
- Access to toilets in the hamlets.
- Handling of faeces in the community.
- Preventing early child marriage and early pregnancies.
- Improved linkages of mothers at ANC and PNC stage with Anganwadis for.

- Nutrition supplementation, IFA tabs, Vit A, ORS and Zinc for diarrhea.
- Management, Community nutrition demonstration, and IYCF practices.

(യൂണിസെഫ് റിപ്പോർട്ടിൽനിന്നും
ചാർട്ടുകളും ചിത്രങ്ങളും ഒഴിവാക്കിയിരിക്കുന്നു)

അട്ടപ്പാടിയിലെ ആദിവാസികളെ സംബന്ധിച്ച പ്രധാനപ്പെട്ട രേഖകൾ

1. Attappady Hills Area Development Society.(2010).Attappady Waste land Comprehensive Environmental Conservation Project Status Report, Attappady.
2. Centre for Water Resources Development and Management (1994). Assessment of Environmental Degradation in Attappady Regions of Kerala, Kozhikode.
3. Development Report (2001), Rivers and Attappady. Centre for Water Resource Development Management, Palakkad.
4. Development Report (2003). Settlement Pattern in Attappady. Hamlet Survey, AHADS
5. Eco systems Research Group (1989). The Western Ghats and the Western Ghats Development Programme: A Case Study of Attappady, Thiruvananthapuram.
6. Government of Kerala (1976), Integrated Tribal Development Project for Attappady. Kerala State Planning Board, Thiruvananthapuram.
7. Government of Kerala. (1977). Report on the Evaluation Study of the Schemes Implemented in the Tribal Development Block, Attappady, Bureau of Economics and Statistics, Thiruvananthapuram.
8. Government of Kerala. (1982). Survey Report of Tribal Lands and Collection of Data of the Tribals at Attappady, Vol.1 & II. Government Press, Ernakulam.

9. Health Report (2001). Health and Problems in Attappady. Reports of the Health Department, Block Panchayath. Agaly.
10. Hoeschele, Wolfgand R, Land Degradation. (1998). State Power and Peasant Livelihood in Attappady (Kerala State, India). Ph.D Thesis, The Pennsylvania State University, The Graduate School, Department of Geography.
11. Integrated Rural Technology Centre (1998). Evaluation of Development Activities in Attappady: Findings and Recommendations, Palakkad, Kerala.
12. Kerala State Land Use Board and National Remote Sensing Agency (1994). Integrated Study for Sustainable Development of Attappady Block.
13. KIRTADS (1982) .Evaluation Report on Integrated Tribal Development Project – Attappady, Kozhikode.
14. Planning Report. (2001). Geology and Soil in Attappady. Block Development Journal Report, Agali.
15. Ajmal Khan (2002). Globalisation, Development and Tribals of Kerala. Countercurrents.org.
16. Feroze M, K P Aravindan, (2004). Sickle Cell Disease Among Tribals of Attappady. Integrated Rural Technology Centre, Palakkad. Kerala Research Programme on Local Level Development, Thiruvananthapuram.
17. Kunhaman M, (1981). Alienation of Tribal Land: The Case of Attappady in Kerala, State and Society, 2(2).
18. Madhava Menon Commission (1982). Reports of Scheduled Caste and Scheduled Tribes. Trivandrum.
19. Manjula Poyil (2013). *Megalithism and Tribal Ritualism: A passage through the Kurumbas of Attappadi.* Advances in Historical Studies Vol 2. No.2, 54-56
20. Mariamma J Kalathil (2004). Withering Valli: Alienation, degradation, and enslavement of tribal women in Attappady. Discussion Paper No 66. Kerala Research Programme on Local Level Development Centre for Development Studies: Thiruvnanthauram.
21. Mathur, P R G (1977). Tribal Situation in Kerala. Kerala Historical Society. Thiruvananthapuram 22. Muraleedharan, P K, Sankar S (1991). Studies on Human Ecology and Eco restoration of Attappady Valley. A Study sponsored by the Ministry of Environment and Forest, Government of India, KFRI.

23. Nair, Viswanathan (1986). Land Alienation among the Tribes of Attappady. KIRTADS, Kozhikode.
24. Evelopment Sanathanan Velluva. (2000). Development Effect on Livelihoos Strategies of Tribes People in Attappady. Discussion Paper No.99, Kerala Research Programme on Development. Centre for Development Studies. Thiruvananthapuram.
25. Sanathanam Velluva. (2000). Dynamics of Land Use in Recently Settled Forest Areas: A Case Study of Attappady, Kerala. Ph.D Thesis, Cochin University of Science and Technology, Cochin.
26. Sanathanan Velluva. (2003) Developmental Effects on Livelihood Strategies of Tribes-people in Attappady, Kerala. Discussion Paper-99. Kerala Research Programme on Local Level Development, Centre for Development Studies, Thiruvananthapuram.
27. Saxena, Rakesh. (2005). Mid-Term Evaluation of Attappady Waste land Comprehensive Environmental Conservation Project, Kerala. IRMA, Anand.
28. Sivanandan, P.K.(1999). Sickle Cell Anemia and Starvation among Scheduled Tribe Families in Attappady. A Report by RDD, Thiruvananthapuram.
29. Sreekumar C P, G B Pillai, and R M Prasad (1989). Tribes of Attappady: A Socio-Economic Profile. Thiruvananthapuram,.
30. Vijayanand S M. (1996). People's Participation in Poverty Reduction Programmes: A Case Study of The Integrated Development Tribal Development Project (ITDP) in Attappady, Kerala. M Phil. diss., Centre for Development Studies, Thiruvananthapuram.
31. പട്ടികജാതി വർഗസമുദായങ്ങളുടെ അടിസ്ഥാന വിവരശേഖരണം. (2008). കില, തൃശ്ശൂർ.
32. ചന്ദ്രമോഹനൻ എസ് ആർ (2007) *അട്ടപ്പാടി ആദിവാസിപ്പാട്ടുകൾ.* ഡി സി ബുക്സ്. കോട്ടയം.
33. സനാതനം വെള്ളുവ (2000), ലിംഗവിവേചനം. അട്ടപ്പാടി സ്ത്രീകളുടെ തൊഴിൽരംഗം: ഒരു പഠനം, കേരളത്തിലെ സ്ത്രീകൾ ഇന്നലെ ഇന്ന് സെമിനാർ പ്രബന്ധം. തിരുവനന്തപുരം.

ലേഖകർ

1. ഡോ. ബി ഇക്ബാൽ, ന്യൂറോസർജൻ, പൊതുജനാരോഗ്യ പ്രവർത്തകൻ.
2. മണികണ്ഠൻ എ ഡി, അട്ടപ്പാടിയെക്കുറിച്ച് ഐ സി എസ് എസ് ആർ സ്കോളർഷിപ്പോടെ മഹാത്മാഗാന്ധി സർവകലാശാലയിൽ ഗവേഷണം നടത്തുന്നു.
3. ഒ ജെ ജോൺ, റിട്ടയേർഡ് ഡെപ്യൂട്ടി ഡയറക്ടർ, പട്ടികവർഗ വികസന വകുപ്പ്.
4. കെ കാളി, കൃഷിവകുപ്പ് ഉദ്യോഗസ്ഥ, നായ്ക്കർപാടി ഊര്, അട്ടപ്പാടി.
5. ജയകൃഷ്ണൻ നരിക്കുട്ടി, *ദേശാഭിമാനി* പാലക്കാട് ബ്യൂറോ ചീഫ്.
6. രാജേന്ദ്രപ്രസാദ്, ഡയറക്ടർ, തമ്പ് (സെന്റർ ഫോർ ട്രൈബൽ എഡ്യൂക്കേഷൻ, ഡെവലപ്മെന്റ് ആന്റ് റിസർച്ച്), *ഗോത്രഭൂമി* പത്രാധിപർ.
7. ഡോ. സത്യൻജി, പീഡിയാട്രിക്സ് സർജറി പ്രൊഫസർ, കൊച്ചിൻ കോ–ഓപ്പറേറ്റീവ് മെഡിക്കൽ കോളേജ്, ആലപ്പുഴ മെഡിക്കൽ കോളേജ് മുൻ വൈസ് പ്രിൻസിപ്പൽ.
8. ഡോ. കെ സേതു, പ്രകൃതിജീവന സമിതി.
9. ഡോ. തോമസ് ഐസക്ക്, എം എൽ എ, മുൻ ധനമന്ത്രി.
10. പി എസ് പത്മദാസ്, *ദേശാഭിമാനി* അട്ടപ്പാടി ലേഖകൻ.
11. ഡോ. ജോസ് ചാത്തുകുളം, ഡയറക്ടർ, സെന്റർ ഫോർ റൂറൽ മാനേജ്മെന്റ്, കോട്ടയം.
12. പി എൻ ഉണ്ണികൃഷ്ണൻ, മുൻ പ്രോജക്ട് ഡയറക്ടർ, അഹാഡ്സ്.

www.ingramcontent.com/pod-product-compliance
Lightning Source LLC
LaVergne TN
LVHW040743051026
849519LV00007BA/2439
* 9 7 8 9 3 8 3 1 5 5 9 7 2 *